KB076663

대화로 배우는 한국어

tiếng Việt(베트남어)
bản dịch(번역판)

• 대화 (danh từ) : sự đối thoại, cuộc đối thoại
Việc mặt đối mặt nhau và trò chuyện. Hoặc câu chuyện như vậy.

• 로 : bằng, với
Trợ từ thể hiện phương pháp hay phương thức của việc nào đó.

• 배우다 (động từ) : học, học tập
Tiếp nhận tri thức mới.

• -는 : mà
Vĩ tố làm cho từ ngữ phía trước có chức năng định ngữ và thể hiện sự kiện hay động tác xảy ra ở hiện tại.

• 한국어 (danh từ) : Hàn ngữ, tiếng Hàn Quốc
Tiếng nói sử dụng ở Hàn Quốc.

※ 이 책의 폰트는 '함초롬 바탕체'를 사용하였습니다.

< 저자(tác giả) >

㈜한글2119연구소

· 연구개발전담부서

· ISO 9001 : 품질경영시스템 인증

· ISO 14001 : 환경경영시스템 인증

· 이메일(thư điện tử) : gjh0675@naver.com

< 동영상(video) 자료(tài liệu) >

HANPUK_tiếng Việt(việc biên dịch)
https://www.youtube.com/@HANPUK_Vietnamese

HANPUK

제 2024153361 호

연구개발전담부서 인정서

1. 전담부서명: 연구개발전담부서

　　[소속기업명: (주)한글2119연구소]

2. 소　재　지: 인천광역시 부평구 마장로264번길 33
　　　　　　　상가동 제지하층 제2호 (산곡동, 뉴서울아파트)

3. 신고 연월일: 2024년 05월 02일

과학기술정보통신부

「기초연구진흥 및 기술개발지원에 관한 법률」 제14조의

2제1항 및 같은 법 시행령 제27조제1항에 따라 위와 같이

기업의 연구개발전담부서로 인정합니다.

2024년 5월 13일

 한국산업기술진흥협회장

G-CERTI *certificate*

hereby certifies that

Hangul 2119 Research Institute Co., Ltd.

Rm. 2, Lower level, Sangga-dong, 33, Majang-ro 264beon-gil, Bupyeong-gu, Incheon, Korea

meets the Standard Requirements & Scope as following

ISO 9001:2015
Quality Management Systems

Creation of Media Content, Publication of Korean Paper and Electronic Textbooks, Production and Release of Albums for Korean Language Education

Certificate No: GIS-6934-QC	**Code** : 08, 39
Initial Date : 2024-05-21	**Issue Date** : 2024-05-21
Expiry Date : 2027-05-20	**Valid Period** : 2024-05-21 ~ 2027-05-20

Signed for and on behalf of GCERTI
President I.K Cho

To verify the validity of this certificate please visit www.gcerti.com. This is to certify that the Management Systems of this company has been found to conform to the above. If the certified company's non-conformance, recertification audits, certificate should be revoked by GCERTI. This certificate remains the property of GCERTI and this certificate is recognized by GCERTI.

G-CERTI SYSTEM SERVICE
MSCB-113

IAS ACCREDITED Management Systems Certification Body MSCB-113

IAF

G-CERTI *Certificate*

hereby certifies that

Hangul 2119 Research Institute Co., Ltd.

Rm. 2, Lower level, Sangga-dong, 33, Majang-ro 264beon-gil,
Bupyeong-gu, Incheon, Korea

meets the Standard Requirements & Scope as following

ISO 14001:2015
Environmental Management Systems

**Creation of Media Content, Publication
of Korean Paper and Electronic Textbooks, Production and
Release of Albums for Korean Language Education**

Certificate No: GIS-6934-EC   Code   : 08, 39
Initial Date   : 2024-05-21   Issue Date   : 2024-05-21
Expiry Date   : 2027-05-20   Valid Period : 2024-05-21 ~ 2027-05-20

Signed for and on behalf of GCERTI
President I.K.Cho

G-CERTi
SYSTEM SERVICE
MSCB-113

< 목차(mục lục) >

< 대화(sự đối thoại) > - 1

배고플 텐데 왜 밥을 많이 남겼어?
배고플 텐데 왜 바블 마니 남겨써?
baegopeul tende wae babeul mani namgyeosseo?

사실은 조금 전에 간식으로 빵을 먹었거든요.
사시른 조금 저네 간시그로 빵을 머걷꺼드뇨.
sasireun jogeum jeone gansigeuro ppangeul meogeotgeodeunyo.

< 설명(việc giải thích) / 번역(việc biên dịch) >

배고프+[ㄹ 텐데] 왜 밥+을 많이 남기+었+어?
　　배고플 텐데　　　　　　　　　남겼어

• 배고프다 (Tính từ) : 배 속이 빈 것을 느껴 음식이 먹고 싶다.
　đói bụng
　Cảm thấy trong bụng trống rỗng nên muốn ăn thức ăn.

• -ㄹ 텐데 : 앞에 오는 말에 대하여 말하는 사람의 강한 추측을 나타내면서 그와 관련되는 내용을 이어
　　　　　　말할 때 쓰는 표현.
　chắc sẽ··· mà.., chắc là··· nên...
　Cấu trúc dùng khi thể hiện sự suy đoán mạnh mẽ của người nói đối với vế trước đồng
　thời nói tiếp nội dung có liên quan với điều đó.

• 왜 (phó từ) : 무슨 이유로. 또는 어째서.
　tại sao, vì sao
　Với lý do gì. Hoặc làm sao chứ.

• 밥 (danh từ) : 쌀과 다른 곡식에 물을 붓고 물이 없어질 때까지 끓여서 익힌 음식.
　cơm
　Loại thức ăn được làm chín bằng cách đổ nước vào gạo và ngũ cốc khác rồi nấu đến khi
　cạn nước.

• 을 : 동작이 직접적으로 영향을 미치는 대상을 나타내는 조사.
　Không có từ tương ứng
　Trợ từ (tiểu từ) thể hiện đối tượng mà động tác trực tiếp ảnh hưởng đến.

- 많이 (phó từ) : 수나 양, 정도 등이 일정한 기준보다 넘게.
  nhiều
  Số, lượng hay mức độ vượt tiêu chuẩn nhất định.

- 남기다 (động từ) : 다 쓰지 않고 나머지가 있게 하다.
  để thừa, để lại
  Không làm hết và để thừa lại.

- -었- : 어떤 사건이 과거에 완료되었거나 그 사건의 결과가 현재까지 지속되는 상황을 나타내는 어미.
  đã
  Vĩ tố thể hiện tình huống mà sự kiện nào đó đã hoàn thành trong quá khứ hoặc kết quả của sự kiện đó được tiếp tục đến hiện tại.

- -어 : (두루낮춤으로) 어떤 사실을 서술하거나 **물음**, 명령, 권유를 나타내는 종결 어미.
  hả?, đi, ta hãy
  (cách nói hạ thấp phổ biến) Vĩ tố kết thúc câu thể hiện sự tường thuật sự việc nào đó, nghi vấn, mệnh lệnh, khuyên nhủ. <sự hỏi>

사실+은 조금 전+에 간식+으로 빵+을 먹+었+거든요.

- **사실** (danh từ) : 겉으로 드러나지 않은 일을 솔직하게 말할 때 쓰는 말.
  thật ra, thực ra
  Từ dùng khi nói thẳng về điều không thể hiện ra ngoài.

- 은 : 문장 속에서 어떤 대상이 화제임을 나타내는 조사.
  Không có từ tương ứng
  Trợ từ (tiểu từ) thể hiện việc đối tượng nào đó là chủ đề câu chuyện trong câu.

- **조금** (danh từ) : 짧은 시간 동안.
  một chốc, một lát
  Trong khoảng thời gian ngắn.

- **전** (danh từ) : 일정한 때보다 앞.
  trước, trước khi
  Trước lúc nhất định nào đó.

- 에 : 앞말이 시간이나 때임을 나타내는 조사.
  vào lúc
  Trợ từ (tiểu từ) thể hiện từ ngữ phía trước là thời gian hoặc thời điểm.

- **간식** (danh từ) : 식사와 식사 사이에 간단히 먹는 음식.
  thức ăn giữa buổi, thức ăn nhẹ
  Thức ăn đơn giản giữa các bữa ăn.

• 으로 : 신분이나 자격을 나타내는 조사.
với
Trợ từ thể hiện thân phận hay tư cách.

• **빵 (danh từ)** : 밀가루를 반죽하여 발효시켜 찌거나 구운 음식.
bánh mì
Thức ăn làm bằng cách nhào bột mì rồi làm lên men và nướng hoặc hấp.

• 을 : 동작이 직접적으로 영향을 미치는 대상을 나타내는 조사.
Không có từ tương ứng
Trợ từ (tiểu từ) thể hiện đối tượng mà động tác trực tiếp ảnh hưởng đến.

• **먹다 (động từ)** : 음식 등을 입을 통하여 배 속에 들여보내다.
ăn
Cho thức ăn… vào trong bụng qua đường miệng.

• -었- : 사건이 과거에 일어났음을 나타내는 어미.
đã
Vĩ tố thể hiện sự kiện đã xảy ra trong quá khứ.

• -거든요 : (두루높임으로) 앞의 내용에 대해 말하는 사람이 생각한 이유나 원인, 근거를 나타내는 표현.
vì, bởi
(cách nói kính trọng phổ biến) Cấu trúc thể hiện lí do, nguyên nhân hay căn cứ mà người nói suy nghĩ đối với nội dung ở trước.

< 대화(sự đối thoại) > - 2

제가 지금 돈이 얼마 없거든요. 회비를 다음에 드려도 될까요?
제가 지금 도니 얼마 업꺼드뇨. 회비를 다으메 드려도 될까요?
jega jigeum doni eolma eopgeodeunyo. hoebireul daeume deuryeodo doelkkayo?

네. 그럼 다음 주 모임에 오실 때 주세요.
네. 그럼 다음 주 모이메 오실 때 주세요.
ne. geureom daeum ju moime osil ttae juseyo.

< 설명(việc giải thích) / 번역(việc biên dịch) >

제+가 지금 돈+이 얼마 없+거든요.

회비+를 다음+에 드리+[어도 되]+ㄹ까요?
　　　　　　　드려도 될까요

- 제 (đại từ) : 말하는 사람이 자신을 낮추어 가리키는 말인 '저'에 조사 '가'가 붙을 때의 형태.
  tôi, em, con, cháu
  Hình thái khi gắn trợ từ 가 vào 저 là từ chỉ người nói hạ thấp mình.

- 가 : 어떤 상태나 상황에 놓인 대상이나 동작의 주체를 나타내는 조사.
  Không có từ tương ứng
  Trợ từ (tiểu từ) thể hiện chủ thể của động tác hoặc đối tượng được đặt trong trạng thái hay tình huống nào đó.

- 지금 (phó từ) : 말을 하고 있는 바로 이때에. 또는 그 즉시에.
  bây giờ
  Vào chính lúc đang nói. Hoặc ngay lúc đó.

- 돈 (danh từ) : 물건을 사고팔 때나 일한 값으로 주고받는 동전이나 지폐.
  Don; tiền
  Giấy bạc hoặc đồng xu dùng để trao đổi giá trị lao động hoặc khi mua bán hàng hóa.

- 이 : 어떤 상태나 상황의 대상이나 동작의 주체를 나타내는 조사.
  Không có từ tương ứng
  Trợ từ (tiểu từ) thể hiện chủ thể của động tác hoặc đối tượng của trạng thái hay tình huống nào đó.

• 얼마 (danh từ) : 밝힐 필요가 없는 적은 수량, 값, 정도.
  bấy nhiêu
  Số lượng, giá trị, mức độ ít không cần làm rõ.

• 없다 (Tính từ) : 어떤 물건을 가지고 있지 않거나 자격이나 능력 등을 갖추지 않은 상태이다.
  không có
  Là trạng thái không có đồ vật nào đó hay không có năng lực hay tư cách...

• -거든요 : (두루높임으로) 앞으로 이어질 내용의 전제를 이야기하면서 뒤에 이야기가 계속 이어짐을 나
            타내는 표현.
  Không có từ tương ứng
  (cách nói kính trọng phổ biến) Cấu trúc thể hiện việc nói đến tiền đề của nội dung sẽ tiếp
  nối về sau đồng thời câu chuyện sẽ được tiếp tục ở sau.

• 회비 (danh từ) : 모임에서 사용하기 위하여 그 모임의 회원들이 내는 돈.
  hội phí
  Tiền của các hội viên chi trả để sử dụng trong các cuộc họp của hội.

• 를 : 동작이 직접적으로 영향을 미치는 대상을 나타내는 조사.
  Không có từ tương ứng
  Trợ từ (tiểu từ) thể hiện đối tượng mà động tác gây ảnh hưởng trực tiếp.

• 다음 (danh từ) : 시간이 지난 뒤.
  sau này, về sau
  Sau thời gian đã qua.

• 에 : 앞말이 시간이나 때임을 나타내는 조사.
  vào lúc
  Trợ từ (tiểu từ) thể hiện từ ngữ phía trước là thời gian hoặc thời điểm.

• 드리다 (động từ) : (높임말로) 주다. 무엇을 다른 사람에게 건네어 가지게 하거나 사용하게 하다.
  biếu, dâng
  (cách nói kính trọng) Kính ngữ của주다. Đưa cho người khác cái gì đó và làm cho sở hữu
  hoặc sử dụng.

• -어도 되다 : 어떤 행동에 대한 허락이나 허용을 나타낼 때 쓰는 표현.
  ...cũng được, được phép
  Cấu trúc dùng khi thể hiện sự cho phép hay chấp nhận hành động nào đó.

• -ㄹ까요 : (두루높임으로) 듣는 사람에게 의견을 묻거나 제안함을 나타내는 표현.
  nhé?
  (cách nói kính trọng phổ biến) Cấu trúc thể hiện sự đề nghị hoặc hỏi ý kiến đối với người
  nghe.

네.

그럼 다음 주 모임+에 <u>오+시</u>+[ㄹ 때] 주+세요.
오실 때

- **네 (từ cảm thán)** : 윗사람의 물음이나 명령 등에 긍정하여 대답할 때 쓰는 말.
  vâng, dạ
  Từ dùng khi trả lời một cách khẳng định đối với câu hỏi hay mệnh lệnh của người trên.

- **그럼 (phó từ)** : 앞의 내용을 받아들이거나 그 내용을 바탕으로 하여 새로운 주장을 할 때 쓰는 말.
  vậy thì
  Từ dùng khi tiếp nhận nội dung phía trước hoặc lấy nội dung ấy làm nền tảng cho chủ trương mới.

- **다음 (danh từ)** : 이번 차례의 바로 뒤.
  tiếp theo, kế tiếp
  Ngay sau lượt này.

- **주 (danh từ)** : 월요일부터 일요일까지의 칠 일 동안.
  tuần, trong tuần
  Suốt bảy ngày từ thứ hai đến chủ nhật.

- **모임 (danh từ)** : 어떤 일을 하기 위하여 여러 사람이 모이는 일.
  cuộc gặp mặt, cuộc họp
  Việc nhiều người tập hợp để làm việc nào đó.

- **에** : 앞말이 목적지이거나 어떤 행위의 진행 방향임을 나타내는 조사.
  đến, tới
  Trợ từ (tiểu từ) thể hiện từ ngữ phía trước là đích đến hoặc là hướng diễn tiến của hành động nào đó.

- **오다 (động từ)** : 어떤 목적이 있는 모임에 참석하기 위해 다른 곳에 있다가 이곳으로 위치를 옮기다.
  đến dự
  Di chuyển vị trí từ nơi khác tới nơi này để tham dự cuộc họp mặt với mục đích nào đó.

- **-시-** : 어떤 동작이나 상태의 주체를 높이는 뜻을 나타내는 어미.
  Không có từ tương ứng
  Vĩ tố thể hiện nghĩa kính trọng chủ thể của động tác hay trạng thái nào đó.

- -ㄹ 때 : 어떤 행동이나 상황이 일어나는 동안이나 그 시기 또는 그러한 일이 일어난 경우를 나타내는 표현.

  khi, lúc, hồi

  Cấu trúc thể hiện khoảng thời gian hay thời kì mà hành động hay tình huống nào đó xảy ra hoặc trường hợp mà việc như vậy xảy ra.

- 주다 (động từ) : 물건 등을 남에게 건네어 가지거나 쓰게 하다.

  cho

  Chuyển cho người khác những cái như đồ vật khiến họ mang đi hoặc sử dụng.

- -세요 : (두루높임으로) 설명, 의문, 명령, 요청의 뜻을 나타내는 종결 어미.

  ... không?, hãy

  (cách nói kính trọng phổ biến) Vĩ tố kết thúc câu thể hiện nghĩa giải thích, nghi vấn, mệnh lệnh, yêu cầu. <sự đề nghị>

< 대화(sự đối thoại) > - 3

내가 급한 사정이 생겨서 못 가게 된 공연 티켓이 있는데 네가 갈래?
내가 그판 사정이 생겨서 몯 가게 된 공연 티케시 인는데 네가 갈래?
naega geupan sajeongi saenggyeoseo mot gage doen gongyeon tikesi inneunde nega gallae?

정말? 그러면 나야 고맙지.
정말? 그러면 나야 고맙찌.
jeongmal? geureomyeon naya gomapji.

< 설명(việc giải thích) / 번역(việc biên dịch) >

내+가 급하+ㄴ 사정+이 생기+어서 못 가+[게 되]+ㄴ 공연 티켓+이 있+는데
　　　급한　　　　　　생겨서　　　　가게 된

네+가 가+ㄹ래?
　　　갈래

• **내 (đại từ)** : '나'에 조사 '가'가 붙을 때의 형태.
  tôi
  Hình thái khi gắn trợ từ 가 vào 나.

• **가** : 어떤 상태나 상황에 놓인 대상이나 동작의 주체를 나타내는 조사.
  Không có từ tương ứng
  Trợ từ (tiểu từ) thể hiện chủ thể của động tác hoặc đối tượng được đặt trong trạng thái hay tình huống nào đó.

• **급하다 (Tính từ)** : 사정이나 형편이 빨리 처리해야 할 상태에 있다.
  gấp, khẩn cấp
  Tình hình hay tình huống ở trạng thái phải xử lý nhanh.

• **-ㄴ** : 앞의 말이 관형어의 기능을 하게 만들고 현재의 상태를 나타내는 어미.
  mà
  Vĩ tố khiến cho từ ngữ phía trước có chức năng định ngữ và thể hiện sự kiện hay động tác được hoàn thành thì trạng thái đó vẫn đang được duy trì.

• 사정 (danh từ) : 일의 형편이나 이유.
  lý do, hoàn cảnh, sự tình
  Tình hình hay lí do của sự việc.

• 이 : 어떤 상태나 상황의 대상이나 동작의 주체를 나타내는 조사.
  Không có từ tương ứng
  Trợ từ (tiểu từ) thể hiện chủ thể của động tác hoặc đối tượng của trạng thái hay tình huống nào đó.

• 생기다 (động từ) : 사고나 일, 문제 등이 일어나다.
  phát sinh, nảy sinh
  Sự cố, công việc hay vấn đề... xảy ra.

• -어서 : 이유나 근거를 나타내는 연결 어미.
  nên
  Vĩ tố liên kết thể hiện lý do hay căn cứ.

• 못 (phó từ) : 동사가 나타내는 동작을 할 수 없게.
  không… được
  Không thể thực hiện được động tác mà động từ thể hiện.

• 가다 (động từ) : 어떤 목적을 가진 모임에 참석하기 위해 이동하다.
  đi
  Di chuyển để tham dự cuộc họp với mục đích nào đó.

• -게 되다 : 앞의 말이 나타내는 상태나 상황이 됨을 나타내는 표현.
  trở nên, được
  Cấu trúc thể hiện sự trở thành trạng thái hay tình huống mà từ ngữ phía trước thể hiện.

• -ㄴ : 앞의 말이 관형어의 기능을 하게 만들고 사건이나 동작이 완료되어 그 상태가 유지되고 있음을 나타내는 어미.
  Không có từ tương ứng
  Vĩ tố làm cho từ ngữ phía trước có chức năng định ngữ và thể hiện sự kiện hay động tác đã hoàn thành và trạng thái đó đang được duy trì.

• 공연 (danh từ) : 음악, 무용, 연극 등을 많은 사람들 앞에서 보이는 것.
  sự công diễn, sự biểu diễn
  Việc thể hiện âm nhạc, múa, kịch... trước nhiều người.

• 티켓 (danh từ) : 입장권, 승차권 등의 표.
  vé
  Tờ giấy để được vào cửa hoặc đi tàu xe.

- 이 : 어떤 상태나 상황의 대상이나 동작의 주체를 나타내는 조사.
  Không có từ tương ứng
  Trợ từ (tiểu từ) thể hiện chủ thể của động tác hoặc đối tượng của trạng thái hay tình huống nào đó.

- 있다 (Tính từ) : 어떤 물건을 가지고 있거나 자격이나 능력 등을 갖춘 상태이다.
  sở hữu, có
  Trạng thái có đồ vật nào đó hoặc có tư cách hay năng lực...

- -는데 : 뒤의 말을 하기 위하여 그 대상과 관련이 있는 상황을 미리 말함을 나타내는 연결 어미.
  Không có từ tương ứng
  Vĩ tố liên kết thể hiện việc nói trước tình huống có liên quan đến đối tượng để nói tiếp lời phía sau.

- 네 (đại từ) : '너'에 조사 '가'가 붙을 때의 형태.
  bạn, mày, em, con, cháu
  Hình thái khi gắn trợ từ 가 vào 너.

- 가 : 어떤 상태나 상황에 놓인 대상이나 동작의 주체를 나타내는 조사.
  Không có từ tương ứng
  Trợ từ (tiểu từ) thể hiện chủ thể của động tác hoặc đối tượng được đặt trong trạng thái hay tình huống nào đó.

- 가다 (động từ) : 어떤 목적을 가진 모임에 참석하기 위해 이동하다.
  đi
  Di chuyển để tham dự cuộc họp với mục đích nào đó.

- -ㄹ래 : (두루낮춤으로) 앞으로 어떤 일을 하려고 하는 자신의 의사를 나타내거나 그 일에 대하여 듣는 사람의 의사를 물어봄을 나타내는 종결 어미.
  nhé, chứ
  (cách nói hạ thấp phổ biến) Vĩ tố kết thúc câu thể hiện ý của bản thân định làm việc nào đó sắp tới hoặc hỏi ý của người nghe về việc đó.

정말?

그러면 나+야 고맙+지.

- 정말 (phó từ) : 거짓이 없이 진짜로.
  thật sự, thực sự
  Một cách chân thật không có sự giả dối.

· 그러면 (phó từ) : 앞의 내용이 뒤의 내용의 조건이 될 때 쓰는 말.

nếu vậy, như vậy, vậy thì

Từ dùng khi nội dung phía trước trở thành điều kiện của nội dung phía sau.

· 나 (đại từ) : 말하는 사람이 친구나 아랫사람에게 자기를 가리키는 말.

tôi, mình, anh, chị...

Từ mà người nói dùng để chỉ bản thân mình khi nói với người dưới hoặc bạn bè.

· 야 : 강조의 뜻을 나타내는 조사.

này

Trợ từ (tiểu từ) thể hiện nghĩa nhấn mạnh.

· 고맙다 (Tính từ) : 남이 자신을 위해 무엇을 해주어서 마음이 흐뭇하고 보답하고 싶다.

cảm ơn, biết ơn

Hài lòng và muốn báo đáp vì người khác đã làm giúp mình điều gì đó.

· -지 : (두루낮춤으로) 말하는 사람이 자신에 대한 이야기나 자신의 생각을 친근하게 말할 때 쓰는 종결
어미.

nhỉ?

(cách nói hạ thấp phổ biến) Vĩ tố kết thúc câu dùng khi người nói kể về mình hay suy nghĩ của mình một cách thân mật với người nghe.

< 대화(sự đối thoại) > - 4

저녁때 손님이 오신다고 불고기에다가 잡채까지 준비하게요?
저녁때 손니미 오신다고 불고기에다가 잡채까지 준비하게요?
jeonyeokttae sonnimi osindago bulgogiedaga japchaekkaji junbihageyo?

그럼, 그 정도는 준비해야지.
그럼, 그 정도는 준비해야지.
geureom, geu jeongdoneun junbihaeyaji.

< 설명(việc giải thích) / 번역(việc biên dịch) >

저녁때 손님+이 오+시+ㄴ다고 불고기+에다가 잡채+까지 준비하+게요?
오신다고

• **저녁때 (danh từ)** : 저녁밥을 먹는 때.
  lúc bữa tối
  Lúc ăn cơm tối.

• **손님 (danh từ)** : (높임말로) 다른 곳에서 찾아온 사람.
  vị khách
  (cách nói kính trọng) Người tìm đến từ nơi khác.

• **이** : 어떤 상태나 상황의 대상이나 동작의 주체를 나타내는 조사.
  Không có từ tương ứng
  Trợ từ (tiểu từ) thể hiện chủ thể của động tác hoặc đối tượng của trạng thái hay tình huống nào đó.

• **오다 (động từ)** : 무엇이 다른 곳에서 이곳으로 움직이다.
  đến
  Cái gì đó di chuyển từ nơi khác đến nơi này.

• **-시-** : 어떤 동작이나 상태의 주체를 높이는 뜻을 나타내는 어미.
  Không có từ tương ứng
  Vĩ tố thể hiện nghĩa kính trọng chủ thể của động tác hay trạng thái nào đó.

• -ㄴ다고 : 어떤 행위의 목적, 의도를 나타내거나 어떤 상황의 이유, 원인을 나타내는 연결 어미.
   để, nên
   Vĩ tố liên kết thể hiện mục đích, ý đồ của hành vi nào đó hoặc nguyên nhân, lí do của tình huống nào đó.

• **불고기 (danh từ)** : 얇게 썰어 양념한 돼지고기나 쇠고기를 불에 구운 한국 전통 음식.
   Bulgogi; món thịt nướng
   Món ăn truyền thống của Hàn Quốc, nướng trên lửa thịt bò hay thịt heo được thái mỏng và tẩm gia vị.

• 에다가 : 더해지는 대상을 나타내는 조사.
   vào
   Trợ từ thể hiện đối tượng được thêm vào.

• **잡채 (danh từ)** : 여러 가지 채소와 고기 등을 가늘게 썰어 기름에 볶은 것을 당면과 섞어 만든 음식.
   japjae: món miến xào thập cẩm, món miến trộn thập cẩm
   Loại thức ăn được làm bằng cách xào các loại rau quả và thịt thái mỏng với âu ăn rồi đem trộn với miến.

• 까지 : 현재의 상태나 정도에서 그 위에 더함을 나타내는 조사.
   đến cả, thêm cả
   Trợ từ thể hiện sự bổ sung từ trạng thái hay mức độ hiện tại.

• **준비하다 (động từ)** : 미리 마련하여 갖추다.
   chuẩn bị
   Trù bị, thu xếp trước.

• -게요 : (두루높임으로) 앞의 내용이 그러하다면 뒤의 내용은 어떠할 것이라고 추측해 물음을 나타내는 표현.
   sẽ… à?
   (cách nói kính trọng phổ biến) Cấu trúc thể hiện sự hỏi phỏng đoán rằng nếu nội dung trước như vậy thì nội dung sau sẽ như thế nào đó.

그럼, 그 정도+는 <u>준비하</u>+여야지.
준비해야지

• 그럼 (từ cảm thán) : 말할 것도 없이 당연하다는 뜻으로 대답할 때 쓰는 말.
   tất nhiên rồi, chứ còn gì nữa
   Từ dùng khi trả lời với nghĩa là đương nhiên, không cần phải nói gì.

• 그 (định từ) : 앞에서 이미 이야기한 대상을 가리킬 때 쓰는 말.
   đó, ấy, đấy
   Từ dùng khi chỉ đối tượng đã nói đến ở phía trước.

• **정도 (danh từ)** : 사물의 성질이나 가치를 좋고 나쁨이나 더하고 덜한 정도로 나타내는 분량이나 수준.
mức độ, độ, mức
Mức hay lượng thể hiện bằng mức độ giá trị hay tính chất của sự vật tốt hay xấu, nhiều hơn hay ít hơn.

• **는** : 강조의 뜻을 나타내는 조사.
Không có từ tương ứng
Trợ từ (tiểu từ) thể hiện nghĩa nhấn mạnh.

• **준비하다 (động từ)** : 미리 마련하여 갖추다.
chuẩn bị
Trù bị, thu xếp trước.

• **-여야지** : (두루낮춤으로) 말하는 사람의 결심이나 의지를 나타내는 종결 어미.
phải ... chứ
(cách nói hạ thấp phổ biến) Vĩ tố kết thúc câu thể hiện quyết tâm hay ý chí của người nói.

< 대화(sự đối thoại) > - 5

장사가 잘됐으면 제가 그만뒀게요?
장사가 잘돼쓰면 제가 그만뒬께요?
jangsaga jaldwaesseumyeon jega geumandwotgeyo?

요즘은 장사하는 사람들이 다 어렵다고 하더라고요.
요즈믄 장사하는 사람드리 다 어렵따고 하더라고요.
yojeumeun jangsahaneun saramdeuri da eoryeopdago hadeoragoyo.

< 설명(việc giải thích) / 번역(việc biên dịch) >

장사+가 잘되+었으면 제+가 그만두+었+게요?
　　　잘됐으면　　　　　그만뒀게요

- 장사 (danh từ) : 이익을 얻으려고 물건을 사서 팖. 또는 그런 일.
  sự buôn bán
  Việc mua rồi bán hàng hóa để thu lợi nhuận. Hoặc công việc như vậy.

- 가 : 어떤 상태나 상황에 놓인 대상이나 동작의 주체를 나타내는 조사.
  Không có từ tương ứng
  Trợ từ (tiểu từ) thể hiện chủ thể của động tác hoặc đối tượng được đặt trong trạng thái hay tình huống nào đó.

- 잘되다 (động từ) : 어떤 일이나 현상이 좋게 이루어지다.
  suôn sẻ, trôi chảy, trơn tru
  Công việc hoặc hiện tượng nào đó được tạo thành một cách tốt đẹp.

- -었으면 : 현재 그렇지 않음을 표현하기 위해 실제 상황과 반대되는 가정을 할 때 쓰는 표현.
  nếu như... thì, ...giá mà... thì...
  Cấu trúc dùng khi giả định trái ngược với tình huống thực tế để diễn tả hiện tại không như vậy.

- 제 (đại từ) : 말하는 사람이 자신을 낮추어 가리키는 말인 '저'에 조사 '가'가 붙을 때의 형태.
  tôi, em, con, cháu
  Hình thái khi gắn trợ từ 가 vào 저 là từ chỉ người nói hạ thấp mình.

• 가 : 어떤 상태나 상황에 놓인 대상이나 동작의 주체를 나타내는 조사.

    Không có từ tương ứng

    Trợ từ (tiểu từ) thể hiện chủ thể của động tác hoặc đối tượng được đặt trong trạng thái hay tình huống nào đó.

• **그만두다 (động từ)** : 하던 일을 중간에 그치고 하지 않다.

    bỏ dở, từ bỏ

    Ngừng lại giữa chừng việc đang làm và không làm nữa.

• -었- : 어떤 사건이 과거에 완료되었거나 그 사건의 결과가 현재까지 지속되는 상황을 나타내는 어미.

    đã

    Vĩ tố thể hiện tình huống mà sự kiện nào đó đã hoàn thành trong quá khứ hoặc kết quả của sự kiện đó được tiếp tục đến hiện tại.

• -게요 : (두루높임으로) 앞의 내용이 사실이라면 당연히 뒤의 내용이 이루어지겠지만 실제로는 그렇지 않음을 나타내는 표현.

    ư?

    (cách nói kính trọng phổ biến) Cấu trúc thể hiện việc nếu nội dung trước là sự thật thì đương nhiên nội dung sau sẽ diễn ra nhưng thực tế không như vậy.

요즘+은 장사하+는 사람+들+이 다 어렵+다고 하+더라고요.

• **요즘 (danh từ)** : 아주 가까운 과거부터 지금까지의 사이.

    gần đây, dạo gần đây, dạo này

    Khoảng thời gian tính từ không lâu trước đây cho đến thời điểm hiện tại.

• 은 : 문장 속에서 어떤 대상이 화제임을 나타내는 조사.

    Không có từ tương ứng

    Trợ từ (tiểu từ) thể hiện việc đối tượng nào đó là chủ đề câu chuyện trong câu.

• **장사하다 (động từ)** : 이익을 얻으려고 물건을 사서 팔다.

    buôn bán, buôn bán

    Mua rồi bán hàng hóa để kiếm lời.

• -는 : 앞의 말이 관형어의 기능을 하게 만들고 사건이나 동작이 현재 일어남을 나타내는 어미.

    mà

    Vĩ tố làm cho từ ngữ phía trước có chức năng định ngữ và thể hiện sự kiện hay động tác xảy ra ở hiện tại.

• **사람 (danh từ)** : 특별히 정해지지 않은 자기 외의 남을 가리키는 말.

    mọi người, người ta

    Từ chỉ người khác ngoài bản thân mình mà không xác định riêng biệt.

• 들 : '복수'의 뜻을 더하는 접미사.
những, các
Hậu tố thêm nghĩa 'số nhiều'.

• 이 : 어떤 상태나 상황의 대상이나 동작의 주체를 나타내는 조사.
Không có từ tương ứng
Trợ từ (tiểu từ) thể hiện chủ thể của động tác hoặc đối tượng của trạng thái hay tình huống nào đó.

• 다 (phó từ) : 남거나 빠진 것이 없이 모두.
hết, tất cả
Mọi thứ không sót hay để lại gì cả.

• 어렵다 (Tính từ) : 곤란한 일이나 고난이 많다.
khó khăn, nan giải
Nhiều việc khó khăn hoặc nan giải.

• -다고 : 다른 사람에게서 들은 내용을 간접적으로 전달하거나 주어의 생각, 의견 등을 나타내는 표현.
nghe nói..., cho rằng...
Cấu trúc truyền đạt nội dung nghe từ người khác một cách gián tiếp hoặc thể hiện suy nghĩ, ý kiến... của chủ ngữ.

• 하다 (động từ) : 무엇에 대해 말하다.
Không có từ tương ứng
Nói về điều gì đó.

• -더라고요 : (두루높임으로) 과거에 경험하여 새로 알게 된 사실에 대해 지금 상대방에게 옮겨 전할 때 쓰는 표현.
đấy
(cách nói kính trọng phổ biến) Cấu trúc dùng khi bây giờ truyền đạt cho đối phương về sự việc mới biết được do kinh qua trong quá khứ.

< 대화(sự đối thoại) > - 6

우리 가족 중에서 누가 가장 늦게 일어나게요?
우리 가족 중에서 누가 가장 늦께 이러나게요?
uri gajok jungeseo nuga gajang neutge ireonageyo?

보나 마나 너겠지, 뭐.
보나 마나 너겔찌, 뭐.
bona mana neogetji, mwo.

< 설명(việc giải thích) / 번역(việc biên dịch) >

우리 가족 중+에서 <u>누(구)+가</u> 가장 늦+게 일어나+게요?
누가

- **우리 (đại từ)** : 말하는 사람이 자기보다 높지 않은 사람에게 자기와 관련된 것을 친근하게 나타낼 때 쓰는 말.
  (của) chúng tôi
  Khi nói vời người thấp hơn mình, từ người nói sử dụng để chỉ một sự thuộc về một đối tượng nào đó với thái độ thân mật.

- **가족 (danh từ)** : 주로 한 집에 모여 살고 결혼이나 부모, 자식, 형제 등의 관계로 이루어진 사람들의 집단. 또는 그 구성원.
  gia đình
  Tập thể những người chủ yếu tập hợp lại sống trong một nhà, được hình thành bởi quan hệ hôn nhân hay cha mẹ, con cái, anh em... Hoặc thành viên đó.

- **중 (danh từ)** : 여럿 가운데.
  trong số
  Ở giữa nhiều cái.

- **에서** : 여럿으로 이루어진 일정한 범위의 안.
  Không có từ tương ứng
  Trong phạm vi nhất định được tạo bởi nhiều thứ

- **누구 (đại từ)** : 모르는 사람을 가리키는 말.
  ai
  Từ chỉ người mà mình không biết.

- 가 : 어떤 상태나 상황에 놓인 대상이나 동작의 주체를 나타내는 조사.
  Không có từ tương ứng
  Trợ từ (tiểu từ) thể hiện chủ thể của động tác hoặc đối tượng được đặt trong trạng thái hay tình huống nào đó.

- **가장 (phó từ)** : 여럿 가운데에서 제일로.
  nhất
  Thứ nhất trong nhiều cái.

- **늦다 (Tính từ)** : 기준이 되는 때보다 뒤져 있다.
  trễ, muộn
  Muộn hơn so với thời gian chuẩn.

- -게 : 앞의 말이 뒤에서 가리키는 일의 목적이나 결과, 방식, 정도 등이 됨을 나타내는 연결 어미.
  để, nhằm
  Vĩ tố liên kết thể hiện vế trước trở thành mục đích hay kết quả, phương thức, mức độ của sự việc chỉ ra ở sau.

- **일어나다 (động từ)** : 잠에서 깨어나다.
  thức dậy
  Tỉnh giấc ngủ.

- -게요 : (두루높임으로) 듣는 사람에게 한 번 추측해서 대답해 보라고 물을 때 쓰는 표현.
  vậy, thế?
  (cách nói kính trọng phổ biến) Cấu trúc dùng khi hỏi để bảo người nghe thử suy đoán và trả lời.

보+[나 마나] 너+(이)+겠+지, 뭐.
너겠지

- **보다 (động từ)** : 눈으로 대상의 존재나 겉모습을 알다.
  nhìn, ngắm, xem
  Biết được sự tồn tại hay vẻ bề ngoài của đối tượng bằng mắt.

- -나 마나 : 그렇게 하나 그렇게 하지 않으나 다름이 없는 상황임을 나타내는 표현.
  dù có.... hay không
  Cấu trúc thể hiện tình huống cho dù làm vậy hay không làm vậy thì cũng không khác gì.

- **너 (đại từ)** : 듣는 사람이 친구나 아랫사람일 때, 그 사람을 가리키는 말.
  bạn, cậu, mày
  Từ chỉ người nghe khi người đó là bạn bè hay người dưới.

• 이다 : 주어가 지시하는 대상의 속성이나 부류를 지정하는 뜻을 나타내는 서술격 조사.
nào là
Trợ từ vị cách thể hiện sự liệt kê các sự vật đồng thời liên kết theo quan hệ đẳng lập.

• -겠- : 미래의 일이나 추측을 나타내는 어미.
sẽ, chắc là
Vĩ tố thể hiện sự việc tương lai hay suy đoán.

• -지 : (두루낮춤으로) 말하는 사람이 자신에 대한 이야기나 자신의 생각을 친근하게 말할 때 쓰는 종결 어미.
nhỉ?
(cách nói hạ thấp phổ biến) Vĩ tố kết thúc câu dùng khi người nói kể về mình hay suy nghĩ của mình một cách thân mật với người nghe.

• 뭐 (từ cảm thán) : 사실을 말할 때, 상대의 생각을 가볍게 반박하거나 새롭게 일깨워 주는 뜻으로 하는 말.
cái gì
Cách nói với ý phản bác nhẹ suy nghĩ của đối phương hay khơi gợi mới khi nói về sự việc.

< 대화(sự đối thoại) > - 7

저 앞 도로에서 무슨 일이 생겼나 봐요. 길이 이렇게 막히게요.
저 압 도로에서 무슨 이리 생견나 봐요. 기리 이러케 마키게요.
jeo ap doroeseo museun iri saenggyeonna bwayo. giri ireoke makigeyo.

사고라도 난 모양이네.
사고라도 난 모양이네.
sagorado nan moyangine.

< 설명(việc giải thích) / 번역(việc biên dịch) >

저 앞 도로+에서 무슨 일+이 생기+었+[나 보]+아요.
생겼나 봐요

길+이 이렇+게 막히+게요.

- **저 (định từ)** : 말하는 사람과 듣는 사람에게서 멀리 떨어져 있는 대상을 가리킬 때 쓰는 말.
  kia, nọ
  Từ dùng khi chỉ đối tượng cách xa cả người nói và người nghe.

- **앞 (danh từ)** : 향하고 있는 쪽이나 곳.
  trước, phía trước, đằng trước
  Phía hay nơi đang hướng tới.

- **도로 (danh từ)** : 사람이나 차가 잘 다닐 수 있도록 만들어 놓은 길.
  đường, con đường, đường xá
  Đường được làm ra cho người hay xe đi lại dễ dàng.

- **에서** : 앞말이 행동이 이루어지고 있는 장소임을 나타내는 조사.
  ở, tại
  Trợ từ thể hiện lời phía trước là địa điểm mà hành động nào đó được diễn ra.

- **무슨 (định từ)** : 확실하지 않거나 잘 모르는 일, 대상, 물건 등을 물을 때 쓰는 말.
  gì
  Từ dùng khi hỏi về việc, đối tượng, đồ vật... mà mình không chắc chắn hoặc không biết rõ.

• 일 (danh từ) : 어떤 내용을 가진 상황이나 사실.
  việc, chuyện
  Tình huống hay sự việc có nội dung nào đó.

• 이 : 어떤 상태나 상황의 대상이나 동작의 주체를 나타내는 조사.
  Không có từ tương ứng
  Trợ từ (tiểu từ) thể hiện chủ thể của động tác hoặc đối tượng của trạng thái hay tình huống nào đó.

• 생기다 (động từ) : 사고나 일, 문제 등이 일어나다.
  phát sinh, nảy sinh
  Sự cố, công việc hay vấn đề... xảy ra.

• -었- : 어떤 사건이 과거에 완료되었거나 그 사건의 결과가 현재까지 지속되는 상황을 나타내는 어미.
  đã
  Vĩ tố thể hiện tình huống mà sự kiện nào đó đã hoàn thành trong quá khứ hoặc kết quả của sự kiện đó được tiếp tục đến hiện tại.

• -나 보다 : 앞의 말이 나타내는 사실을 추측함을 나타내는 표현.
  hình như, dường như, có lẽ
  Cấu trúc thể hiện sự suy đoán sự việc mà từ ngữ phía trước thể hiện.

• -아요 : (두루높임으로) 어떤 사실을 서술하거나 질문, 명령, 권유함을 나타내는 종결 어미.
  không?, hãy, hãy cùng
  (cách nói kính trọng phổ biến) Vĩ tố kết thúc câu thể hiện sự tường thuật sự việc nào đó hoặc nghi vấn, mệnh lệnh, khuyến nghị. **<sự tường thuật>**

• 길 (danh từ) : 사람이나 차 등이 지나다닐 수 있게 땅 위에 일정한 너비로 길게 이어져 있는 공간.
  đường, con đường
  Không gian trải dài với độ rộng nhất định trên nền đất mà con người hay xe cộ có thể đi qua đi lại.

• 이 : 어떤 상태나 상황의 대상이나 동작의 주체를 나타내는 조사.
  Không có từ tương ứng
  Trợ từ (tiểu từ) thể hiện chủ thể của động tác hoặc đối tượng của trạng thái hay tình huống nào đó.

• 이렇다 (Tính từ) : 상태, 모양, 성질 등이 이와 같다.
  như thế này
  Trạng thái, hình dạng, tính chất··· giống như điều này.

• -게 : 앞의 말이 뒤에서 가리키는 일의 목적이나 결과, 방식, 정도 등이 됨을 나타내는 연결 어미.
  để, nhằm
  Vĩ tố liên kết thể hiện vế trước trở thành mục đích hay kết quả, phương thức, mức độ của sự việc chỉ ra ở sau.

• **막히다 (động từ)** : 길에 차가 많아 차가 제대로 가지 못하게 되다.

bị tắc đường, bị kẹt đường

Xe không dễ đi được do trên đường nhiều xe.

• **-게요** : (두루높임으로) 앞 문장의 내용에 대한 근거를 제시할 때 쓰는 표현.

vì

(cách nói kính trọng phổ biến) Cấu trúc dùng khi đưa ra căn cứ đối với nội dung của câu trước.

사고+라도 나+[ㄴ 모양이]+네.
난 모양이네

• **사고 (danh từ)** : 예상하지 못하게 일어난 좋지 않은 일.

sự cố, tai nạn

Việc không tốt xảy ra không lường trước được.

• **라도** : 유사한 것을 예로 들어 설명할 때 쓰는 조사.

dù là, cho dù

Trợ từ dùng khi lấy ví dụ cái tương tự để giải thích.

• **나다 (động từ)** : 어떤 현상이나 사건이 일어나다.

xảy ra, có chuyện

Hiện tượng hay sự việc nào đó xảy ra.

• **-ㄴ 모양이다** : 다른 사실이나 상황으로 보아 현재 어떤 일이 일어났거나 어떤 상태라고 추측함을 나타내는 표현.

có vẻ, dường như

Cấu trúc thể hiện sự suy đoán hiện tại việc nào đó đã xảy ra hoặc là trạng thái nào đó qua xem xét sự việc hoặc tình huống khác.

• **-네** : (아주낮춤으로) 지금 깨달은 일에 대하여 말함을 나타내는 종결 어미.

hóa ra, thì ra

(cách nói rất hạ thấp) Vĩ tố kết thúc câu thể hiện sự nói về việc mà bây giờ mới nhận ra.

< 대화(sự đối thoại) > - 8

다음 달에 적금을 타면 뭐 하게요?
다음 다레 적끄믈 타면 뭐 하게요?
daeum dare jeokgeumeul tamyeon mwo hageyo?

그걸로 딸아이 피아노 사 주려고 해요.
그걸로 따라이 피아노 사 주려고 해요.
geugeollo ttarai piano sa juryeogo haeyo.

< 설명(việc giải thích) / 번역(việc biên dịch) >

다음 달+에 적금+을 타+면 뭐 하+게요?

• 다음 (danh từ) : 어떤 차례에서 바로 뒤.
  sau
  Ngay sau một thứ tự nào đó.

• 달 (danh từ) : 일 년을 열둘로 나누어 놓은 기간.
  tháng
  Thời gian chia một năm ra thành mười hai phần.

• 에 : 앞말이 시간이나 때임을 나타내는 조사.
  vào lúc
  Trợ từ (tiểu từ) thể hiện từ ngữ phía trước là thời gian hoặc thời điểm.

• 적금 (danh từ) : 은행에 일정한 돈을 일정한 기간 동안 낸 다음에 찾는 저금.
  tiền gửi tiết kiệm
  Khoản tiền gửi sẽ lấy lại sau khi nộp một khoản tiền nhất định cho ngân hàng trong một thời gian nhất định.

• 을 : 동작이 직접적으로 영향을 미치는 대상을 나타내는 조사.
  Không có từ tương ứng
  Trợ từ (tiểu từ) thể hiện đối tượng mà động tác trực tiếp ảnh hưởng đến.

• 타다 (động từ) : 몫이나 상으로 주는 돈이나 물건을 받다.
  giành được, lấy được
  Nhận được tiền hoặc đồ vật như là phần thưởng hoặc phần của mình.

- -면 : 뒤에 오는 말에 대한 근거나 조건이 됨을 나타내는 연결 어미.
  nếu...thì
  Vĩ tố liên kết thể hiện việc trở thành điều kiện hay căn cứ đối với vế sau.

- 뭐 (đại từ) : 모르는 사실이나 사물을 가리키는 말.
  cái gì đó, điều gì đấy
  Từ chỉ sự việc hay sự vật không biết được.

- 하다 (động từ) : 어떤 행동이나 동작, 활동 등을 행하다.
  làm, tiến hành
  Thực hiện hành động hay động tác, hoạt động nào đó.

- -게요 : (두루높임으로) 상대의 의도를 물을 때 쓰는 표현.
  định, sẽ
  (cách nói kính trọng phổ biến) Cấu trúc dùng khi hỏi ý định của đối phương.

그것(그거)+ㄹ로 딸아이 피아노 사+[(아) 주]+[려고 하]+여요.
   그걸로   사 주려고 해요

- 그것 (đại từ) : 앞에서 이미 이야기한 대상을 가리키는 말.
  cái đó, việc đó
  Từ dùng để chỉ đối tượng đã nói đến ở phía trước.

- ㄹ로 : 어떤 일의 수단이나 도구를 나타내는 조사.
  bằng
  Trợ từ thể hiện phương tiện hay công cụ của việc nào đó.

- 딸아이 (danh từ) : 남에게 자기 딸을 이르는 말.
  con gái
  Từ chỉ con gái mình ở trước người khác.

- 피아노 (danh từ) : 검은색과 흰색 건반을 손가락으로 두드리거나 눌러서 소리를 내는 큰 악기.
  đàn piano, dương cầm
  Đàn cỡ lớn phát ra âm thanh bằng cách ấn hay gõ tay các phím màu đen và trắng.

- 사다 (động từ) : 돈을 주고 어떤 물건이나 권리 등을 자기 것으로 만들다.
  mua
  Trao tiền và biến đồ vật hay quyền lợi... nào đó thành cái của mình.

- -아 주다 : 남을 위해 앞의 말이 나타내는 행동을 함을 나타내는 표현.
  giúp, hộ, giùm
  Cấu trúc thể hiện việc thực hiện hành động mà từ ngữ phía trước thể hiện vì người khác.

• -려고 하다 : 앞의 말이 나타내는 행동을 할 의도나 의향이 있음을 나타내는 표현.

định

Cấu trúc thể hiện việc có ý định hay ý đhướng sẽ thực hiện hành động mà từ ngữ phía trước thể hiện.

• -여요 : (두루높임으로) 어떤 사실을 서술하거나 질문, 명령, 권유함을 나타내는 종결 어미.

không?, hãy, hãy cùng

(cách nói kính trọng phổ biến) Vĩ tố kết thúc câu thể hiện sự tường thuật sự việc nào đó hay nghi vấn, mệnh lệnh, đề nghị. **<sự tường thuật>**

< 대화(sự đối thoại) > - 9

누가 책상을 치우라고 시켰어요?
누가 책상을 치우라고 시켜써요?
nuga chaeksangeul chiurago sikyeosseoyo?

제가 영수에게 치우게 했습니다.
제가 영수에게 치우게 햏씀니다.
jega yeongsuege chiuge haetseumnida.

< 설명(việc giải thích) / 번역(việc biên dịch) >

<u>누(구)+가</u> 책상+을 치우+라고 <u>시키+었+어요</u>?
　누가　　　　　　　　　**시켰어요**

- **누구 (đại từ)** : 모르는 사람을 가리키는 말.
  ai
  Từ chỉ người mà mình không biết.

- **가** : 어떤 상태나 상황에 놓인 대상이나 동작의 주체를 나타내는 조사.
  Không có từ tương ứng
  Trợ từ (tiểu từ) thể hiện chủ thể của động tác hoặc đối tượng được đặt trong trạng thái hay tình huống nào đó.

- **책상 (danh từ)** : 책을 읽거나 글을 쓰거나 사무를 볼 때 앞에 놓고 쓰는 상.
  bàn học, bàn làm việc
  Bàn đặt ở trước và dùng khi đọc sách, viết chữ hay làm việc văn phòng.

- **을** : 동작이 직접적으로 영향을 미치는 대상을 나타내는 조사.
  Không có từ tương ứng
  Trợ từ (tiểu từ) thể hiện đối tượng mà động tác trực tiếp ảnh hưởng đến.

- **치우다 (động từ)** : 물건을 다른 데로 옮기다.
  cất, dọn
  Chuyển đồ vật đến nơi khác.

- -라고 : 다른 사람에게 들은 명령이나 권유 등의 내용을 간접적으로 전할 때 쓰는 표현.
  rằng hãy, bảo rằng
  Cấu trúc dùng khi truyền đạt gián tiếp những nội dung như khuyên nhủ hay mệnh lệnh nghe được từ người khác.

- 시키다 (động từ) : 어떤 일이나 행동을 하게 하다.
  bắt, sai khiến, sai bảo
  Bắt làm việc hay hành động nào đó.

- -었- : 사건이 과거에 일어났음을 나타내는 어미.
  đã
  Vĩ tố thể hiện sự kiện đã xảy ra trong quá khứ.

- -어요 : (두루높임으로) 어떤 사실을 서술하거나 질문, 명령, 권유함을 나타내는 종결 어미.
  không?, hãy, hãy cùng
  (cách nói kính trọng phổ biến) Vĩ tố kết thúc câu thể hiện sự tường thuật sự việc nào đó hay nghi vấn, mệnh lệnh, đề nghị. <việc hỏi>

제+가 영수+에게 <u>치우+[게 하]+었+습니다</u>.
치우게 했습니다

- 제 (đại từ) : 말하는 사람이 자신을 낮추어 가리키는 말인 '저'에 조사 '가'가 붙을 때의 형태.
  tôi, em, con, cháu
  Hình thái khi gắn trợ từ 가 vào 저 là từ chỉ người nói hạ thấp mình.

- 가 : 어떤 상태나 상황에 놓인 대상이나 동작의 주체를 나타내는 조사.
  Không có từ tương ứng
  Trợ từ (tiểu từ) thể hiện chủ thể của động tác hoặc đối tượng được đặt trong trạng thái hay tình huống nào đó.

- 영수 (danh từ) : tên người

- 에게 : 어떤 행동이 미치는 대상임을 나타내는 조사.
  cho
  Trợ từ thể hiện đối tượng mà hành động nào đó tác động đến.

- 치우다 (động từ) : 물건을 다른 데로 옮기다.
  cất, dọn
  Chuyển đồ vật đến nơi khác.

• -게 하다 : 남에게 어떤 행동을 하도록 시키거나 물건이 어떤 작동을 하게 만듦을 나타내는 표현.

bắt, khiến, sai, biểu

Cấu trúc thể hiện việc khiến cho người khác thực hiện hành động nào đó hoặc làm cho đồ vật có tác động nào đó.

• -였- : 사건이 과거에 일어났음을 나타내는 어미.

đã

Vĩ tố thể hiện sự kiện đã xảy ra trong quá khứ.

• -습니다 : (아주높임으로) 현재의 동작이나 상태, 사실을 정중하게 설명함을 나타내는 종결 어미.

Không có từ tương ứng

(cách nói rất kính trọng) Vĩ tố kết thúc câu thể hiện sự thuyết minh động tác, trạng thái hay sự việc ở hiện tại một cách trịnh trọng.

< 대화(sự đối thoại) > - 10

어머니가 아직도 여행을 못 가게 하셔?
어머니가 아직또 여행을 몯 가게 하셔?
eomeoniga ajikdo yeohaengeul mot gage hasyeo?

응. 끝까지 허락을 안 해 주실 모양이야.
응. 끝까지 허라글 안 해 주실 모양이야.
eung. kkeutkkaji heorageul an hae jusil moyangiya.

< 설명(việc giải thích) / 번역(việc biên dịch) >

어머니+가 아직+도 여행+을 못 <u>가</u>+[게 하]+시+어?
가게 하셔

• **어머니 (danh từ)** : 자기를 낳아 준 여자를 이르거나 부르는 말.
  người mẹ, mẹ
  Từ dùng để chỉ hay gọi người phụ nữ đã sinh ra mình.

• **가** : 어떤 상태나 상황에 놓인 대상이나 동작의 주체를 나타내는 조사.
  Không có từ tương ứng
  Trợ từ (tiểu từ) thể hiện chủ thể của động tác hoặc đối tượng được đặt trong trạng thái hay tình huống nào đó.

• **아직 (phó từ)** : 어떤 일이나 상태 또는 어떻게 되기까지 시간이 더 지나야 함을 나타내거나, 어떤 일이나 상태가 끝나지 않고 계속 이어지고 있음을 나타내는 말.
  chưa, vẫn
  Từ biểu thị việc phải thêm thời gian cho tới khi công việc hay trạng thái nào đó hoặc thành ra thế nào đó, hoặc công việc hay trạng thái nào đó chưa kết thúc mà vẫn được tiếp nối.

• **도** : 놀라움, 감탄, 실망 등의 감정을 강조함을 나타내는 조사.
  cũng
  Trợ từ thể hiện sự nhấn mạnh những cảm xúc như ngạc nhiên, cảm thán, thất vọng...

• **여행 (danh từ)** : 집을 떠나 다른 지역이나 외국을 두루 구경하며 다니는 일.
  (sự) du lịch
  Việc rời khỏi nhà đi tham quan ở một vùng khác hay nước khác.

• 을 : 그 행동의 목적이 되는 일을 나타내는 조사.
Không có từ tương ứng
Trợ từ (tiểu từ) thể hiện việc trở thành mục đích của hành động đó.

• 못 (phó từ) : 동사가 나타내는 동작을 할 수 없게.
không… được
Không thể thực hiện được động tác mà động từ thể hiện.

• 가다 (động từ) : 어떤 목적을 가지고 일정한 곳으로 움직이다.
đi, sang
Di chuyển đến nơi nhất định với mục đích nào đó.

• -게 하다 : 다른 사람의 어떤 행동을 허용하거나 허락함을 나타내는 표현.
cho
Cấu trúc thể hiện sự cho phép hay đồng ý hành động nào đó của người khác.

• -시- : 어떤 동작이나 상태의 주체를 높이는 뜻을 나타내는 어미.
Không có từ tương ứng
Vĩ tố thể hiện nghĩa kính trọng chủ thể của động tác hay trạng thái nào đó.

• -어 : (두루낮춤으로) 어떤 사실을 서술하거나 물음, 명령, 권유를 나타내는 종결 어미.
hả?, đi, ta hãy
(cách nói hạ thấp phổ biến) Vĩ tố kết thúc câu thể hiện sự tường thuật sự việc nào đó, nghi vấn, mệnh lệnh, khuyên nhủ. <sự hỏi>

응.

끝+까지 허락+을 안 하+[여 주]+시+[ㄹ 모양이]+야.
해 주실 모양이야

• 응 (từ cảm thán) : 상대방의 물음이나 명령 등에 긍정하여 대답할 때 쓰는 말.
ừ
Từ dùng khi trả lời có tính khẳng định đối với câu hỏi hay mệnh lệnh... của đối phương.

• 끝 (danh từ) : 시간에서의 마지막 때.
kết thúc, cuối cùng
Lúc cuối cùng của một khoảng thời gian.

• 까지 : 어떤 범위의 끝임을 나타내는 조사.
tới
Trợ từ thể hiện sự kết thúc của phạm vi nào đó.

• **허락 (danh từ)** : 요청하는 일을 하도록 들어줌.
  sự cho phép
  Việc đồng ý để ai đó làm việc đang đề nghị (yêu cầu).

• **을** : 동작이 직접적으로 영향을 미치는 대상을 나타내는 조사.
  Không có từ tương ứng
  Trợ từ (tiểu từ) thể hiện đối tượng mà động tác trực tiếp ảnh hưởng đến.

• **안 (phó từ)** : 부정이나 반대의 뜻을 나타내는 말.
  không
  Từ thể hiện nghĩa phủ định hay phản đối.

• **하다 (động từ)** : 어떤 행동이나 동작, 활동 등을 행하다.
  làm, tiến hành
  Thực hiện hành động hay động tác, hoạt động nào đó.

• **-여 주다** : 남을 위해 앞의 말이 나타내는 행동을 함을 나타내는 표현.
  giúp, hộ, giùm
  Cấu trúc thể hiện việc thực hiện hành động mà từ ngữ phía trước thể hiện vì người khác.

• **-시-** : 어떤 동작이나 상태의 주체를 높이는 뜻을 나타내는 어미.
  Không có từ tương ứng
  Vĩ tố thể hiện nghĩa kính trọng chủ thể của động tác hay trạng thái nào đó.

• **-ㄹ 모양이다** : 다른 사실이나 상황으로 보아 앞으로 어떤 일이 일어나거나 어떤 상태일 것이라고 추측
                    함을 나타내는 표현.
  có vẻ, dường như
  Cấu trúc thể hiện sự suy đoán việc nào đó sẽ xảy ra hoặc sẽ là trạng thái nào đó qua xem xét sự việc hay tình huống khác.

• **-야** : (두루낮춤으로) 어떤 사실에 대하여 서술하거나 물음을 나타내는 종결 어미.
  à, ư
  (cách nói hạ thấp phổ biến) Vĩ tố kết thúc câu thể hiện sự tường thuật hay hỏi về sự việc nào đó. <sự tường thuật>

< 대화(sự đối thoại) > - 11

할머니는 집에 계세요?
할머니는 지베 계세요(게세요)?
halmeonineun jibe gyeseyo(geseyo)?

응. 그런데 주무시고 계시니 깨우지 말고 좀 기다려.
응. 그런데 주무시고 계시니(게시니) 깨우지 말고 좀 기다려.
eung. geureonde jumusigo gyesini(gesini) kkaeuji malgo jom gidaryeo.

< 설명(việc giải thích) / 번역(việc biên dịch) >

할머니+는 집+에 계시+어요?
계세요

• **할머니 (danh từ)** : 아버지의 어머니, 또는 어머니의 어머니를 이르거나 부르는 말.
bà nội, bà
Từ dùng để chỉ hoặc gọi mẹ của cha hoặc mẹ của mẹ.

• **는** : 문장 속에서 어떤 대상이 화제임을 나타내는 조사.
Không có từ tương ứng
Trợ từ (tiểu từ) thể hiện việc đối tượng nào đó là chủ đề câu chuyện trong câu.

• **집 (danh từ)** : 사람이나 동물이 추위나 더위 등을 막고 그 속에 들어 살기 위해 지은 건물.
nhà
Tòa nhà được dựng lên để người hay động vật có thể sống ở trong đó và tránh rét, tránh nóng.

• **에** : 앞말이 어떤 장소나 자리임을 나타내는 조사.
ở, tại
Trợ từ (tiểu từ) thể hiện từ ngữ phía trước là địa điểm hay chỗ nào đó.

• **계시다 (động từ)** : (높임말로) 높은 분이나 어른이 어느 곳에 있다.
ở (có mặt)
(cách nói kính trọng) Người cao tuổi hay người có địa vị cao có mặt tại một nơi nào đó.

• -어요 : (두루높임으로) 어떤 사실을 서술하거나 질문, 명령, 권유함을 나타내는 종결 어미.

không?, hãy, hãy cùng

(cách nói kính trọng phổ biến) Vĩ tố kết thúc câu thể hiện sự tường thuật sự việc nào đó hay nghi vấn, mệnh lệnh, đề nghị. <việc hỏi>

응.

그런데 주무시+[고 계시]+니 깨우+[지 말]+고 좀 <u>기다리</u>+어.
기다려

• 응 (từ cảm thán) : 상대방의 물음이나 명령 등에 긍정하여 대답할 때 쓰는 말.
ừ
Từ dùng khi trả lời có tính khẳng định đối với câu hỏi hay mệnh lệnh... của đối phương.

• 그런데 (phó từ) : 이야기를 앞의 내용과 관련시키면서 다른 방향으로 바꿀 때 쓰는 말.
nhưng mà, thế nhưng
Từ dùng khi kết nối câu chuyện với nội dung phía trước đồng thời chuyển sang hướng khác.

• 주무시다 (động từ) : (높임말로) 자다.
ngủ
(cách nói kính trọng) Ngủ.

• -고 계시다 : (높임말로) 앞의 말이 나타내는 행동이 계속 진행됨을 나타내는 표현.
đang
(cách nói kính trọng) Cấu trúc thể hiện hành động mà từ ngữ phía trước diễn đạt được tiến hành liên tục.

• -니 : 뒤에 오는 말에 대하여 앞에 오는 말이 원인이나 근거, 전제가 됨을 나타내는 연결 어미.
vì
Vĩ tố liên kết thể hiện vế trước trở thành nguyên nhân, căn cứ hay tiền đề đối với vế sau.

• 깨우다 (động từ) : 잠들거나 취한 상태 등에서 벗어나 온전한 정신 상태로 돌아오게 하다.
đánh thức, vực tỉnh dậy
Làm cho thoát khỏi trạng thái say hay ngủ và trở lại trạng thái tinh thần bình thường.

• -지 말다 : 앞의 말이 나타내는 행동을 하지 못하게 함을 나타내는 표현.
đừng
Cấu trúc thể hiện việc không cho thực hiện hành động mà từ ngữ phía trước thể hiện.

• -고 : 앞의 말과 뒤의 말이 차례대로 일어남을 나타내는 연결 어미.

rồi

Vĩ tố liên kết thể hiện vế trước và vế sau lần lượt xảy ra.

• 좀 (phó từ) : 시간이 짧게.

một chút, một tý

Thời gian ngắn ngủi.

• 기다리다 (động từ) : 사람, 때가 오거나 어떤 일이 이루어질 때까지 시간을 보내다.

chờ đợi, đợi chờ, đợi, chờ

Trải qua thời gian cho đến khi người, dịp (nào đó) đến hay việc nào đó được thực hiện.

• -어 : (두루낮춤으로) 어떤 사실을 서술하거나 물음, 명령, 권유를 나타내는 종결 어미.

hả?, đi, ta hãy

(cách nói hạ thấp phổ biến) Vĩ tố kết thúc câu thể hiện sự tường thuật sự việc nào đó, nghi vấn, mệnh lệnh, khuyên nhủ. **<sự ra lệnh>**

< 대화(sự đối thoại) > - 12

여기서 산 가방을 환불하고 싶은데 어떻게 하면 되나요?
여기서 산 가방을 환불하고 시픈데 어떠케 하면 되나요?
yeogiseo san gabangeul hwanbulhago sipeunde eotteoke hamyeon doenayo?

네, 손님. 영수증은 가지고 계신가요?
네, 손님. 영수증은 가지고 계신가요(게신가요)?
ne, sonnim. yeongsujeungeun gajigo gyesingayo(gesingayo)?

< 설명(việc giải thích) / 번역(việc biên dịch) >

여기+서 <u>사+ㄴ</u> 가방+을 환불하+[고 싶]+은데 어떻게 하+[면 되]+나요?
       산

• **여기 (đại từ)** : 말하는 사람에게 가까운 곳을 가리키는 말.
  nơi này, ở đây
  Từ chỉ nơi ở gần người nói.

• **서** : 앞말이 행동이 이루어지고 있는 장소임을 나타내는 조사.
  ở
  Trợ từ (tiểu từ) thể hiện từ ngữ phía trước là địa điểm mà hành động nào đó được thực hiện.

• **사다 (động từ)** : 돈을 주고 어떤 물건이나 권리 등을 자기 것으로 만들다.
  mua
  Trao tiền và biến đồ vật hay quyền lợi... nào đó thành cái của mình.

• **-ㄴ** : 앞의 말이 관형어의 기능을 하게 만들고 사건이나 동작이 과거에 일어났음을 나타내는 어미.
  mà đã
  Vĩ tố làm cho từ ngữ phía trước có chức năng định ngữ và thể hiện sự kiện hay động tác đã xảy ra trong quá khứ.

• **가방 (danh từ)** : 물건을 넣어 손에 들거나 어깨에 멜 수 있게 만든 것.
  túi xách, giỏ xách, ba lô
  Vật làm ra để cho đồ vật vào và cầm trên tay hoặc mang trên vai.

• 을 : 동작이 직접적으로 영향을 미치는 대상을 나타내는 조사.
　Không có từ tương ứng
　Trợ từ (tiểu từ) thể hiện đối tượng mà động tác trực tiếp ảnh hưởng đến.

• 환불하다 (động từ) : 이미 낸 돈을 되돌려주다.
　hoàn tiền
　Trả lại tiền đã chi.

• -고 싶다 : 앞의 말이 나타내는 행동을 하기를 원함을 나타내는 표현.
　muốn
　Cấu trúc thể hiện muốn thực hiện hành động mà từ ngữ phía trước thể hiện.

• -은데 : 뒤의 말을 하기 위하여 그 대상과 관련이 있는 상황을 미리 말함을 나타내는 연결 어미.
　Không có từ tương ứng
　Vĩ tố liên kết thể hiện việc nói trước tình huống có liên quan đến đối tượng nhằm thực hiện điều phía sau.

• 어떻게 (phó từ) : 어떤 방법으로. 또는 어떤 방식으로.
　thế nào mà, sao mà
　Bằng phương pháp nào đó. Hoặc bằng phương thức nào đó.

• 하다 (động từ) : 어떤 방식으로 행위를 이루다.
　Không có từ tương ứng
　Tạo hành vi bằng phương thức nào đó.

• -면 되다 : 조건이 되는 어떤 행동을 하거나 어떤 상태만 갖추어지면 문제가 없거나 충분함을 나타내는 표현.
　chỉ cần... là được, ···là được, nếu··· là ổn
　Cấu trúc thể hiện nếu có được trạng thái nào đó hoặc thực hiện hành động nào đó trở thành điều kiện thì sẽ đủ hoặc không có vấn đề gì.

• -나요 : (두루높임으로) 앞의 내용에 대해 상대방에게 물어볼 때 쓰는 표현.
　à
　(cách nói kính trọng phổ biến) Cấu trúc dùng khi hỏi đối phương về nội dung ở trước.

네, 손님·

영수증+은 가지+[고 계시]+ㄴ가요?
        가지고 계신가요

- **네 (từ cảm thán)** : 윗사람의 물음이나 명령 등에 긍정하여 대답할 때 쓰는 말.
  vâng, dạ
  Từ dùng khi trả lời một cách khẳng định đối với câu hỏi hay mệnh lệnh của người trên.

- **손님 (danh từ)** : (높임말로) 여관이나 음식점 등의 가게에 찾아온 사람.
  vị khách
  (cách nói kính trọng) Người tìm đến quán trọ hay hàng quán như tiệm ăn...

- **영수증 (danh từ)** : 돈이나 물건을 주고받은 사실이 적힌 종이.
  hóa đơn, biên nhận
  Tờ giấy có ghi sự thật việc đưa và nhận tiền hay đồ vật.

- **은** : 문장 속에서 어떤 대상이 화제임을 나타내는 조사.
  Không có từ tương ứng
  Trợ từ (tiểu từ) thể hiện việc đối tượng nào đó là chủ đề câu chuyện trong câu.

- **가지다 (động từ)** : 무엇을 손에 쥐거나 몸에 지니다.
  mang, cầm
  Nắm trong tay hay giữ trên người cái gì đó.

- **-고 계시다** : (높임말로) 앞의 말이 나타내는 행동의 결과가 계속됨을 나타내는 표현.
  đang
  (cách nói kính trọng) Cấu trúc thể hiện kết quả của hành động mà từ ngữ phía trước diễn đạt được tiếp tục.

- **-ㄴ가요** : (두루높임으로) 현재의 사실에 대한 물음을 나타내는 종결 어미.
  à?, … không?
  (cách nói kính trọng phổ biến) Vĩ tố kết thúc câu thể hiện việc hỏi về sự việc hiện tại.

< 대화(sự đối thoại) > - 13

숙제는 다 하고 나서 놀아라.
숙쩨는 다 하고 나서 노라라.
sukjeneun da hago naseo norara.

벌써 다 했어요. 저 놀다 올게요.
벌써 다 해써요. 저 놀다 올께요.
beolsseo da haesseoyo. jeo nolda olgeyo.

< 설명(việc giải thích) / 번역(việc biên dịch) >

숙제+는 다 하+[고 나]+(아)서 놀+아라.
하고 나서

- **숙제 (danh từ)** : 학생들에게 복습이나 예습을 위하여 수업 후에 하도록 내 주는 과제.
  bài tập về nhà
  Bài tập cho học sinh làm sau buổi học để ôn tập hay chuẩn bị bài.

- **는** : 문장 속에서 어떤 대상이 화제임을 나타내는 조사.
  Không có từ tương ứng
  Trợ từ (tiểu từ) thể hiện việc đối tượng nào đó là chủ đề câu chuyện trong câu.

- **다 (phó từ)** : 남거나 빠진 것이 없이 모두.
  hết, tất cả
  Mọi thứ không sót hay để lại gì cả.

- **하다 (động từ)** : 어떤 행동이나 동작, 활동 등을 행하다.
  làm, tiến hành
  Thực hiện hành động hay động tác, hoạt động nào đó.

- **-고 나다** : 앞에 오는 말이 나타내는 행동이 끝났음을 나타내는 표현.
  xong, rồi
  Cấu trúc thể hiện hành động mà từ ngữ phía trước thể hiện đã kết thúc.

- **-아서** : 앞의 말과 뒤의 말이 순차적으로 일어남을 나타내는 연결 어미.
  rồi
  Vĩ tố liên kết thể hiện vế trước và vế sau lần lượt xảy ra.

• 놀다 (động từ) : 놀이 등을 하면서 재미있고 즐겁게 지내다.
  chơi, chơi đùa
  Chơi trò chơi... một cách vui vẻ thú vị.

• -아라 : (아주낮춤으로) 명령을 나타내는 종결 어미.
  hãy
  (cách nói rất hạ thấp) Vĩ tố kết thúc câu thể hiện mệnh lệnh.

벌써 다 하+였+어요. 저 놀+다 오+ㄹ게요.
        했어요   올게요

저 놀+다 오+ㄹ게요.
      올게요

• 벌써 (phó từ) : 이미 오래전에.
  đã lâu trước đây
  Đã lâu trước đó.

• 다 (phó từ) : 남거나 빠진 것이 없이 모두.
  hết, tất cả
  Mọi thứ không sót hay để lại gỉ cả.

• 하다 (động từ) : 어떤 행동이나 동작, 활동 등을 행하다.
  làm, tiến hành
  Thực hiện hành động hay động tác, hoạt động nào đó.

• -였- : 어떤 사건이 과거에 완료되었거나 그 사건의 결과가 현재까지 지속되는 상황을 나타내는 어미.
  đã
  Vĩ tố thể hiện tình huống mà sự kiện nào đó đã hoàn thành trong quá khứ hoặc kết quả của sự kiện đó được tiếp tục đến hiện tại.

• -어요 : (두루높임으로) 어떤 사실을 서술하거나 질문, 명령, 권유함을 나타내는 종결 어미.
  không?, hãy, hãy cùng
  (cách nói kính trọng phổ biến) Vĩ tố kết thúc câu thể hiện sự tường thuật sự việc nào đó hay nghi vấn, mệnh lệnh, đề nghị. <sự tường thuật>

• 저 (đại từ) : 말하는 사람이 듣는 사람에게 자신을 낮추어 가리키는 말.
  em, con, cháu
  Cách người nói hạ mình để xưng hô với người nghe.

• 놀다 (động từ) : 놀이 등을 하면서 재미있고 즐겁게 지내다.
chơi, chơi đùa
Chơi trò chơi... một cách vui vẻ thú vị.

• -다 : 어떤 행동이나 상태 등이 중단되고 다른 행동이나 상태로 바뀜을 나타내는 연결 어미.
đang… thì...
Vĩ tố liên kết thể hiện hành động hay trạng thái nào đó bị đứt đoạn và được chuyển sang hành động hay trạng thái khác.

• 오다 (động từ) : 무엇이 다른 곳에서 이곳으로 움직이다.
đến
Cái gì đó di chuyển từ nơi khác đến nơi này.

• -ㄹ게요 : (두루높임으로) 말하는 사람이 어떤 행동을 할 것을 듣는 사람에게 약속하거나 의지를 나타내는 표현.
sẽ
(cách nói kính trọng phổ biến) Cấu trúc mà người nói thể hiện ý định hoặc hứa hẹn với người nghe sẽ thực hiện hành động nào đó.

< 대화(sự đối thoại) > - 14

이번 달리기 대회에서 시우가 일 등 할 줄 알았는데.
이번 달리기 대회에서 시우가 일 등 할 쭐 아란는데.
ibeon dalligi daehoeeseo siuga il deung hal jul aranneunde.

그러게, 너무 욕심을 부리다 넘어지고 만 거지.
그러게, 너무 욕씨믈 부리다 너머지고 만 거지.
geureoge, neomu yoksimeul burida neomeojigo man geoji.

< 설명(việc giải thích) / 번역(việc biên dịch) >

이번 달리기 대회+에서 시우+가 일 등 하+[ㄹ 줄] 알+았+는데.
할 줄

- **이번 (danh từ)** : 곧 돌아올 차례. 또는 막 지나간 차례.
  lần này
  Lần sắp tới. Hoặc lần vừa mới qua.

- **달리기 (danh từ)** : 일정한 거리를 누가 빨리 뛰는지 겨루는 경기.
  cuộc chạy đua
  Cuộc chạy đua trên một đoạn đường nhất định xem ai chạy nhanh hơn.

- **대회 (danh từ)** : 여러 사람이 실력이나 기술을 겨루는 행사.
  đại hội
  Sự kiện mà nhiều người tranh tài về kĩ thuật hay thực lực.

- **에서** : 앞말이 행동이 이루어지고 있는 장소임을 나타내는 조사.
  ở, tại
  Trợ từ thể hiện lời phía trước là địa điểm mà hành động nào đó được diễn ra.

- **시우 (danh từ)** : tên người

- **가** : 어떤 상태나 상황에 놓인 대상이나 동작의 주체를 나타내는 조사.
  Không có từ tương ứng
  Trợ từ (tiểu từ) thể hiện chủ thể của động tác hoặc đối tượng được đặt trong trạng thái hay tình huống nào đó.

• 일 (định từ) : 첫 번째의.
nhất, thứ nhất
Thuộc thứ nhất.

• 등 (danh từ) : 등급이나 등수를 나타내는 단위.
hạng, bậc, đai
Đơn vị thể hiện đẳng cấp hay số đai.

• 하다 (động từ) : 어떠한 결과를 이루어 내다.
Không có từ tương ứng
Tạo nên kết quả như thế nào đó.

• -ㄹ 줄 : 어떤 사실이나 상태에 대해 알고 있거나 모르고 있음을 나타내는 표현.
(biết, không biết) rằng
Cấu trúc thể hiện việc biết hoặc không biết về sự việc hay trạng thái nào đó.

• 알다 (động từ) : 어떤 사실을 그러하다고 여기거나 생각하다.
tưởng
Suy nghĩ hoặc coi sự việc nào đó là như vậy.

• -았- : 사건이 과거에 일어났음을 나타내는 어미.
đã
Vĩ tố thể hiện sự kiện đã xảy ra trong quá khứ.

• -는데 : (두루낮춤으로) 듣는 사람의 반응을 기대하며 어떤 일에 대해 감탄함을 나타내는 종결 어미.
Không có từ tương ứng
(cách nói hạ thấp phổ biến) Vĩ tố kết thúc câu thể hiện sự cảm thán về việc nào đó và chờ đợi phản ứng của người nghe.

그러게, 너무 욕심+을 부리+다 넘어지+[고 말(마)]+[ㄴ 것(거)]+(이)+지.
넘어지고 만 거지

• 그러게 (từ cảm thán) : 상대방의 말에 찬성하거나 동의하는 뜻을 나타낼 때 쓰는 말.
đúng vậy, đúng thế
Từ dùng khi thể hiện ý đồng ý hay tán thành lời của đối phương.

• 너무 (phó từ) : 일정한 정도나 한계를 훨씬 넘어선 상태로.
quá
Ở trạng thái vượt giới hạn hay mức độ nhất định rất nhiều.

• 욕심 (danh từ) : 무엇을 지나치게 탐내거나 가지고 싶어 하는 마음.
sự tham vọng, sự tham lam
Lòng tham thái quá về cái gì đó và mong muốn có được nó.

- 을 : 동작이 직접적으로 영향을 미치는 대상을 나타내는 조사.
  Không có từ tương ứng
  Trợ từ (tiểu từ) thể hiện đối tượng mà động tác trực tiếp ảnh hưởng đến.

- **부리다 (động từ)** : 바람직하지 못한 행동이나 성질을 계속 드러내거나 보이다.
  khư khư, khăng khăng
  Liên tục thể hiện hay cho thấy hành động hay tính chất không được đúng đắn.

- -다 : 앞에 오는 말이 뒤에 오는 말의 원인이나 근거가 됨을 나타내는 연결 어미.
  nên
  Vĩ tố liên kết thể hiện vế trước trở thành nguyên nhân hay căn cứ của vế sau.

- **넘어지다 (động từ)** : 서 있던 사람이나 물체가 중심을 잃고 한쪽으로 기울어지며 쓰러지다.
  ngã, đổ
  Người hay vật đang đứng bị mất trọng tâm và nghiêng rồi đổ về một phía.

- -고 말다 : 앞에 오는 말이 가리키는 행동이 안타깝게도 끝내 일어났음을 나타내는 표현.
  mất (rồi), mất tiêu
  Cấu trúc thể hiện việc hành động mà từ ngữ phía trước đề cập cuối cùng đã xảy ra một cách đáng tiếc.

- -ㄴ 것 : 명사가 아닌 것을 문장에서 명사처럼 쓰이게 하거나 '이다' 앞에 쓰일 수 있게 할 때 쓰는 표현.
  cái, thứ, điều, việc
  Cấu trúc dùng cho yếu tố không phải là danh từ có thể được dùng như danh từ trong câu, hoặc làm cho yếu tố đó có thể đứng trước "이다".

- 이다 : 주어가 지시하는 대상의 속성이나 부류를 지정하는 뜻을 나타내는 서술격 조사.
  nào là
  Trợ từ vị cách thể hiện sự liệt kê các sự vật đồng thời liên kết theo quan hệ đẳng lập.

- -지 : (두루낮춤으로) 말하는 사람이 자신에 대한 이야기나 자신의 생각을 친근하게 말할 때 쓰는 종결 어미.
  nhỉ?
  (cách nói hạ thấp phổ biến) Vĩ tố kết thúc câu dùng khi người nói kể về mình hay suy nghĩ của mình một cách thân mật với người nghe.

< 대화(sự đối thoại) > - 15

감독님, 저희 모두가 마지막 경기에 거는 기대가 큽니다.
감동님, 저히 모두가 마지막 경기에 거는 기대가 큽니다.
gamdongnim, jeohi moduga majimak gyeonggie geoneun gidaega keumnida.

네. 마지막 경기는 꼭 승리하고 말겠습니다.
네. 마지막 경기는 꼭 승니하고 말겓씀니다.
ne. majimak gyeonggineun kkok seungnihago malgetseumnida.

< 설명(việc giải thích) / 번역(việc biên dịch) >

감독+님, 저희 모두+가 마지막 경기+에 <u>걸(거)</u>+는 기대+가 <u>크+ㅂ니다</u>.
　　　　　　　　　　　　　　　　거는　　　　　　　 큽니다

- **감독 (danh từ)** : 공연, 영화, 운동 경기 등에서 일의 전체를 지휘하며 책임지는 사람.
  đạo diễn, trọng tài
  Người chỉ huy và chịu trách nhiệm toàn bộ công việc ở buổi trình diễn, phim ảnh, trận đấu thể thao…

- **님** : '높임'의 뜻을 더하는 접미사.
  ngài
  Hậu tố thêm nghĩa 'kính trọng'.

- **저희 (đại từ)** : 말하는 사람이 자기보다 높은 사람에게 자기를 포함한 여러 사람들을 가리키는 말.
  chúng tôi, chúng em, chúng con
  Từ người nói dùng để chỉ bản thân hoặc nhiều người trong đó có cả mình khi xưng hô với người có vai vế lớn hơn mình.

- **모두 (danh từ)** : 남거나 빠진 것이 없는 전체.
  tất cả, toàn thể
  Toàn bộ không chừa lại hay không sót cái nào.

- **가** : 어떤 상태나 상황에 놓인 대상이나 동작의 주체를 나타내는 조사.
  Không có từ tương ứng
  Trợ từ (tiểu từ) thể hiện chủ thể của động tác hoặc đối tượng được đặt trong trạng thái hay tình huống nào đó.

- **마지막 (danh từ)** : 시간이나 순서의 맨 끝.
  cuối cùng
  Sau cuối của thứ tự hay thời gian.

- **경기 (danh từ)** : 운동이나 기술 등의 능력을 서로 겨룸.
  trận thi đấu, việc thi thố
  Việc tranh tài năng lực kỹ thuật hay thể thao với nhau.

- **에** : 앞말이 어떤 행위나 감정 등의 대상임을 나타내는 조사.
  đối với, về
  Trợ từ (tiểu từ) thể hiện từ ngữ phía trước là đối tượng của hành vi hay tình cảm... nào đó.

- **걸다 (động từ)** : 앞으로의 일에 대한 희망 등을 품거나 기대하다.
  mơ ước, mong đợi
  Ấp ủ hoặc kỳ vọng những điều như hy vọng về một việc nào đó trong tương lai.

- **-는** : 앞의 말이 관형어의 기능을 하게 만들고 사건이나 동작이 현재 일어남을 나타내는 어미.
  mà
  Vĩ tố làm cho từ ngữ phía trước có chức năng định ngữ và thể hiện sự kiện hay động tác xảy ra ở hiện tại.

- **기대 (danh từ)** : 어떤 일이 이루어지기를 바라며 기다림.
  sự mong đợi
  Sự mong mỏi và chờ đợi việc gì đó được thực hiện.

- **가** : 어떤 상태나 상황에 놓인 대상이나 동작의 주체를 나타내는 조사.
  Không có từ tương ứng
  Trợ từ (tiểu từ) thể hiện chủ thể của động tác hoặc đối tượng được đặt trong trạng thái hay tình huống nào đó.

- **크다 (Tính từ)** : 어떤 일의 규모, 범위, 정도, 힘 등이 보통 수준을 넘다.
  lớn, to
  Quy mô, phạm vi, mức độ, sức mạnh... của việc nào đó vượt quá mức độ bình thường.

- **-ㅂ니다** : (아주높임으로) 현재의 동작이나 상태, 사실을 정중하게 설명함을 나타내는 종결 어미.
  Không có từ tương ứng
  (cách nói rất kính trọng) Vĩ tố kết thúc câu thể hiện sự thuyết minh động tác, trạng thái hay sự việc ở hiện tại một cách trịnh trọng.

네.

마지막 경기+는 꼭 승리하+[고 말]+겠+습니다.

• 네 (từ cảm thán) : 윗사람의 물음이나 명령 등에 긍정하여 대답할 때 쓰는 말.
  vâng, dạ
  Từ dùng khi trả lời một cách khẳng định đối với câu hỏi hay mệnh lệnh của người trên.

• 마지막 (danh từ) : 시간이나 순서의 맨 끝.
  cuối cùng
  Sau cuối của thứ tự hay thời gian.

• 경기 (danh từ) : 운동이나 기술 등의 능력을 서로 겨룸.
  trận thi đấu, việc thi thố
  Việc tranh tài năng lực kỹ thuật hay thể thao với nhau.

• 는 : 문장 속에서 어떤 대상이 화제임을 나타내는 조사.
  Không có từ tương ứng
  Trợ từ (tiểu từ) thể hiện việc đối tượng nào đó là chủ đề câu chuyện trong câu.

• 꼭 (phó từ) : 어떤 일이 있어도 반드시.
  nhất định
  Dù có việc gì cũng nhất định.

• 승리하다 (động từ) : 전쟁이나 경기 등에서 이기다.
  thắng lợi, chiến thắng
  Thắng trong chiến tranh hay trận đấu...

• -고 말다 : 앞에 오는 말이 가리키는 일을 이루고자 하는 말하는 사람의 강한 의지를 나타내는 표현.
  xong
  Cấu trúc thể hiện ý chí mạnh mẽ của người nói định thực hiện việc mà từ ngữ phía trước đề cập.

• -겠- : 말하는 사람의 의지를 나타내는 어미.
  sẽ
  Vĩ tố thể hiện ý chí của người nói.

• -습니다 : (아주높임으로) 현재의 동작이나 상태, 사실을 정중하게 설명함을 나타내는 종결 어미.
  Không có từ tương ứng
  (cách nói rất kính trọng) Vĩ tố kết thúc câu thể hiện sự thuyết minh động tác, trạng thái hay sự việc ở hiện tại một cách trịnh trọng.

< 대화(sự đối thoại) > - 16

시간이 지나고 보니 모든 순간이 다 소중한 것 같아.
시가니 지나고 보니 모든 순가니 다 소중한 걷 가타.
sigani jinago boni modeun sungani da sojunghan geot gata.

무슨 일 있어? 갑자기 왜 그런 말을 해?
무슨 일 이써? 갑짜기 왜 그런 마를 해?
museun il isseo? gapjagi wae geureon mareul hae?

< 설명(việc giải thích) / 번역(việc biên dịch) >

시간+이 지나+[고 보]+니 모든 순간+이 다 <u>소중하+[ㄴ 것 같]+아</u>.
소중한 것 같아

- **시간 (danh từ)** : 자연히 지나가는 세월.
  thời gian
  Năm tháng trôi qua một cách tự nhiên.

- **이** : 어떤 상태나 상황의 대상이나 동작의 주체를 나타내는 조사.
  Không có từ tương ứng
  Trợ từ (tiểu từ) thể hiện chủ thể của động tác hoặc đối tượng của trạng thái hay tình huống nào đó.

- **지나다 (động từ)** : 시간이 흘러 그 시기에서 벗어나다.
  qua, trôi qua
  Thời gian trôi qua và ra khỏi thời kì đó.

- **-고 보다** : 앞의 말이 나타내는 행동을 하고 난 후에 뒤의 말이 나타내는 사실을 새로 깨달음을 나타내는 표현.
  xong mới thấy, rồi mới thấy
  Cấu trúc thể hiện sau khi thực hiện xong hành động ở vế trước thì mới nhận ra sự thật ở vế sau.

- **-니** : 앞에서 이야기한 내용과 관련된 다른 사실을 이어서 설명할 때 쓰는 연결 어미.
  nên
  Vĩ tố liên kết dùng khi giải thích tiếp nối sự việc khác có liên quan với nội dung đã nói ở trước."

• 모든 (định từ) : 빠지거나 남는 것 없이 전부인.
　tất cả, toàn bộ
　Là toàn bộ mà không bỏ sót hay còn lại.

• 순간 (danh từ) : 아주 짧은 시간 동안.
　khoảnh khắc, thoáng chốc, chốc lát
　Trong khoảng thời gian rất ngắn.

• 이 : 어떤 상태나 상황의 대상이나 동작의 주체를 나타내는 조사.
　Không có từ tương ứng
　Trợ từ (tiểu từ) thể hiện chủ thể của động tác hoặc đối tượng của trạng thái hay tình
　huống nào đó.

• 다 (phó từ) : 남거나 빠진 것이 없이 모두.
　hết, tất cả
　Mọi thứ không sót hay để lại gì cả.

• 소중하다 (Tính từ) : 매우 귀중하다.
　quý báu
　Rất quý trọng.

• -ㄴ 것 같다 : 추측을 나타내는 표현.
　chắc là, có lẽ
　Cấu trúc thể hiện sự suy đoán.

• -아 : (두루낮춤으로) 어떤 사실을 서술하거나 물음, 명령, 권유를 나타내는 종결 어미.
　hả?, đi, ta hãy
　(cách nói hạ thấp phổ biến) Vĩ tố kết thúc câu thể hiện sự tường thuật sự việc nào đó,
　nghi vấn, mệnh lệnh, đề nghị. **<sự tường thuật>**

무슨 일 있+어?

갑자기 왜 그런 말+을 <u>하+여</u>?
해

• 무슨 (định từ) : 확실하지 않거나 잘 모르는 일, 대상, 물건 등을 물을 때 쓰는 말.
　gì
　Từ dùng khi hỏi về việc, đối tượng, đồ vật... mà mình không chắc chắn hoặc không biết
　rõ.

• 일 (danh từ) : 해결하거나 처리해야 할 문제나 사항.
  việc, công chuyện
  Vấn đề hay hạng mục sẽ phải giải quyết hoặc xử lí.

• 있다 (Tính từ) : 어떤 사람에게 무슨 일이 생긴 상태이다.
  gặp phải, ở trong
  Trạng thái phát sinh việc gì đó đối với người nào đó.

• -어 : (두루낮춤으로) 어떤 사실을 서술하거나 물음, 명령, 권유를 나타내는 종결 어미.
  hả?, đi, ta hãy
  (cách nói hạ thấp phổ biến) Vĩ tố kết thúc câu thể hiện sự tường thuật sự việc nào đó, nghi vấn, mệnh lệnh, khuyên nhủ. <sự hỏi>

• 갑자기 (phó từ) : 미처 생각할 틈도 없이 빨리.
  đột ngột, bất thình lình, bỗng nhiên
  Nhanh bất ngờ, không có thời gian để kịp suy nghĩ.

• 왜 (phó từ) : 무슨 이유로. 또는 어째서.
  tại sao, vì sao
  Với lý do gì. Hoặc làm sao chứ.

• 그런 (định từ) : 상태, 모양, 성질 등이 그러한.
  như vậy
  Trạng thái, hình dạng, tính chất giống như thế.

• 말 (danh từ) : 생각이나 느낌을 표현하고 전달하는 사람의 소리.
  tiếng nói, giọng nói, lời nói
  Tiếng của con người thể hiện và truyền đạt suy nghĩ hay cảm xúc.

• 을 : 동작이 직접적으로 영향을 미치는 대상을 나타내는 조사.
  Không có từ tương ứng
  Trợ từ (tiểu từ) thể hiện đối tượng mà động tác trực tiếp ảnh hưởng đến.

• 하다 (động từ) : 어떤 행동이나 동작, 활동 등을 행하다.
  làm, tiến hành
  Thực hiện hành động hay động tác, hoạt động nào đó.

• -여 : (두루낮춤으로) 어떤 사실을 서술하거나 물음, 명령, 권유를 나타내는 종결 어미.
  hả?, đi, ta hãy
  (cách nói hạ thấp phổ biến) Vĩ tố kết thúc câu thể hiện sự tường thuật sự việc nào đó, nghi vấn, mệnh lệnh, đề nghị. <sự hỏi>

< 대화(sự đối thoại) > - 17

날씨가 추우니까 따뜻한 게 먹고 싶네.
날씨가 추우니까 따뜨탄 게 먹꼬 심네.
nalssiga chuunikka ttatteutan ge meokgo simne.

그럼 오늘 점심은 삼계탕을 먹으러 갈까?
그럼 오늘 점시믄 삼계탕을(삼게탕을) 머그러 갈까?
geureom oneul jeomsimeun samgyetangeul(samgetangeul) meogeureo galkka?

< 설명(việc giải thích) / 번역(việc biên dịch) >

날씨+가 <u>춥(추우)+니까</u> <u>따뜻하+[ㄴ 것(거)]+이</u> 먹+[고 싶]+네.
　　　추우니까　　　　**따뜻한 게**

- **날씨 (danh từ)** : 그날그날의 기온이나 공기 중에 비, 구름, 바람, 안개 등이 나타나는 상태.
  thời tiết
  Trạng thái mà mưa, mây, gió, sương mù xuất hiện trong không khí hay nhiệt độ của ngày hôm đó.

- **가** : 어떤 상태나 상황에 놓인 대상이나 동작의 주체를 나타내는 조사.
  Không có từ tương ứng
  Trợ từ (tiểu từ) thể hiện chủ thể của động tác hoặc đối tượng được đặt trong trạng thái hay tình huống nào đó.

- **춥다 (Tính từ)** : 대기의 온도가 낮다.
  lạnh
  Nhiệt độ khí quyển thấp.

- **-니까** : 뒤에 오는 말에 대하여 앞에 오는 말이 원인이나 근거, 전제가 됨을 강조하여 나타내는 연결 어미.
  bởi vì, tại vì, vì
  Vĩ tố liên kết thể hiện nhấn mạnh vế trước trở thành nguyên nhân hay căn cứ, tiền đề đối với vế sau.

- **따뜻하다 (Tính từ)** : 아주 덥지 않고 기분이 좋은 정도로 온도가 알맞게 높다.
  ấm áp, ấm
  Nhiệt độ cao vừa phải ở mức không quá nóng và tâm trạng thoải mái.

• -ㄴ 것 : 명사가 아닌 것을 문장에서 명사처럼 쓰이게 하거나 '이다' 앞에 쓰일 수 있게 할 때 쓰는 표현.

cái, thứ, điều, việc

Cấu trúc dùng cho yếu tố không phải là danh từ có thể được dùng như danh từ trong câu, hoặc làm cho yếu tố đó có thể đứng trước "이다".

• 이 : 어떤 상태나 상황의 대상이나 동작의 주체를 나타내는 조사.

Không có từ tương ứng

Trợ từ (tiểu từ) thể hiện chủ thể của động tác hoặc đối tượng của trạng thái hay tình huống nào đó.

• 먹다 (động từ) : 음식 등을 입을 통하여 배 속에 들여보내다.

ăn

Cho thức ăn… vào trong bụng qua đường miệng.

• -고 싶다 : 앞의 말이 나타내는 행동을 하기를 원함을 나타내는 표현.

muốn

Cấu trúc thể hiện muốn thực hiện hành động mà từ ngữ phía trước thể hiện.

• -네 : (예사 낮춤으로) 단순한 서술을 나타내는 종결 어미.

Không có từ tương ứng

(cách nói hạ thấp thông thường) Vĩ tố kết thúc câu thể hiện sự tường thuật đơn thuần.

그럼 오늘 점심+은 삼계탕+을 먹+으러 가+ㄹ까?
갈까

• 그럼 (phó từ) : 앞의 내용을 받아들이거나 그 내용을 바탕으로 하여 새로운 주장을 할 때 쓰는 말.
vậy thì
Từ dùng khi tiếp nhận nội dung phía trước hoặc lấy nội dung ấy làm nền tảng cho chủ trương mới.

• 오늘 (danh từ) : 지금 지나가고 있는 이날.
ngày hôm nay, hôm nay
Ngày đang trải qua bây giờ.

• 점심 (danh từ) : 아침과 저녁 식사 중간에, 낮에 하는 식사.
bữa trưa
Bữa ăn vào ban ngày giữa bữa tối và bữa sáng.

• 은 : 문장 속에서 어떤 대상이 화제임을 나타내는 조사.
Không có từ tương ứng
Trợ từ (tiểu từ) thể hiện việc đối tượng nào đó là chủ đề câu chuyện trong câu.

· **삼계탕 (danh từ)** : 어린 닭에 인삼, 찹쌀, 대추 등을 넣고 푹 삶은 음식.
Samgyetang; món gà hầm sâm, món gà tần sâm
Món ăn cho táo tàu, nhân sâm, nếp vào gà non và luộc thật kỹ.

· **을** : 동작이 직접적으로 영향을 미치는 대상을 나타내는 조사.
Không có từ tương ứng
Trợ từ (tiểu từ) thể hiện đối tượng mà động tác trực tiếp ảnh hưởng đến.

· **먹다 (động từ)** : 음식 등을 입을 통하여 배 속에 들여보내다.
ăn
Cho thức ăn··· vào trong bụng qua đường miệng.

· **-으러** : 가거나 오거나 하는 동작의 목적을 나타내는 연결 어미.
để
Vĩ tố liên kết thể hiện mục đích của hành động đi hoặc đến.

· **가다 (động từ)** : 어떤 목적을 가지고 일정한 곳으로 움직이다.
đi, sang
Di chuyển đến nơi nhất định với mục đích nào đó.

· **-ㄹ까** : (두루낮춤으로) 듣는 사람의 의사를 물을 때 쓰는 종결 어미.
nhé, nha
(cách nói hạ thấp phổ biến) Vĩ tố kết thúc câu dùng khi hỏi ý kiến của đối phương.

< 대화(sự đối thoại) > - 18

아들이 자꾸 컴퓨터를 새로 사 달라고 해요.
아드리 자꾸 컴퓨터를 새로 사 달라고 해요.
adeuri jakku keompyuteoreul saero sa dallago haeyo.

그렇게 갖고 싶어 하는데 하나 사 줘요.
그러케 갇꼬 시퍼 하는데 하나 사 줘요.
geureoke gatgo sipeo haneunde hana sa jwoyo.

< 설명(việc giải thích) / 번역(việc biên dịch) >

아들+이 자꾸 컴퓨터+를 새로 <u>사</u>+[(아) 달]+라고 <u>하</u>+여요.
　　　　　　　　　　　　　　 사 달라고　　　　 해요

- **아들 (danh từ)** : 남자인 자식.
  con trai
  Đứa con là nam giới.

- **이** : 어떤 상태나 상황의 대상이나 동작의 주체를 나타내는 조사.
  Không có từ tương ứng
  Trợ từ (tiểu từ) thể hiện chủ thể của động tác hoặc đối tượng của trạng thái hay tình huống nào đó.

- **자꾸 (phó từ)** : 여러 번 계속하여.
  cứ
  Liên tục nhiều lần.

- **컴퓨터 (danh từ)** : 전자 회로를 이용하여 문서, 사진, 영상 등의 대량의 데이터를 빠르고 정확하게 처리하는 기계.
  máy vi tính
  Loại máy móc sử dụng mạch điện tử để xử lý nhanh và chính xác một lượng dữ liệu lớn của những thứ như văn bản, hình ảnh, phim ảnh.

- **를** : 동작이 직접적으로 영향을 미치는 대상을 나타내는 조사.
  Không có từ tương ứng
  Trợ từ (tiểu từ) thể hiện đối tượng mà động tác gây ảnh hưởng trực tiếp.

• 새로 (phó từ) : 전과 달리 새롭게. 또는 새것으로.
  mới, mới mẻ
  Một cách mới mẻ khác với trước. Hoặc với cái mới.

• 사다 (động từ) : 돈을 주고 어떤 물건이나 권리 등을 자기 것으로 만들다.
  mua
  Trao tiền và biến đồ vật hay quyền lợi... nào đó thành cái của mình.

• -아 달다 : 앞의 말이 나타내는 행동을 해 줄 것을 요구함을 나타내는 표현.
  giúp, hộ, giùm
  Cấu trúc thể hiện sự yêu cầu thực hiện giúp hành động mà từ ngữ phía trước thể hiện.

• -라고 : 다른 사람에게 들은 명령이나 권유 등의 내용을 간접적으로 전할 때 쓰는 표현.
  rằng hãy, bảo rằng
  Cấu trúc dùng khi truyền đạt gián tiếp những nội dung như khuyên nhủ hay mệnh lệnh nghe được từ người khác.

• 하다 (động từ) : 무엇에 대해 말하다.
  Không có từ tương ứng
  Nói về điều gì đó.

• -여요 : (두루높임으로) 어떤 사실을 서술하거나 질문, 명령, 권유함을 나타내는 종결 어미.
  không?, hãy, hãy cùng
  (cách nói kính trọng phổ biến) Vĩ tố kết thúc câu thể hiện sự tường thuật sự việc nào đó hay nghi vấn, mệnh lệnh, đề nghị. <sự tường thuật>

그렇+게 갖+[고 싶어 하]+는데 하나 사+[(아) 주]+어요.
사 줘요

• 그렇다 (Tính từ) : 상태, 모양, 성질 등이 그와 같다.
  cũng vậy, cũng thế, như vậy, như thế
  Trạng thái, hình dạng, tính chất... giống như thế.

• -게 : 앞의 말이 뒤에서 가리키는 일의 목적이나 결과, 방식, 정도 등이 됨을 나타내는 연결 어미.
  để, nhằm
  Vĩ tố liên kết thể hiện vế trước trở thành mục đích hay kết quả, phương thức, mức độ của sự việc chỉ ra ở sau.

• 갖다 (động từ) : 자기 것으로 하다.
  có, sở hữu
  Làm cho thành cái của mình.

• -고 싶어 하다 : 앞의 말이 나타내는 행동을 하기를 바라거나 그렇게 되기를 원함을 나타내는 표현.
muốn
Cấu trúc thể hiện mong muốn thực hiện hành động mà từ ngữ phía trước diễn đạt hoặc muốn trở nên như thế.

• -는데 : 뒤의 말을 하기 위하여 그 대상과 관련이 있는 상황을 미리 말함을 나타내는 연결 어미.
Không có từ tương ứng
Vĩ tố liên kết thể hiện việc nói trước tình huống có liên quan đến đối tượng để nói tiếp lời phía sau.

• 하나 (số từ) : 숫자를 셀 때 맨 처음의 수.
một
Số đầu tiên khi đếm số.

• 사다 (động từ) : 돈을 주고 어떤 물건이나 권리 등을 자기 것으로 만들다.
mua
Trao tiền và biến đồ vật hay quyền lợi... nào đó thành cái của mình.

• -아 주다 : 남을 위해 앞의 말이 나타내는 행동을 함을 나타내는 표현.
giúp, hộ, giùm
Cấu trúc thể hiện việc thực hiện hành động mà từ ngữ phía trước thể hiện vì người khác.

• -어요 : (두루높임으로) 어떤 사실을 서술하거나 질문, 명령, 권유함을 나타내는 종결 어미.
không?, hãy, hãy cùng
(cách nói kính trọng phổ biến) Vĩ tố kết thúc câu thể hiện sự tường thuật sự việc nào đó hay nghi vấn, mệnh lệnh, đề nghị. **<sự ra lệnh>**

< 대화(sự đối thoại) > - 19

출발했니? 언제쯤 도착할 것 같아?
출발핸니? 언제쯤 도차칼 껃 가타?
chulbalhaenni? eonjejjeum dochakal geot gata?

지금 가고 있으니까 십 분쯤 뒤에 도착할 거야.
지금 가고 이쓰니까 십 분쯤 뒤에 도차칼 꺼야.
jigeum gago isseunikka sip bunjjeum dwie dochakal geoya.

< 설명(việc giải thích) / 번역(việc biên dịch) >

출발하+였+니?
　출발했니

언제+쯤 도착하+[ㄹ 것 같]+아?
　　도착할 것 같아

• 출발하다 (động từ) : 어떤 곳을 향하여 길을 떠나다.

　khởi hành
　Sự lên đường và hướng đến nơi nào đó.

• -였- : 어떤 사건이 과거에 완료되었거나 그 사건의 결과가 현재까지 지속되는 상황을 나타내는 어미.
　đã
　Vĩ tố thể hiện tình huống mà sự kiện nào đó đã hoàn thành trong quá khứ hoặc kết quả
　của sự kiện đó được tiếp tục đến hiện tại.

• -니 : (아주낮춤으로) 물음을 나타내는 종결 어미.
　…hả?
　(cách nói rất hạ thấp) Vĩ tố kết thúc câu thể hiện câu hỏi.

• 언제 (đại từ) : 알지 못하는 어느 때.
　bao giờ, lúc nào
　Khi nào đó không biết được.

• 쯤 : '정도'의 뜻을 더하는 접미사.
khoảng, chừng
Hậu tố thêm nghĩa "khoảng chừng".

• **도착하다 (động từ)** : 목적지에 다다르다.
đến nơi
Đạt đến đích.

• **-ㄹ 것 같다** : 추측을 나타내는 표현.
có lẽ sẽ
Cấu trúc thể hiện sự suy đoán.

• **-아** : (두루낮춤으로) 어떤 사실을 서술하거나 물음, 명령, 권유를 나타내는 종결 어미.
hả?, đi, ta hãy
(cách nói hạ thấp phổ biến) Vĩ tố kết thúc câu thể hiện sự tường thuật sự việc nào đó, nghi vấn, mệnh lệnh, đề nghị. <việc hỏi>

지금 가+[고 있]+으니까 십 분+쯤 뒤+에 도착하+[ㄹ 것(거)]+(이)+야.
도착할 거야

• **지금 (phó từ)** : 말을 하고 있는 바로 이때에. 또는 그 즉시에.
bây giờ
Vào chính lúc đang nói. Hoặc ngay lúc đó.

• **가다 (động từ)** : 한 곳에서 다른 곳으로 장소를 이동하다.
đi
Di chuyển địa điểm từ một nơi sang nơi khác.

• **-고 있다** : 앞의 말이 나타내는 행동이 계속 진행됨을 나타내는 표현.
đang
Cấu trúc thể hiện hành động mà từ ngữ phía trước diễn đạt được tiếp tục tiến hành.

• **-으니까** : 뒤에 오는 말에 대하여 앞에 오는 말이 원인이나 근거, 전제가 됨을 강조하여 나타내는 연결 어미.
bởi vì… nên…, tại vì… nên…
Vĩ tố liên kết thể hiện nhấn mạnh đặc biệt vế trước trở thành nguyên nhân, căn cứ hay tiền đề đối với vế sau.

• **십 (định từ)** : 열의.
mười
Thuộc mười.

• 분 (danh từ) : 한 시간의 60분의 1을 나타내는 시간의 단위.
  phút
  Đơn vị thời gian thể hiện một phần sáu mươi của một giờ đồng hồ.

• 쯤 : '정도'의 뜻을 더하는 접미사.
  khoảng, chừng
  Hậu tố thêm nghĩa "khoảng chừng".

• 뒤 (danh từ) : 시간이나 순서상으로 다음이나 나중.
  sau
  Kế tiếp hoặc sau về mặt thời gian hay thứ tự.

• 에 : 앞말이 시간이나 때임을 나타내는 조사.
  vào lúc
  Trợ từ (tiểu từ) thể hiện từ ngữ phía trước là thời gian hoặc thời điểm.

• 도착하다 (động từ) : 목적지에 다다르다.
  đến nơi
  Đạt đến đích.

• -ㄹ 것 : 명사가 아닌 것을 문장에서 명사처럼 쓰이게 하거나 '이다' 앞에 쓰일 수 있게 할 때 쓰는 표
           현.
  Không có từ tương ứng
  Cấu trúc dùng khi làm cho yếu tố không phải là danh từ được dùng như danh từ trong
  câu, hoặc làm cho có thể được dùng trước '이다'.

• 이다 : 주어가 지시하는 대상의 속성이나 부류를 지정하는 뜻을 나타내는 서술격 조사.
  nào là
  Trợ từ vị cách thể hiện sự liệt kê các sự vật đồng thời liên kết theo quan hệ đẳng lập.

• -야 : (두루낮춤으로) 어떤 사실에 대하여 서술하거나 물음을 나타내는 종결 어미.
  à, ư
  (cách nói hạ thấp phổ biến) Vĩ tố kết thúc câu thể hiện sự tường thuật hay hỏi về sự việc
  nào đó. **<sự tường thuật>**

< 대화(sự đối thoại) > - 20

넌 안경을 쓰고 있을 때 더 멋있어 보인다.
넌 안경을 쓰고 이쓸 때 더 머시써 보인다.
neon angyeongeul sseugo isseul ttae deo meosisseo boinda.

그래? 이제부터 계속 쓰고 다닐까 봐.
그래? 이제부터 계속(게속) 쓰고 다닐까 봐.
geurae? ijebuteo gyesok(gesok) sseugo danilkka bwa.

< 설명(việc giải thích) / 번역(việc biên dịch) >

너+는 안경+을 쓰+[고 있]+[을 때] 더 멋있+[어 보이]+ㄴ다.
넌   멋있어 보인다

- 너 (đại từ) : 듣는 사람이 친구나 아랫사람일 때, 그 사람을 가리키는 말.
  bạn, cậu, mày
  Từ chỉ người nghe khi người đó là bạn bè hay người dưới.

- 는 : 문장 속에서 어떤 대상이 화제임을 나타내는 조사.
  Không có từ tương ứng
  Trợ từ (tiểu từ) thể hiện việc đối tượng nào đó là chủ đề câu chuyện trong câu.

- 안경 (danh từ) : 눈을 보호하거나 시력이 좋지 않은 사람이 잘 볼 수 있도록 눈에 쓰는 물건.
  mắt kính
  Vật đeo trên mắt để bảo vệ mắt hoặc để người có thị lực không tốt nhìn thấy rõ.

- 을 : 동작이 직접적으로 영향을 미치는 대상을 나타내는 조사.
  Không có từ tương ứng
  Trợ từ (tiểu từ) thể hiện đối tượng mà động tác trực tiếp ảnh hưởng đến.

- 쓰다 (động từ) : 얼굴에 어떤 물건을 걸거나 덮어쓰다.
  đeo
  Treo hay phủ đồ vật nào đó lên mặt.

- -고 있다 : 앞의 말이 나타내는 행동의 결과가 계속됨을 나타내는 표현.
  đang
  Cấu trúc thể hiện kết quả của hành động mà từ ngữ phía trước diễn đạt được tiếp tục

• -을 때 : 어떤 행동이나 상황이 일어나는 동안이나 그 시기 또는 그러한 일이 일어난 경우를 나타내는
    표현.
  khi, lúc, hồi
  Cấu trúc thể hiện khoảng thời gian hay thời kì mà hành động hay tình huống nào đó xảy
  ra hoặc trường hợp mà việc như vậy xảy ra.

• 더 (phó từ) : 비교의 대상이나 어떤 기준보다 정도가 크게, 그 이상으로.
  hơn
  Mức độ lớn hơn đối tượng so sánh hoặc tiêu chuẩn nào đó, trên mức đó

• 멋있다 (Tính từ) : 매우 좋거나 훌륭하다.
  tuyệt, đẹp đẽ
  Rất đẹp hay tuyệt vời.

• -어 보이다 : 겉으로 볼 때 앞의 말이 나타내는 것처럼 느껴지거나 추측됨을 나타내는 표현.
  trông..., trông có vẻ…
  Cấu trúc thể hiện việc được suy đoán hay được cảm thấy như điều mà từ ngữ phía trước
  thể hiện khi quan sát bề ngoài.

• -ㄴ다 : (아주낮춤으로) 현재 사건이나 사실을 서술함을 나타내는 종결 어미.
  Không có từ tương ứng
  (cách nói rất hạ thấp) Vĩ tố kết thúc câu thể hiện sự trần thuật sự kiện hay sự việc hiện
  tại.

그래?

이제+부터 계속 쓰+고 다니+[ㄹ까 보]+아.
다닐까 봐

• 그래 (từ cảm thán) : 상대편의 말에 대한 감탄이나 가벼운 놀라움을 나타낼 때 쓰는 말.
  vậy sao
  Từ dùng khi thể hiện sự cảm thán hay hơi ngạc nhiên về lời nói của đối phương.

• 이제 (danh từ) : 말하고 있는 바로 이때.
  bây giờ
  Ngay lúc đang nói.

• 부터 : 어떤 일의 시작이나 처음을 나타내는 조사.
  từ
  Trợ từ thể hiện sự bắt đầu hay khởi đầu của một việc nào đó.

· **계속 (phó từ)** : 끊이지 않고 잇따라.
　liên tục
　Tiếp tục và không bị ngắt quãng.

· **쓰다 (động từ)** : 얼굴에 어떤 물건을 걸거나 덮어쓰다.
　đeo
　Treo hay phủ đồ vật nào đó lên mặt.

· **-고** : 앞의 말이 나타내는 행동이나 그 결과가 뒤에 오는 행동이 일어나는 동안에 그대로 지속됨을 나
　　　타내는 연결 어미.
　mà, rồi
　Vĩ tố liên kết thể hiện hành động mà vế trước thể hiện hay kết quả đó được liên tục như
　thế trong suốt thời gian hành động ở sau xảy ra.

· **다니다 (động từ)** : 이리저리 오고 가다.
　đi
　Lui tới nơi này nơi kia.

· **-ㄹ까 보다** : 앞에 오는 말이 나타내는 행동을 할 의도가 있음을 나타내는 표현.
　định
　Cấu trúc thể hiện việc có ý đồ sẽ thực hiện hành động mà vế trước thể hiện.

· **-아** : (두루낮춤으로) 어떤 사실을 서술하거나 물음, 명령, 권유를 나타내는 종결 어미.
　hả?, đi, ta hãy
　(cách nói hạ thấp phổ biến) Vĩ tố kết thúc câu thể hiện sự tường thuật sự việc nào đó,
　nghi vấn, mệnh lệnh, đề nghị. <sự tường thuật>

< 대화(sự đối thoại) > - 21

이건 어렸을 때 찍은 제 가족 사진이에요.
이건 어려쓸 때 찌근 제 가족 사지니에요.
igeon eoryeosseul ttae jjigeun je gajok sajinieyo.

시우 씨 어렸을 때는 키가 작고 통통했군요.
시우 씨 어려쓸 때는 키가 작꼬 통통핻꾸뇨.
siu ssi eoryeosseul ttaeneun kiga jakgo tongtonghaetgunyo.

< 설명(việc giải thích) / 번역(việc biên dịch) >

<u>이것(이거)</u>+<u>은</u> <u>어리</u>+<u>었</u>+<u>[을 때]</u> 찍+은 <u>저</u>+<u>의</u> 가족 사진+이+에요.
 이건   어렸을 때   제

- **이것(이거) (đại từ)** : 말하는 사람에게 가까이 있거나 말하는 사람이 생각하고 있는 것을 가리키는 말.
 cái này
 Từ chỉ cái ở gần người nói hoặc cái mà người nói đang nghĩ đến.

- **은** : 문장 속에서 어떤 대상이 화제임을 나타내는 조사.
 Không có từ tương ứng
 Trợ từ (tiểu từ) thể hiện việc đối tượng nào đó là chủ đề câu chuyện trong câu.

- **어리다 (Tính từ)** : 나이가 적다.
 nhỏ tuổi, ít tuổi, trẻ
 Ít tuổi.

- **-었-** : 사건이 과거에 일어났음을 나타내는 어미.
 đã
 Vĩ tố thể hiện sự kiện đã xảy ra trong quá khứ.

- **-을 때** : 어떤 행동이나 상황이 일어나는 동안이나 그 시기 또는 그러한 일이 일어난 경우를 나타내는 표현.
 khi, lúc, hồi
 Cấu trúc thể hiện khoảng thời gian hay thời kì mà hành động hay tình huống nào đó xảy ra hoặc trường hợp mà việc như vậy xảy ra.

• **찍다 (động từ)** : 어떤 대상을 카메라로 비추어 그 모양을 필름에 옮기다.
chụp
Phản chiếu đối tượng nào đó vào trong máy ảnh (máy quay) rồi chuyển hình ảnh đó thành phim.

• **-은** : 앞의 말이 관형어의 기능을 하게 만들고 사건이나 동작이 과거에 일어났음을 나타내는 어미.
đã
Vĩ tố làm cho từ ngữ phía trước có chức năng định ngữ và thể hiện sự kiện hay động tác đã xảy ra trong quá khứ.

• **저 (đại từ)** : 말하는 사람이 듣는 사람에게 자신을 낮추어 가리키는 말.
em, con, cháu
Cách người nói hạ mình để xưng hô với người nghe.

• **의** : 앞의 말이 뒤의 말에 대하여 소유, 소속, 소재, 관계, 기원, 주체의 관계를 가짐을 나타내는 조사.
của
Trợ từ thể hiện từ ngữ phía trước có quan hệ về sở hữu, nơi trực thuộc, chất liệu, quan hệ, nguồn gốc, chủ thể đối với từ ngữ phía sau.

• **가족 (danh từ)** : 주로 한 집에 모여 살고 결혼이나 부모, 자식, 형제 등의 관계로 이루어진 사람들의 집단. 또는 그 구성원.
gia đình
Tập thể những người chủ yếu tập hợp lại sống trong một nhà, được hình thành bởi quan hệ hôn nhân hay cha mẹ, con cái, anh em... Hoặc thành viên đó.

• **사진 (danh từ)** : 사물의 모습을 오래 보존할 수 있도록 사진기로 찍어 종이나 컴퓨터 등에 나타낸 영상.
bức ảnh, bức hình
Hình ảnh được chụp bằng máy chụp hình hiện ra trên máy vi tính hoặc một tờ giấy để có thể lưu giữ lâu hình dáng một sự vật nào đó.

• **이다** : 주어가 지시하는 대상의 속성이나 부류를 지정하는 뜻을 나타내는 서술격 조사.
nào là
Trợ từ vị cách thể hiện sự liệt kê các sự vật đồng thời liên kết theo quan hệ đẳng lập.

• **-에요** : (두루높임으로) 어떤 사실을 서술하거나 질문함을 나타내는 종결 어미.
phải không?, là
(cách nói kính trọng phổ biến) Vĩ tố kết thúc câu diễn đạt sự nghi vấn hay trần thuật sự việc nào đó. <sự tường thuật>

시우 씨 <u>어리+었+[을 때]</u>+는 키+가 작+고 <u>통통하+였+군요</u>.
　　　　　어렸을 때는　　　　　　　　　　통통했군요

- **시우 (danh từ)** : tên người

- **씨 (danh từ)** : 그 사람을 높여 부르거나 이르는 말.
  anh, chị, cô, chú, cậu
  Từ dùng để chỉ hay gọi trân trọng người đó.

- **어리다 (Tính từ)** : 나이가 적다.
  nhỏ tuổi, ít tuổi, trẻ
  Ít tuổi.

- **-었-** : 사건이 과거에 일어났음을 나타내는 어미.
  đã
  Vĩ tố thể hiện sự kiện đã xảy ra trong quá khứ.

- **-을 때** : 어떤 행동이나 상황이 일어나는 동안이나 그 시기 또는 그러한 일이 일어난 경우를 나타내는 표현.
  khi, lúc, hồi
  Cấu trúc thể hiện khoảng thời gian hay thời kì mà hành động hay tình huống nào đó xảy ra hoặc trường hợp mà việc như vậy xảy ra.

- **는** : 어떤 대상이 다른 것과 대조됨을 나타내는 조사.
  Không có từ tương ứng
  Trợ từ (tiểu từ) thể hiện việc đối tượng nào đó được đối chiếu với đôi tượng khác.

- **키 (danh từ)** : 사람이나 동물이 바로 섰을 때의 발에서부터 머리까지의 몸의 길이.
  chiều cao
  Chiều dài cơ thể tính từ bàn chân đến đỉnh đầu khi người hay động vật đứng thẳng.

- **가** : 어떤 상태나 상황에 놓인 대상이나 동작의 주체를 나타내는 조사.
  Không có từ tương ứng
  Trợ từ (tiểu từ) thể hiện chủ thể của động tác hoặc đối tượng được đặt trong trạng thái hay tình huống nào đó.

- **작다 (Tính từ)** : 길이, 넓이, 부피 등이 다른 것이나 보통보다 덜하다.
  nhỏ, bé
  Chiều dài, chiều rộng, thể tích... kém hơn so với cái khác hoặc thông thường.

- **-고** : 두 가지 이상의 대등한 사실을 나열할 때 쓰는 연결 어미.
  và
  Vĩ tố liên kết dùng khi liệt kê hai sự việc đồng đẳng trở lên.

· **통통하다 (Tính từ)** : 키가 작고 살이 쪄서 몸이 옆으로 퍼져 있다.
  mập mạp, béo tròn, béo phinh phính
  Thân thấp và béo mập nên cơ thể phình ra hai bên.

· **-였-** : 사건이 과거에 일어났음을 나타내는 어미.
  đã
  Vĩ tố thể hiện sự kiện đã xảy ra trong quá khứ.

· **-군요** : (두루높임으로) 새롭게 알게 된 사실에 주목하거나 감탄함을 나타내는 표현.
  thì ra, quá, thật đấy
  (cách nói kính trọng phổ biến) Cấu trúc thể hiện sự chú ý hay cảm thán về sự việc mới biết được.

< 대화(sự đối thoại) > - 22

꼼꼼한 지우 씨도 어제 큰 실수를 했나 봐요.
꼼꼼한 지우 씨도 어제 큰 실쑤를 핸나 봐요.
kkomkkomhan jiu ssido eoje keun silsureul haenna bwayo.

아무리 꼼꼼한 사람이라도 서두르면 실수하기 쉽지요.
아무리 꼼꼼한 사라미라도 서두르면 실쑤하기 쉽찌요.
amuri kkomkkomhan saramirado seodureumyeon silsuhagi swipjiyo.

< 설명(việc giải thích) / 번역(việc biên dịch) >

꼼꼼하+ㄴ 지우 씨+도 어제 크+ㄴ 실수+를 하+였+[나 보]+아요.
꼼꼼한   큰   했나 봐요

• **꼼꼼하다 (Tính từ)** : 빈틈이 없이 자세하고 차분하다.
  cẩn thận, tỉ mỉ, kỹ lưỡng
  Điềm đạm và cặn kẽ không có chỗ hở.

• **-ㄴ** : 앞의 말이 관형어의 기능을 하게 만들고 현재의 상태를 나타내는 어미.
  mà
  Vĩ tố khiến cho từ ngữ phía trước có chức năng định ngữ và thể hiện sự kiện hay động tác được hoàn thành thì trạng thái đó vẫn đang được duy trì.

• **지우 (danh từ)** : tên người

• **씨 (danh từ)** : 그 사람을 높여 부르거나 이르는 말.
  anh, chị, cô, chú, cậu
  Từ dùng để chỉ hay gọi trân trọng người đó.

• **도** : 이미 있는 어떤 것에 다른 것을 더하거나 포함함을 나타내는 조사.
  cũng
  Trợ từ thể hiện sự thêm vào hoặc bao gồm cái khác vào cái nào đó đã có sẵn.

• **어제 (phó từ)** : 오늘의 하루 전날에.
  hôm qua
  Vào ngày trước của ngày hôm nay.

- 크다 (Tính từ) : 어떤 일의 규모, 범위, 정도, 힘 등이 보통 수준을 넘다.
  lớn, to
  Quy mô, phạm vi, mức độ, sức mạnh... của việc nào đó vượt quá mức độ bình thường.

- -ㄴ : 앞의 말이 관형어의 기능을 하게 만들고 현재의 상태를 나타내는 어미.
  mà
  Vĩ tố khiến cho từ ngữ phía trước có chức năng định ngữ và thể hiện sự kiện hay động tác được hoàn thành thì trạng thái đó vẫn đang được duy trì.

- 실수 (danh từ) : 잘 알지 못하거나 조심하지 않아서 저지르는 잘못.
  sự sai sót, sự sơ xuất, sự sai lầm
  Lỗi lầm mắc phải do không biết được hoặc không cẩn thận.

- 를 : 동작이 직접적으로 영향을 미치는 대상을 나타내는 조사.
  Không có từ tương ứng
  Trợ từ (tiểu từ) thể hiện đối tượng mà động tác gây ảnh hưởng trực tiếp.

- 하다 (động từ) : 어떤 행동이나 동작, 활동 등을 행하다.
  làm, tiến hành
  Thực hiện hành động hay động tác, hoạt động nào đó.

- -였- : 사건이 과거에 일어났음을 나타내는 어미.
  đã
  Vĩ tố thể hiện sự kiện đã xảy ra trong quá khứ.

- -나 보다 : 앞의 말이 나타내는 사실을 추측함을 나타내는 표현.
  hình như, dường như, có lẽ
  Cấu trúc thể hiện sự suy đoán sự việc mà từ ngữ phía trước thể hiện.

- -아요 : (두루높임으로) 어떤 사실을 서술하거나 질문, 명령, 권유함을 나타내는 종결 어미.
  không?, hãy, hãy cùng
  (cách nói kính trọng phổ biến) Vĩ tố kết thúc câu thể hiện sự tường thuật sự việc nào đó hoặc nghi vấn, mệnh lệnh, khuyến nghị. <sự tường thuật>

아무리 꼼꼼하+ㄴ 사람+이라도 서두르+면 실수하+[기가 쉽]+지요.
꼼꼼한

- 아무리 (phó từ) : 정도가 매우 심하게.
  cho dù
  Mức độ rất nghiêm trọng.

• 꼼꼼하다 (Tính từ) : 빈틈이 없이 자세하고 차분하다.
  cẩn thận, tỉ mỉ, kỹ lưỡng
  Điềm đạm và cặn kẽ không có chỗ hở.

• -ㄴ : 앞의 말이 관형어의 기능을 하게 만들고 현재의 상태를 나타내는 어미.
  mà
  Vĩ tố khiến cho từ ngữ phía trước có chức năng định ngữ và thể hiện sự kiện hay động tác được hoàn thành thì trạng thái đó vẫn đang được duy trì.

• 사람 (danh từ) : 생각할 수 있으며 언어와 도구를 만들어 사용하고 사회를 이루어 사는 존재.
  con người
  Thực thể có thể suy nghĩ, làm ra ngôn ngữ và công cụ, sống tạo nên xã hội.

• 이라도 : 다른 경우들과 마찬가지임을 나타내는 조사.
  cho dù là, bất kể là
  Trợ từ thể hiện sự tương tự với các trường hợp khá

• 서두르다 (động từ) : 일을 빨리하려고 침착하지 못하고 급하게 행동하다.
  vội vàng
  Không thể bình tĩnh mà hành động gấp gáp để làm việc nhanh.

• -면 : 뒤에 오는 말에 대한 근거나 조건이 됨을 나타내는 연결 어미.
  nếu...thì
  Vĩ tố liên kết thể hiện việc trở thành điều kiện hay căn cứ đối với vế sau.

• 실수하다 (động từ) : 잘 알지 못하거나 조심하지 않아서 잘못을 저지르다.
  sai sót, sơ xuất
  Mắc lỗi do không biết hoặc không cẩn thận.

• -기가 쉽다 : 앞의 말이 나타내는 행위를 하거나 그런 상태가 될 가능성이 많음을 나타내는 표현.
  dễ
  Cấu trúc thể hiện nhiều khả năng thực hiện hành vi mà từ ngữ phía trước diễn đạt hoặc trở nên trạng thái như thế.

• -지요 : (두루높임으로) 말하는 사람이 자신에 대한 이야기나 자신의 생각을 친근하게 말할 때 쓰는 종
  결 어미.
  nhỉ?
  (cách nói kính trọng phổ biến) Vĩ tố kết thúc câu dùng khi người nói kể về mình hay suy nghĩ của mình một cách thân mật với người nghe.

< 대화(sự đối thoại) > - 23

방이 되게 좁은 줄 알았는데 이렇게 보니 괜찮네.
방이 되게 조븐 줄 아란는데 이러케 보니 괜찬네.
bangi doege jobeun jul aranneunde ireoke boni gwaenchanne.

좁은 공간도 꾸미기 나름이야.
조븐 공간도 꾸미기 나르미야.
jobeun gonggando kkumigi nareumiya.

< 설명(việc giải thích) / 번역(việc biên dịch) >

방+이 되게 좁+[은 줄] 알+았+는데 이렇+게 보+니 괜찮+네.

- **방 (danh từ)** : 사람이 살거나 일을 하기 위해 벽을 둘러서 막은 공간.
  phòng
  Không gian ngăn quanh tường để con người sống hoặc làm việc.

- **이** : 어떤 상태나 상황의 대상이나 동작의 주체를 나타내는 조사.
  Không có từ tương ứng
  Trợ từ (tiểu từ) thể hiện chủ thể của động tác hoặc đối tượng của trạng thái hay tình huống nào đó.

- **되게 (phó từ)** : 아주 몹시.
  rất, lắm, thật
  (chỉ mức độ) Rất

- **좁다 (Tính từ)** : 면이나 바닥 등의 면적이 작다.
  hẹp
  Diện tích của bề mặt hay nền... nhỏ.

- **-은 줄** : 어떤 사실이나 상태에 대해 알고 있거나 모르고 있음을 나타내는 표현.
  (biết, không biết) rằng
  Cấu trúc thể hiện việc biết hoặc không biết về sự việc hay trạng thái nào đó.

- **알다 (động từ)** : 어떤 사실을 그러하다고 여기거나 생각하다.
  tưởng
  Suy nghĩ hoặc coi sự việc nào đó là như vậy.

- -았- : 사건이 과거에 일어났음을 나타내는 어미.
  đã
  Vĩ tố thể hiện sự kiện đã xảy ra trong quá khứ.

- -는데 : 뒤의 말을 하기 위하여 그 대상과 관련이 있는 상황을 미리 말함을 나타내는 연결 어미.
  Không có từ tương ứng
  Vĩ tố liên kết thể hiện việc nói trước tình huống có liên quan đến đối tượng để nói tiếp lời phía sau.

- 이렇다 (Tính từ) : 상태, 모양, 성질 등이 이와 같다.
  như thế này
  Trạng thái, hình dạng, tính chất··· giống như điều này.

- -게 : 앞의 말이 뒤에서 가리키는 일의 목적이나 결과, 방식, 정도 등이 됨을 나타내는 연결 어미.
  để, nhằm
  Vĩ tố liên kết thể hiện vế trước trở thành mục đích hay kết quả, phương thức, mức độ của sự việc chỉ ra ở sau.

- 보다 (động từ) : 대상의 내용이나 상태를 알기 위하여 살피다.
  ngắm, xem, quan sát
  Xem xét để biết nội dung hay trạng thái của đối tượng.

- -니 : 뒤에 오는 말에 대하여 앞에 오는 말이 원인이나 근거, 전제가 됨을 나타내는 연결 어미.
  vì
  Vĩ tố liên kết thể hiện vế trước trở thành nguyên nhân, căn cứ hay tiền đề đối với vế sau.

- 괜찮다 (Tính từ) : 꽤 좋다.
  được
  Khá tốt.

- -네 : (아주낮춤으로) 지금 깨달은 일에 대하여 말함을 나타내는 종결 어미.
  hóa ra, thì ra
  (cách nói rất hạ thấp) Vĩ tố kết thúc câu thể hiện sự nói về việc mà bây giờ mới nhận ra.

좁+은 공간+도 꾸미+[기 나름이]+야.

- 좁다 (Tính từ) : 면이나 바닥 등의 면적이 작다.
  hẹp
  Diện tích của bề mặt hay nền... nhỏ.

- -은 : 앞의 말이 관형어의 기능을 하게 만들고 현재의 상태를 나타내는 어미.
  đã
  Vĩ tố làm cho từ ngữ phía trước có chức năng định ngữ và thể hiện trạng thái hiện tại.

• **공간 (danh từ)** : 아무것도 없는 빈 곳이나 자리.
không gian
Nơi hay chỗ trống không có gì cả.

• **도** : 이미 있는 어떤 것에 다른 것을 더하거나 포함함을 나타내는 조사.
cũng
Trợ từ thể hiện sự thêm vào hoặc bao gồm cái khác vào cái nào đó đã có sẵn.

• **꾸미다 (động từ)** : 모양이 좋아지도록 손질하다.
trang trí, trang hoàng
Sửa sang để kiểu dáng trở nên đẹp hơn.

• **-기 나름이다** : 어떤 일이 앞의 말이 나타내는 행동을 어떻게 하느냐에 따라 달라질 수 있음을 나타내는 표현.
tùy thuộc, tùy vào, tùy theo
Cấu trúc thể hiện việc nào đó có thể đổi khác tùy theo việc thực hiện như thế nào hành động mà từ ngữ phía trước diễn đạt.

• **-야** : (두루낮춤으로) 어떤 사실에 대하여 서술하거나 물음을 나타내는 종결 어미.
à, ư
(cách nói hạ thấp phổ biến) Vĩ tố kết thúc câu thể hiện sự tường thuật hay hỏi về sự việc nào đó. <sự tường thuật>

< 대화(sự đối thoại) > - 24

나물 반찬 말고 더 맛있는 거 없어요?
나물 반찬 말고 더 마신는 거 업써요?
namul banchan malgo deo masinneun geo eopseoyo?

반찬 투정하지 말고 빨리 먹기나 해.
반찬 투정하지 말고 빨리 먹끼나 해.
banchan tujeonghaji malgo ppalli meokgina hae.

< 설명(việc giải thích) / 번역(việc biên dịch) >

나물 반찬 말+고 더 맛있+[는 것(거)] 없+어요?
맛있는 거

• **나물 (danh từ)** : 먹을 수 있는 풀이나 나뭇잎, 채소 등을 삶거나 볶거나 또는 날것으로 양념하여 무친 반찬.
Namul; món rau luộc, món rau trộn
Thức ăn với nguyên liệu là rau, lá cây, củ rồi mang luộc, xào hoặc mang trộn với gia vị.

• **반찬 (danh từ)** : 식사를 할 때 밥에 곁들여 먹는 음식.
món ăn kèm, thức ăn phụ
Thức ăn ăn cùng với cơm khi dùng bữa.

• **말다 (động từ)** : 앞의 것이 아니고 뒤의 것임을 나타내는 말.
không phải ..... mà....
Từ thể hiện không phải cái trước mà là cái sau.

• **-고** : 두 가지 이상의 대등한 사실을 나열할 때 쓰는 연결 어미.
và
Vĩ tố liên kết dùng khi liệt kê hai sự việc đồng đẳng trở lên.

• **더 (phó từ)** : 비교의 대상이나 어떤 기준보다 정도가 크게, 그 이상으로.
hơn
Mức độ lớn hơn đối tượng so sánh hoặc tiêu chuẩn nào đó, trên mức đó

• **맛있다 (Tính từ)** : 맛이 좋다.
ngon, có vị
Vị ngon.

• -는 것 : 명사가 아닌 것을 문장에서 명사처럼 쓰이게 하거나 '이다' 앞에 쓰일 수 있게 할 때 쓰는 표현.
  cái, thứ, điều, việc
  Cấu trúc dùng khi làm cho yếu tố không phải là danh từ được dùng như danh từ trong câu, hoặc làm cho có thể được dùng trước "이다".

• 없다 (Tính từ) : 사람, 사물, 현상 등이 어떤 곳에 자리나 공간을 차지하고 존재하지 않는 상태이다.
  không có
  Là trạng thái mà con người, sự vật, hiện tượng... không chiếm vị trí hay không gian và không tồn tại ở nơi nào đó.

• -어요 : (두루높임으로) 어떤 사실을 서술하거나 질문, 명령, 권유함을 나타내는 종결 어미.
  không?, hãy, hãy cùng
  (cách nói kính trọng phổ biến) Vĩ tố kết thúc câu thể hiện sự tường thuật sự việc nào đó hay nghi vấn, mệnh lệnh, đề nghị. <việc hỏi>

반찬 투정하+[지 말]+고 빨리 먹+[기나 하]+여.
먹기나 해

• **반찬 (danh từ)** : 식사를 할 때 밥에 곁들여 먹는 음식.
  món ăn kèm, thức ăn phụ
  Thức ăn ăn cùng với cơm khi dùng bữa.

• **투정하다 (động từ)** : 무엇이 모자라거나 마음에 들지 않아 떼를 쓰며 조르다.
  càu nhàu, nhằng nhặng
  Không hài lòng hay có gì đó thiếu nên nằng nặc đòi hỏi.

• -지 말다 : 앞의 말이 나타내는 행동을 하지 못하게 함을 나타내는 표현.
  đừng
  Cấu trúc thể hiện việc không cho thực hiện hành động mà từ ngữ phía trước thể hiện.

• -고 : 앞의 말과 뒤의 말이 차례대로 일어남을 나타내는 연결 어미.
  rồi
  Vĩ tố liên kết thể hiện vế trước và về sau lần lượt xảy ra.

• **빨리 (phó từ)** : 걸리는 시간이 짧게.
  nhanh
  Một cách tốn ít thời gian.

• **먹다 (động từ)** : 음식 등을 입을 통하여 배 속에 들여보내다.
  ăn
  Cho thức ăn… vào trong bụng qua đường miệng.

• -기나 하다 : 마음에 차지는 않지만 듣는 사람이나 다른 사람이 앞의 말이 나타내는 행동을 하길 바랄 때 쓰는 표현.

...đi

Cấu trúc dùng khi mặc dù không thật sự vừa lòng nhưng vẫn mong muốn người nghe hay người khác thực hiện hành động mà từ ngữ phía trước thể hiện.

• -여 : (두루낮춤으로) 어떤 사실을 서술하거나 물음, 명령, 권유를 나타내는 종결 어미.

hả?, đi, ta hãy

(cách nói hạ thấp phổ biến) Vĩ tố kết thúc câu thể hiện sự tường thuật sự việc nào đó, nghi vấn, mệnh lệnh, đề nghị. **<sự ra lệnh>**

< 대화(sự đối thoại) > - 25

수박 한 통에 이만 원이라고요? 좀 비싼데요.
수박 한 통에 이만 워니라고요? 좀 비싼데요.
subak han tonge iman woniragoyo? jom bissandeyo.

비싸기는요. 요즘 물가가 얼마나 올랐는데요.
비싸기느뇨. 요즘 물까가 얼마나 올란는데요.
bissagineunyo. yojeum mulgaga eolmana ollanneundeyo.

< 설명(việc giải thích) / 번역(việc biên dịch) >

수박 한 통+에 이만 원+이+라고요?

좀 비싸+ㄴ데요.
　비싼데요

• 수박 (danh từ) : 둥글고 크며 초록 빛깔에 검푸른 줄무늬가 있으며 속이 붉고 수분이 많은 과일.
  dưa hấu
  Trái cây tròn và to, có sọc xanh đậm trên màu xanh lục, ruột đỏ và nhiều nước.

• 한 (định từ) : 하나의.
  một
  Thuộc một.

• 통 (danh từ) : 배추나 수박, 호박 등을 세는 단위.
  cây, quả, trái
  Đơn vị đếm những cái như cải thảo, dưa hấu hay bí đỏ.

• 에 : 앞말이 기준이 되는 대상이나 단위임을 나타내는 조사.
  Không có từ tương ứng
  Trợ từ (tiểu từ) thể hiện từ ngữ phía trước là đơn vị hoặc đối tượng được lấy làm tiêu chuẩn.

• 이만 : 20,000

• **원 (danh từ)** : 한국의 화폐 단위.
Won
Đơn vị tiền tệ của Hàn Quốc.

• **이다** : 주어가 지시하는 대상의 속성이나 부류를 지정하는 뜻을 나타내는 서술격 조사.
nào là
Trợ từ vị cách thể hiện sự liệt kê các sự vật đồng thời liên kết theo quan hệ đẳng lập.

• **-라고요** : (두루높임으로) 다른 사람의 말을 확인하거나 따져 물을 때 쓰는 표현.
bảo rằng… ư?
(cách nói kính trọng phổ biến) Cấu trúc dùng khi hỏi vặn hoặc xác nhận lời của người khác.

• **좀 (phó từ)** : 분량이나 정도가 적게.
một chút, một ít
Số lượng hay mức độ ít.

• **비싸다 (Tính từ)** : 물건값이나 어떤 일을 하는 데 드는 비용이 보통보다 높다.
đắt, đắt tiền
Giá của đồ vật hay chi phí dùng cho việc nào đó cao hơn thông thường.

• **-ㄴ데요** : (두루높임으로) 의외라 느껴지는 어떤 사실을 감탄하여 말할 때 쓰는 표현.
đấy chứ
(cách nói kính trọng phổ biến) Cấu trúc dùng khi cảm thán sự việc nào đó được cảm nhận là ngoài mong đợi.

비싸+기는요.

요즘 물가+가 얼마나 <u>오르(올ㄹ)+았</u>+는데요.
올랐는데요

• **비싸다 (Tính từ)** : 물건값이나 어떤 일을 하는 데 드는 비용이 보통보다 높다.
đắt, đắt tiền
Giá của đồ vật hay chi phí dùng cho việc nào đó cao hơn thông thường.

• **-기는요** : (두루높임으로) 상대방의 말을 가볍게 부정하거나 반박함을 나타내는 표현.
...gì mà..., ...đâu mà...
(cách nói kính trọng phổ biến) Cấu trúc thể hiện sự phủ định hoặc phản bác lời của đối phương một cách nhẹ nhàng.

- 요즘 (danh từ) : 아주 가까운 과거부터 지금까지의 사이.
  gần đây, dạo gần đây, dạo này
  Khoảng thời gian tính từ không lâu trước đây cho đến thời điểm hiện tại.

- 물가 (danh từ) : 물건이나 서비스의 평균적인 가격.
  vật giá
  Mức giá bình quân của dịch vụ hay hàng hóa.

- 가 : 어떤 상태나 상황에 놓인 대상이나 동작의 주체를 나타내는 조사.
  Không có từ tương ứng
  Trợ từ (tiểu từ) thể hiện chủ thể của động tác hoặc đối tượng được đặt trong trạng thái hay tình huống nào đó.

- 얼마나 (phó từ) : 상태나 느낌 등의 정도가 매우 크고 대단하게.
  biết bao, biết nhường nào
  Mức độ của trạng thái hay cảm giác... rất lớn và dữ dội.

- 오르다 (động từ) : 값, 수치, 온도, 성적 등이 이전보다 많아지거나 높아지다.
  tăng lên, lên
  Giá cả, chỉ số, nhiệt độ, điểm số v.v... nhiều hơn trước hoặc cao hơn trước.

- -았- : 어떤 사건이 과거에 완료되었거나 그 사건의 결과가 현재까지 지속되는 상황을 나타내는 어미.
  đã
  Vĩ tố thể hiện tình huống mà sự kiện nào đó đã hoàn thành trong quá khứ hoặc kết quả của sự kiện đó được tiếp tục đến hiện tại.

- -는데요 : (두루높임으로) 어떤 상황을 전달하여 듣는 사람의 반응을 기대함을 나타내는 표현.
  đấy, đây, mà
  (cách nói kính trọng phổ biến) Cấu trúc thể hiện việc truyền đạt tình huống nào đó và trông đợi phản ứng của người nghe.

< 대화(sự đối thoại) > - 26

왜 나한테 거짓말을 했어?
왜 나한테 거진마를 해써?
wae nahante geojinmareul haesseo?

그건 너와 멀어질까 봐 두려웠기 때문이야.
그건 너와 머러질까 봐 두려월끼 때무니야.
geugeon neowa meoreojilkka bwa duryeowotgi ttaemuniya.

< 설명(việc giải thích) / 번역(việc biên dịch) >

왜 나+한테 거짓말+을 <u>하+였+어</u>?
했어

- **왜 (phó từ)** : 무슨 이유로. 또는 어째서.
  tại sao, vì sao
  Với lý do gì. Hoặc làm sao chứ.

- **나 (đại từ)** : 말하는 사람이 친구나 아랫사람에게 자기를 가리키는 말.
  tôi, mình, anh, chị...
  Từ mà người nói dùng để chỉ bản thân mình khi nói với người dưới hoặc bạn bè.

- **한테** : 어떤 행동이 미치는 대상임을 나타내는 조사.
  cho
  Trợ từ thể hiện đối tượng mà hành động nào đó tác động đến.

- **거짓말 (danh từ)** : 사실이 아닌 것을 사실인 것처럼 꾸며서 하는 말.
  lời nói dối
  Lời nói về một việc không có thật nhưng lại làm như có thật.

- **을** : 동작이 직접적으로 영향을 미치는 대상을 나타내는 조사.
  Không có từ tương ứng
  Trợ từ (tiểu từ) thể hiện đối tượng mà động tác trực tiếp ảnh hưởng đến.

- **하다 (động từ)** : 어떤 행동이나 동작, 활동 등을 행하다.
  làm, tiến hành
  Thực hiện hành động hay động tác, hoạt động nào đó.

• -였- : 사건이 과거에 일어났음을 나타내는 어미.

đã

Vĩ tố thể hiện sự kiện đã xảy ra trong quá khứ.

• -어 : (두루낮춤으로) 어떤 사실을 서술하거나 물음, 명령, 권유를 나타내는 종결 어미.

hả?, đi, ta hãy

(cách nói hạ thấp phổ biến) Vĩ tố kết thúc câu thể hiện sự tường thuật sự việc nào đó, nghi vấn, mệnh lệnh, khuyên nhủ. <sự hỏi>

그것(그거)+은 너+와 멀어지+[ㄹ까 보]+아 두렵(두려우)+었+[기 때문]+이+야.
   그건   멀어질까 봐   두려웠기 때문이야

• 그것 (đại từ) : 앞에서 이미 이야기한 대상을 가리키는 말.

cái đó, việc đó

Từ dùng để chỉ đối tượng đã nói đến ở phía trước.

• 은 : 문장 속에서 어떤 대상이 화제임을 나타내는 조사.

Không có từ tương ứng

Trợ từ (tiểu từ) thể hiện việc đối tượng nào đó là chủ đề câu chuyện trong câu.

• 너 (đại từ) : 듣는 사람이 친구나 아랫사람일 때, 그 사람을 가리키는 말.

bạn, cậu, mày

Từ chỉ người nghe khi người đó là bạn bè hay người dưới.

• 와 : 무엇인가를 상대로 하여 어떤 일을 할 때 그 상대임을 나타내는 조사.

với, cùng với

Trợ từ thể hiện việc lấy điều gì đó làm đối tượng và đó là đối tượng khi làm việc gì đó.

• 멀어지다 (động từ) : 친하던 사이가 다정하지 않게 되다.

trở nên xa cách, trở nên xa lạ

Quan hệ vốn thân thiết trở nên không còn tình cảm.

• -ㄹ까 보다 : 앞에 오는 말이 나타내는 상황이 될 것을 걱정하거나 두려워함을 나타내는 표현.

e rằng, lo rằng

Cấu trúc thể hiện sự lo lắng hoặc quan ngại sẽ trở thành tình huống mà vế trước thể hiện.

• -아 : 앞에 오는 말이 뒤에 오는 말에 대한 원인이나 이유임을 나타내는 연결 어미.

nên

Vĩ tố liên kết thể hiện vế trước là nguyên nhân hay lí do đối với vế sau.

• **두렵다 (Tính từ)** : 걱정되고 불안하다.
lo sợ
Lo lắng và bất an.

• **-었-** : 사건이 과거에 일어났음을 나타내는 어미.
đã
Vĩ tố thể hiện sự kiện đã xảy ra trong quá khứ.

• **-기 때문** : 앞의 내용이 뒤에 오는 일의 원인이나 까닭임을 나타내는 표현.
vì
Cấu trúc thể hiện nội dung phía trước là nguyên nhân hay duyên cớ của việc sau.

• **이다** : 주어가 지시하는 대상의 속성이나 부류를 지정하는 뜻을 나타내는 서술격 조사.
nào là
Trợ từ vị cách thể hiện sự liệt kê các sự vật đồng thời liên kết theo quan hệ đẳng lập.

• **-야** : (두루낮춤으로) 어떤 사실에 대하여 서술하거나 물음을 나타내는 종결 어미.
à, ư
(cách nói hạ thấp phổ biến) Vĩ tố kết thúc câu thể hiện sự tường thuật hay hỏi về sự việc nào đó. **<sự tường thuật>**

< 대화(sự đối thoại) > - 27

이번 휴가 때 남자 친구에게 운전을 배우기로 했어.
이번 휴가 때 남자 친구에게 운저늘 배우기로 해써.
ibeon hyuga ttae namja chinguege unjeoneul baeugiro haesseo.

그러면 분명히 서로 싸우게 될 텐데…….
그러면 분명히 서로 싸우게 될 텐데…….
geureomyeon bunmyeonghi seoro ssauge doel tende…….

< 설명(việc giải thích) / 번역(việc biên dịch) >

이번 휴가 때 남자 친구+에게 운전+을 배우+[기로 하]+였+어.

배우기로 했어

- **이번 (danh từ)** : 곧 돌아올 차례. 또는 막 지나간 차례.
lần này
Lần sắp tới. Hoặc lần vừa mới qua.

- **휴가 (danh từ)** : 직장이나 군대 등의 단체에 속한 사람이 일정한 기간 동안 일터를 벗어나서 쉬는 일. 또는 그런 기간.
sự nghỉ phép; kì nghỉ
Việc người thuộc tổ chức nào đó như quân đội hoặc công ti được thoát khỏi chỗ làm và nghỉ ngơi trong khoảng thời gian nhất định. Hoặc thời gian như vậy.

- **때 (danh từ)** : 어떤 시기 동안.
thời, thời kỳ
Trong thời kỳ nào đó.

- **남자 친구 (danh từ)** : 여자가 사랑하는 감정을 가지고 사귀는 남자.
bạn trai
Người nam mà người nữ quen và có tình cảm yêu thương.

- **에게** : 어떤 행동의 주체이거나 비롯되는 대상임을 나타내는 조사.
từ
Trợ từ thể hiện là đối tượng được bao gồm hay là chủ thể của một hành động nào đó.

• **운전 (danh từ)** : 기계나 자동차를 움직이고 조종함.
 sự lái xe
 Việc điều khiển rồi làm dịch chuyển máy móc hoặc ô tô.

• **을** : 동작이 직접적으로 영향을 미치는 대상을 나타내는 조사.
 Không có từ tương ứng
 Trợ từ (tiểu từ) thể hiện đối tượng mà động tác trực tiếp ảnh hưởng đến.

• **배우다 (động từ)** : 새로운 기술을 익히다.
 học, học hỏi
 Làm quen kĩ thuật mới.

• **-기로 하다** : 앞의 말이 나타내는 행동을 할 것을 결심하거나 약속함을 나타내는 표현.
 quyết định, xác định
 Cấu trúc thể hiện sự quyết tâm hay hứa hẹn sẽ thực hiện hành động mà từ ngữ phía trước thể hiện.

• **-였-** : 어떤 사건이 과거에 완료되었거나 그 사건의 결과가 현재까지 지속되는 상황을 나타내는 어미.
 đã
 Vĩ tố thể hiện tình huống mà sự kiện nào đó đã hoàn thành trong quá khứ hoặc kết quả của sự kiện đó được tiếp tục đến hiện tại.

• **-어** : (두루낮춤으로) 어떤 사실을 서술하거나 물음, 명령, 권유를 나타내는 종결 어미.
 hả?, đi, ta hãy
 (cách nói hạ thấp phổ biến) Vĩ tố kết thúc câu thể hiện sự tường thuật sự việc nào đó, nghi vấn, mệnh lệnh, khuyên nhủ. <sự tường thuật>

그러면 분명히 서로 싸우+[게 되]+[ㄹ 텐데]……
싸우게 될 텐데

• **그러면 (phó từ)** : 앞의 내용이 뒤의 내용의 조건이 될 때 쓰는 말.
 nếu vậy, như vậy, vậy thì
 Từ dùng khi nội dung phía trước trở thành điều kiện của nội dung phía sau.

• **분명히 (phó từ)** : 어떤 사실이 틀림이 없이 확실하게.
 một cách rõ ràng, một cách chắc chắn
 Sự việc nào đó chắc chắn xác thực.

• **서로 (phó từ)** : 관계를 맺고 있는 둘 이상의 대상이 각기 그 상대에 대하여.
 nhau, lẫn nhau
 Hai đối tượng trở lên có quan hệ với nhau đối với đối phương.

• **싸우다 (động từ)** : 말이나 힘으로 이기려고 다투다.

đánh lộn, cãi vã

Gây gổ để thắng bằng lời nói hay sức lực.

• **-게 되다** : 앞의 말이 나타내는 상태나 상황이 됨을 나타내는 표현.

trở nên, được

Cấu trúc thể hiện sự trở thành trạng thái hay tình huống mà từ ngữ phía trước thể hiện.

• **-ㄹ 텐데** : 앞에 오는 말에 대하여 말하는 사람의 강한 추측을 나타내면서 그와 관련되는 내용을 이어 말할 때 쓰는 표현.

chắc sẽ··· mà.., chắc là··· nên...

Cấu trúc dùng khi thể hiện sự suy đoán mạnh mẽ của người nói đối với vế trước đồng thời nói tiếp nội dung có liên quan với điều đó.

< 대화(sự đối thoại) > - 28

운동선수로서 뭐가 제일 힘들어?
운동선수로서 뭐가 제일 힘드러?
undongseonsuroseo mwoga jeil himdeureo?

글쎄, 체중을 조절하기 위한 끊임없는 노력이겠지.
글쎄, 체중을 조절하기 위한 끄니멈는 노려기겔찌.
geulsse, chejungeul jojeolhagi wihan kkeunimeomneun noryeogigetji.

< 설명(việc giải thích) / 번역(việc biên dịch) >

운동선수+로서 뭐+가 제일 힘들+어?

- **운동선수 (danh từ)** : 운동에 뛰어난 재주가 있어 전문적으로 운동을 하는 사람.
  vận động viên thể dục thể thao
  Người chơi thể thao một cách chuyên nghiệp có tài xuất sắc trong thể thao.

- **로서** : 어떤 지위나 신분, 자격을 나타내는 조사.
  như, với tư cách
  Trợ từ thể hiện địa vị, thân phận hay tư cách nào đó.

- **뭐 (đại từ)** : 모르는 사실이나 사물을 가리키는 말.
  cái gì đó, điều gì đấy
  Từ chỉ sự việc hay sự vật không biết được.

- **가** : 어떤 상태나 상황에 놓인 대상이나 동작의 주체를 나타내는 조사.
  Không có từ tương ứng
  Trợ từ (tiểu từ) thể hiện chủ thể của động tác hoặc đối tượng được đặt trong trạng thái hay tình huống nào đó.

- **제일 (phó từ)** : 여럿 중에서 가장.
  thứ nhất, số một, đầu tiên
  Nhất trong số nhiều cái.

- **힘들다 (Tính từ)** : 어떤 일을 하는 것이 어렵거나 곤란하다.
  nhọc công, nhọc nhằn, khó nhọc
  Việc làm công việc nào đó khó khăn hay khó nhọc.

• -어 : (두루낮춤으로) 어떤 사실을 서술하거나 물음, 명령, 권유를 나타내는 종결 어미.

hả?, đi, ta hãy

(cách nói hạ thấp phổ biến) Vĩ tố kết thúc câu thể hiện sự tường thuật sự việc nào đó, nghi vấn, mệnh lệnh, khuyên nhủ. <sự hỏi>

글쎄, 체중+을 조절하+[기 위한] 끊임없+는 노력+이+겠+지.

• 글쎄 (từ cảm thán) : 상대방의 물음이나 요구에 대하여 분명하지 않은 태도를 나타낼 때 쓰는 말.

để xem, xem nào

Từ dùng khi thể hiện thái độ không rõ ràng đối với yêu cầu hay câu hỏi của đối phương.

• 체중 (danh từ) : 몸의 무게.

thể trọng

Trọng lượng của cơ thể.

• 을 : 동작이 직접적으로 영향을 미치는 대상을 나타내는 조사.

Không có từ tương ứng

Trợ từ (tiểu từ) thể hiện đối tượng mà động tác trực tiếp ảnh hưởng đến.

• 조절하다 (động từ) : 균형에 맞게 바로잡거나 상황에 알맞게 맞추다.

điều tiết

Làm cho phù hợp với tình hình và chỉnh đốn cho phù hợp với sự quân bình.

• -기 위한 : 뒤에 오는 명사를 수식하면서 그 목적이나 의도를 나타내는 표현.

để, nhằm, dành cho

Cấu trúc thể hiện mục đích hay ý đồ đồng thời bổ nghĩa cho danh từ đứng sau.

• 끊임없다 (Tính từ) : 계속하거나 이어져 있던 것이 끊이지 아니하다.

không ngừng, không ngớt

Sự liên tục hay nối tiếp không bị chấm dứt.

• -는 : 앞의 말이 관형어의 기능을 하게 만들고 사건이나 동작이 현재 일어남을 나타내는 어미.

mà

Vĩ tố làm cho từ ngữ phía trước có chức năng định ngữ và thể hiện sự kiện hay động tác xảy ra ở hiện tại.

• 노력 (danh từ) : 어떤 목적을 이루기 위하여 힘을 들이고 애를 씀.

sự cố gắng, sự nỗ lực

Sự dùng sức lực và cố gắng để đạt mục đích nào đó.

• 이다 : 주어가 지시하는 대상의 속성이나 부류를 지정하는 뜻을 나타내는 서술격 조사.

nào là

Trợ từ vị cách thể hiện sự liệt kê các sự vật đồng thời liên kết theo quan hệ đẳng lập.

• -겠- : 미래의 일이나 추측을 나타내는 어미.

sẽ, chắc là

Vĩ tố thể hiện sự việc tương lai hay suy đoán.

• -지 : (두루낮춤으로) 말하는 사람이 자신에 대한 이야기나 자신의 생각을 친근하게 말할 때 쓰는 종결 어미.

nhỉ?

(cách nói hạ thấp phổ biến) Vĩ tố kết thúc câu dùng khi người nói kể về mình hay suy nghĩ của mình một cách thân mật với người nghe.

< 대화(sự đối thoại) > - 29

요즘 부쩍 운동을 열심히 하시네요.
요즘 부쩍 운동을 열씸히 하시네요.
yojeum bujjeok undongeul yeolsimhi hasineyo.

건강을 유지하기 위해서 운동을 좀 해야겠더라고요.
건강을 유지하기 위해서 운동을 좀 해야겐떠라고요.
geongangeul yujihagi wihaeseo undongeul jom haeyagetdeoragoyo.

< 설명(việc giải thích) / 번역(việc biên dịch) >

요즘 부쩍 운동+을 열심히 하+시+네요.

• **요즘 (danh từ)** : 아주 가까운 과거부터 지금까지의 사이.
  gần đây, dạo gần đây, dạo này
  Khoảng thời gian tính từ không lâu trước đây cho đến thời điểm hiện tại.

• **부쩍 (phó từ)** : 어떤 사물이나 현상이 갑자기 크게 변화하는 모양.
  nhanh chóng, mau lẹ
  Hình ảnh mà sự vật hay hiện tượng nào đó biến đổi nhiều một cách đột ngột.

• **운동 (danh từ)** : 몸을 단련하거나 건강을 위하여 몸을 움직이는 일.
  sự tập luyện thể thao
  Việc rèn luyện thân thể hoặc vận động cơ thể vì mục đích sức khỏe.

• **을** : 동작이 직접적으로 영향을 미치는 대상을 나타내는 조사.
  Không có từ tương ứng
  Trợ từ (tiểu từ) thể hiện đối tượng mà động tác trực tiếp ảnh hưởng đến.

• **열심히 (phó từ)** : 어떤 일에 온 정성을 다하여.
  một cách chăm chỉ, một cách cần mẫn, một cách miệt mài
  Một cách dành hết tâm trí cho việc nào đó.

• **하다 (động từ)** : 어떤 행동이나 동작, 활동 등을 행하다.
  làm, tiến hành
  Thực hiện hành động hay động tác, hoạt động nào đó.

- -시- : 어떤 동작이나 상태의 주체를 높이는 뜻을 나타내는 어미.

  Không có từ tương ứng

  Vĩ tố thể hiện nghĩa kính trọng chủ thể của động tác hay trạng thái nào đó.

- -네요 : (두루높임으로) 말하는 사람이 직접 경험하여 새롭게 알게 된 사실에 대해 감탄함을 나타낼 때
  쓰는 표현.

  đấy, lắm, quá

  (cách nói kính trọng phổ biến) Cấu trúc dùng khi thể hiện sự cảm thán đối với sự việc mà người nói mới biết được do trực tiếp trải nghiệm.

건강+을 유지하+[기 위해서] 운동+을 좀 하+여야겠+더라고요.
해야겠더라고요

- 건강 (danh từ) : 몸이나 정신이 이상이 없이 튼튼한 상태.

  sự khỏe mạnh, sức khỏe

  Trạng thái tinh thần hay cơ thể khỏe khoắn không có gì bất thường.

- 을 : 동작이 직접적으로 영향을 미치는 대상을 나타내는 조사.

  Không có từ tương ứng

  Trợ từ (tiểu từ) thể hiện đối tượng mà động tác trực tiếp ảnh hưởng đến.

- 유지하다 (động từ) : 어떤 상태나 상황 등을 그대로 이어 나가다.

  duy trì

  Tiếp diễn trạng thái hay tình trạng... nào đó như vốn có.

- -기 위해서 : 어떤 일을 하는 목적인 의도를 나타내는 표현.

  để, nhằm

  Cấu trúc thể hiện ý đồ hay mục đích thực hiện việc nào đó.

- 운동 (danh từ) : 몸을 단련하거나 건강을 위하여 몸을 움직이는 일.

  sự tập luyện thể thao

  Việc rèn luyện thân thể hoặc vận động cơ thể vì mục đích sức khỏe.

- 을 : 동작이 직접적으로 영향을 미치는 대상을 나타내는 조사.

  Không có từ tương ứng

  Trợ từ (tiểu từ) thể hiện đối tượng mà động tác trực tiếp ảnh hưởng đến.

- 좀 (phó từ) : 분량이나 정도가 적게.

  một chút, một ít

  Số lượng hay mức độ ít.

- **하다 (động từ)** : 어떤 행동이나 동작, 활동 등을 행하다.

  làm, tiến hành

  Thực hiện hành động hay động tác, hoạt động nào đó.

- **-여야겠-** : 앞의 말이 나타내는 행동에 대한 강한 의지를 나타내거나 그 행동을 할 필요가 있음을 완곡
  하게 말할 때 쓰는 표현.

  sẽ phải, chắc phải

  Cấu trúc dùng khi thể hiện ý chí mạnh mẽ đối với hành động mà từ ngữ phía trước diễn
  đạt hoặc nói khéo cần phải thực hiện hành động đó.

- **-더라고요** : (두루높임으로) 과거에 경험하여 새로 알게 된 사실에 대해 지금 상대방에게 옮겨 전할 때
  쓰는 표현.

  đấy

  (cách nói kính trọng phổ biến) Cấu trúc dùng khi bây giờ truyền đạt cho đối phương về sự
  việc mới biết được do kinh qua trong quá khứ.

< 대화(sự đối thoại) > - 30

해외여행을 떠나기 전에 무엇을 준비해야 할까요?
해외여행을 떠나기 저네 무어슬 준비해야 할까요?
haeoeyeohaengeul tteonagi jeone mueoseul junbihaeya halkkayo?

먼저 여권을 준비하고 환전도 해야 해요.
먼저 여꿔늘 준비하고 환전도 해야 해요.
meonjeo yeogwoneul junbihago hwanjeondo haeya haeyo.

< 설명(việc giải thích) / 번역(việc biên dịch) >

해외여행+을 떠나+[기 전에] 무엇+을 준비하+[여야 하]+ㄹ까요?
준비해야 할까요

• **해외여행 (danh từ)** : 외국으로 여행을 가는 일. 또는 그런 여행.
du lịch nước ngoài; chuyến du lịch ngoại quốc
Việc đi du lịch ra nước ngoài. Hoặc chuyến du lịch như vậy.

• 을 : 그 행동의 목적이 되는 일을 나타내는 조사.
Không có từ tương ứng
Trợ từ (tiểu từ) thể hiện việc trở thành mục đích của hành động đó.

• **떠나다 (động từ)** : 어떤 일을 하러 나서다.
ra tay
Đứng ra để làm việc nào đó

• **-기 전에** : 뒤에 오는 말이 나타내는 행동이 앞에 오는 말이 나타내는 행동보다 앞서는 것을 나타내는
표현.
trước khi
Cấu trúc thể hiện hành động mà vế sau diễn tả xảy ra trước hành động mà vế trước diễn
tả.

• **무엇 (đại từ)** : 모르는 사실이나 사물을 가리키는 말.
cái gì, gì
Từ chỉ sự việc hay sự vật không biết.

• 을 : 동작이 직접적으로 영향을 미치는 대상을 나타내는 조사.
Không có từ tương ứng
Trợ từ (tiểu từ) thể hiện đối tượng mà động tác trực tiếp ảnh hưởng đến.

• **준비하다 (động từ)** : 미리 마련하여 갖추다.
chuẩn bị
Trù bị, thu xếp trước.

• **-여야 하다** : 앞에 오는 말이 어떤 일을 하거나 어떤 상황에 이르기 위한 의무적인 행동이거나 필수적인 조건임을 나타내는 표현.
phải
Cấu trúc thể hiện từ ngữ phía trước là hành động mang tính nghĩa vụ hoặc là điều kiện mang tính bắt buộc để làm việc nào đó hoặc đạt tới tình trạng nào đó.

• **-ㄹ까요** : (두루높임으로) 듣는 사람에게 의견을 묻거나 제안함을 나타내는 표현.
nhé?
(cách nói kính trọng phổ biến) Cấu trúc thể hiện sự đề nghị hoặc hỏi ý kiến đối với người nghe.

먼저 여권+을 준비하+고 환전+도 하+[여야 하]+여요.
해야 해요

• **먼저 (phó từ)** : 시간이나 순서에서 앞서.
trước
Trước về thời gian hay thứ tự.

• **여권 (danh từ)** : 다른 나라를 여행하는 사람의 신분이나 국적을 증명하고, 여행하는 나라에 그 사람의 보호를 맡기는 문서.
hộ chiếu
Giấy tờ chứng minh quốc tịch hay nhân thân của người đi du lịch ở nước khác, có vai trò bảo vệ người đó ở nước đang đi du lịch.

• 을 : 동작이 직접적으로 영향을 미치는 대상을 나타내는 조사.
Không có từ tương ứng
Trợ từ (tiểu từ) thể hiện đối tượng mà động tác trực tiếp ảnh hưởng đến.

• **준비하다 (động từ)** : 미리 마련하여 갖추다.
chuẩn bị
Trù bị, thu xếp trước.

• **-고** : 두 가지 이상의 대등한 사실을 나열할 때 쓰는 연결 어미.
và
Vĩ tố liên kết dùng khi liệt kê hai sự việc đồng đẳng trở lên.

• **환전 (danh từ)** : 한 나라의 화폐를 다른 나라의 화폐와 맞바꿈.
  sự đổi tiền
  Việc đổi ngang tiền của một nước với tiền của nước khác.

• **도** : 이미 있는 어떤 것에 다른 것을 더하거나 포함함을 나타내는 조사.
  cũng
  Trợ từ thể hiện sự thêm vào hoặc bao gồm cái khác vào cái nào đó đã có sẵn.

• **하다 (động từ)** : 어떤 행동이나 동작, 활동 등을 행하다.
  làm, tiến hành
  Thực hiện hành động hay động tác, hoạt động nào đó.

• **-여야 하다** : 앞에 오는 말이 어떤 일을 하거나 어떤 상황에 이르기 위한 의무적인 행동이거나 필수적인 조건임을 나타내는 표현.
  phải
  Cấu trúc thể hiện từ ngữ phía trước là hành động mang tính nghĩa vụ hoặc là điều kiện mang tính bắt buộc để làm việc nào đó hoặc đạt tới tình trạng nào đó.

• **-여요** : (두루높임으로) 어떤 사실을 서술하거나 질문, 명령, 권유함을 나타내는 종결 어미.
  không?, hãy, hãy cùng
  (cách nói kính trọng phổ biến) Vĩ tố kết thúc câu thể hiện sự tường thuật sự việc nào đó hay nghi vấn, mệnh lệnh, đề nghị. **<sự tường thuật>**

< 대화(sự đối thoại) > - 31

저 다음 달에 한국에 갑니다.
저 다음 다레 한구게 감니다.
jeo daeum dare hanguge gamnida.

어머, 그럼 우리 서울에서 볼 수 있겠네요?
어머, 그럼 우리 서우레서 볼 쑤 읻껜네요?
eomeo, geureom uri seoureseo bol su itgenneyo?

< 설명(việc giải thích) / 번역(việc biên dịch) >

저 다음 달+에 한국+에 가+ㅂ니다.
갑니다

- 저 (đại từ) : 말하는 사람이 듣는 사람에게 자신을 낮추어 가리키는 말.
  em, con, cháu
  Cách người nói hạ mình để xưng hô với người nghe.

- 다음 (danh từ) : 어떤 차례에서 바로 뒤.
  sau
  Ngay sau một thứ tự nào đó.

- 달 (danh từ) : 일 년을 열둘로 나누어 놓은 기간.
  tháng
  Thời gian chia một năm ra thành mười hai phần.

- 에 : 앞말이 시간이나 때임을 나타내는 조사.
  vào lúc
  Trợ từ (tiểu từ) thể hiện từ ngữ phía trước là thời gian hoặc thời điểm.

- 한국 (danh từ) : 아시아 대륙의 동쪽에 있는 나라. 한반도와 그 부속 섬들로 이루어져 있으며, 대한민
  국이라고도 부른다. 1950년에 일어난 육이오 전쟁 이후 휴전선을 사이에 두고 국토가
  둘로 나뉘었다. 언어는 한국어이고, 수도는 서울이다.
  Hàn Quốc
  Quốc gia ở phía Đông của đại lục châu Á, được hình thành bởi bán đảo Hàn và các đảo trực thuộc, gọi là Đại Hàn Dân Quốc. Sau chiến tranh 25.6 xảy ra năm 1950, lãnh thổ bị chia đôi theo đường đình chiến. Ngôn ngữ là tiếng Hàn và thủ đô là Seoul.

• 에 : 앞말이 목적지이거나 어떤 행위의 진행 방향임을 나타내는 조사.

đến, tới

Trợ từ (tiểu từ) thể hiện từ ngữ phía trước là đích đến hoặc là hướng diễn tiến của hành động nào đó.

• 가다 (**động từ**) : 한 곳에서 다른 곳으로 장소를 이동하다.

đi

Di chuyển địa điểm từ một nơi sang nơi khác.

• -ㅂ니다 : (아주높임으로) 현재의 동작이나 상태, 사실을 정중하게 설명함을 나타내는 종결 어미.

Không có từ tương ứng

(cách nói rất kính trọng) Vĩ tố kết thúc câu thể hiện sự thuyết minh động tác, trạng thái hay sự việc ở hiện tại một cách trịnh trọng.

어머, 그럼 우리 서울+에서 <u>보</u>+[<u>ㄹ 수 있</u>]+<u>겠</u>+<u>네요</u>?
볼 수 있겠네요

• 어머 (**từ cảm thán**) : 주로 여자들이 예상하지 못한 일로 갑자기 놀라거나 감탄할 때 내는 소리.

Ối trời !

Âm thanh mà chủ yếu phụ nữ bật ra khi bất thình lình ngạc nhiên hay cảm thán bởi việc không ngờ tới được.

• 그럼 (**phó từ**) : 앞의 내용을 받아들이거나 그 내용을 바탕으로 하여 새로운 주장을 할 때 쓰는 말.

vậy thì

Từ dùng khi tiếp nhận nội dung phía trước hoặc lấy nội dung ấy làm nền tảng cho chủ trương mới.

• 우리 (**đại từ**) : 말하는 사람이 자기와 듣는 사람 또는 이를 포함한 여러 사람들을 가리키는 말.

chúng ta

Từ chỉ nhiều người bao gồm cả người nói và người nghe.

• 서울 (**danh từ**) : 한반도 중앙에 있는 특별시. 한국의 수도이자 정치, 경제, 산업, 사회, 문화, 교통의 중심지이다. 북한산, 관악산 등의 산에 둘러싸여 있고 가운데로는 한강이 흐른다.

Seoul; Xơ-un

ThànThành phố đặc biệt ở giữa bán đảo Hàn. Là thủ đô của Hàn Quốc và là trung tâm chính trị, kinh tế, công nghiệp, xã hội, văn hóa, giao thông. Được bao bọc bởi các ngọn núi như núi Bukhan, núi Kwanak… và ở giữa có sông Hàn chảy qua.

• 에서 : 앞말이 행동이 이루어지고 있는 장소임을 나타내는 조사.

ở, tại

Trợ từ thể hiện lời phía trước là địa điểm mà hành động nào đó được diễn ra.

· **보다 (động từ)** : 사람을 만나다.
gặp
Gặp người.

· **-ㄹ 수 있다** : 어떤 행동이나 상태가 가능함을 나타내는 표현.
Không có từ tương ứng
Cụm ngữ pháp thể hiện hành động hoặc trạng thái nào đó có thể xảy ra.

· **-겠-** : 미래의 일이나 추측을 나타내는 어미.
sẽ, chắc là
Vĩ tố thể hiện sự việc tương lai hay suy đoán.

· **-네요** : (두루높임으로) 말하는 사람이 추측하거나 짐작한 내용에 대해 듣는 사람에게 동의를 구하며 물을 때 쓰는 표현.
lắm nhỉ, lắm phải không?
(cách nói kính trọng phổ biến) Cấu trúc dùng khi hỏi người nghe để tìm kiếm sự đồng ý đối với nội dung mà người nói suy đoán hoặc phỏng đoán.

< 대화(sự đối thoại) > - 32

매일 만드는 대로 요리했는데 오늘은 평소보다 맛이 없는 것 같아요.
매일 만드는 대로 요리핻는데 오느른 평소보다 마시 엄는 걷 가타요.
maeil mandeuneun daero yorihaenneunde oneureun pyeongsoboda masi eomneun geot gatayo.

아니에요. 맛있어요. 잘 먹을게요.
아니에요. 마시써요. 잘 머글께요.
anieyo. masisseoyo. jal meogeulgeyo.

< 설명(việc giải thích) / 번역(việc biên dịch) >

매일 만들(만드)+[는 대로] 요리하+였+는데
      만드는 대로   요리했는데

오늘+은 평소+보다 맛+이 없+[는 것 같]+아요.

- **매일 (phó từ)** : 하루하루마다 빠짐없이.
  mỗi ngày
  Từng ngày từng ngày một mà không bỏ sót.

- **만들다 (động từ)** : 힘과 기술을 써서 없던 것을 생기게 하다.
  làm ra, tạo ra, chế tạo
  Dùng sức mạnh và kỹ thuật để tạo nên cái vốn không có.

- **-는 대로** : 앞에 오는 말이 뜻하는 현재의 행동이나 상황과 같음을 나타내는 표현.
  như, theo
  Cấu trúc thể hiện giống như hành động hay tình huống hiện tại mà vế trước ngụ ý.

- **요리하다 (động từ)** : 음식을 만들다.
  nấu ăn, nấu nướng
  Chế biến thức ăn.

- **-였-** : 어떤 사건이 과거에 완료되었거나 그 사건의 결과가 현재까지 지속되는 상황을 나타내는 어미.
  đã
  Vĩ tố thể hiện tình huống mà sự kiện nào đó đã hoàn thành trong quá khứ hoặc kết quả của sự kiện đó được tiếp tục đến hiện tại.

• -는데 : 뒤의 말을 하기 위하여 그 대상과 관련이 있는 상황을 미리 말함을 나타내는 연결 어미.
Không có từ tương ứng
Vĩ tố liên kết thể hiện việc nói trước tình huống có liên quan đến đối tượng để nói tiếp lời phía sau.

• 오늘 (danh từ) : 지금 지나가고 있는 이날.
ngày hôm nay, hôm nay
Ngày đang trải qua bây giờ.

• 은 : 어떤 대상이 다른 것과 대조됨을 나타내는 조사.
thì
Trợ từ (tiểu từ) thể hiện việc đối tượng nào đó được đối chiếu với đối tượng khác.

• 평소 (danh từ) : 특별한 일이 없는 보통 때.
thường khi, thường ngày
Lúc bình thường không có việc gì đặc biệt.

• 보다 : 서로 차이가 있는 것을 비교할 때, 비교의 대상이 되는 것을 나타내는 조사.
hơn
Trợ từ thể hiện thứ trở thành đối tượng so sánh, khi so sánh những thứ có sự khác biệt nhau.

• 맛 (danh từ) : 음식 등을 혀에 댈 때 느껴지는 감각.
vị
Cảm giác nhận thấy khi chạm thức ăn... vào lưỡi.

• 이 : 어떤 상태나 상황의 대상이나 동작의 주체를 나타내는 조사.
Không có từ tương ứng
Trợ từ (tiểu từ) thể hiện chủ thể của động tác hoặc đối tượng của trạng thái hay tình huống nào đó.

• 없다 (Tính từ) : 어떤 사실이나 현상이 현실로 존재하지 않는 상태이다.
không có
Là trạng thái mà sự việc hay hiện tượng nào đó không tồn tại trong hiện thực.

• -는 것 같다 : 추측을 나타내는 표현.
có lẽ
Cấu trúc thể hiện sự suy đoán.

• -아요 : (두루높임으로) 어떤 사실을 서술하거나 질문, 명령, 권유함을 나타내는 종결 어미.
không?, hãy, hãy cùng
(cách nói kính trọng phổ biến) Vĩ tố kết thúc câu thể hiện sự tường thuật sự việc nào đó hoặc nghi vấn, mệnh lệnh, khuyến nghị. **<sự tường thuật>**

아니+에요.

맛있+어요.

잘 먹+을게요.

- 아니다 (Tính từ) : 어떤 사실이나 내용을 부정하는 뜻을 나타내는 말.
  không
  Từ thể hiện nghĩa phủ định sự việc hay nội dung nào đó.

- -에요 : (두루높임으로) 어떤 사실을 서술하거나 질문함을 나타내는 종결 어미.
  phải không?, là
  (cách nói kính trọng phổ biến) Vĩ tố kết thúc câu diễn đạt sự nghi vấn hay trần thuật sự việc nào đó. <sự tường thuật>

- 맛있다 (Tính từ) : 맛이 좋다.
  ngon, có vị
  Vị ngon.

- -어요 : (두루높임으로) 어떤 사실을 서술하거나 질문, 명령, 권유함을 나타내는 종결 어미.
  không?, hãy, hãy cùng
  (cách nói kính trọng phổ biến) Vĩ tố kết thúc câu thể hiện sự tường thuật sự việc nào đó hay nghi vấn, mệnh lệnh, đề nghị. <sự tường thuật>

- 잘 (phó từ) : 충분히 만족스럽게.
  một cách thoải mái, một cách xả láng
  Một cách đủ hài lòng.

- 먹다 (động từ) : 음식 등을 입을 통하여 배 속에 들여보내다.
  ăn
  Cho thức ăn… vào trong bụng qua đường miệng.

- -을게요 : (두루높임으로) 말하는 사람이 어떤 행동을 할 것을 듣는 사람에게 약속하거나 의지를 나타내는 표현.
  sẽ
  (cách nói kính trọng phổ biến) Cấu trúc mà người nói thể hiện ý định hoặc hứa hẹn với người nghe sẽ thực hiện hành động nào đó.

< 대화(sự đối thoại) > - 33

지아야, 여행 잘 다녀와. 전화하고.
지아야, 여행 잘 다녀와. 전화하고.
jiaya, yeohaeng jal danyeowa. jeonhwahago.

네, 호텔에 도착하는 대로 전화 드릴게요.
네, 호테레 도차카는 대로 전화 드릴께요.
ne, hotere dochakaneun daero jeonhwa deurilgeyo.

< 설명(việc giải thích) / 번역(việc biên dịch) >

지아+야, 여행 잘 <u>다녀오+아</u>.
　　　　　　　　다녀와

전화하+<u>고</u>.

- **지아 (danh từ)** : tên người

- **야** : 친구나 아랫사람, 동물 등을 부를 때 쓰는 조사.
  à, ơi
  Trợ từ (tiểu từ) dùng khi gọi bạn, người dưới hay động vật...

- **여행 (danh từ)** : 집을 떠나 다른 지역이나 외국을 두루 구경하며 다니는 일.
  (sự) du lịch
  Việc rời khỏi nhà đi tham quan ở một vùng khác hay nước khác.

- **잘 (phó từ)** : 아무 탈 없이 편안하게.
  một cách bình an
  Một cách thoải mái không có bất cứ chuyện gì xảy ra.

- **다녀오다 (động từ)** : 어떤 일을 하기 위해 갔다가 오다.
  đi rồi về
  Đi đâu làm việc gì đó rồi về.

• -아 : (두루낮춤으로) 어떤 사실을 서술하거나 물음, 명령, 권유를 나타내는 종결 어미.
　　hả?, đi, ta hãy
　(cách nói hạ thấp phổ biến) Vĩ tố kết thúc câu thể hiện sự tường thuật sự việc nào đó,
　nghi vấn, mệnh lệnh, đề nghị. <sự ra lệnh>

• 전화하다 (động từ) : 전화기를 통해 사람들끼리 말을 주고받다.
　　điện thoại, gọi điện
　Con người trao đổi lời nói thông qua máy điện thoại.

• -고 : (두루낮춤으로) 뒤에 올 또 다른 명령 표현을 생략한 듯한 느낌을 주면서 부드럽게 명령할 때 쓰
　　는 종결 어미.
　　nhé, đi
　(cách nói hạ thấp phổ biến) Vĩ tố kết thúc câu dùng khi ra lệnh nhẹ nhàng đồng thời
　mang lại cảm giác như thể tỉnh lược mệnh lệnh ở phía sau hay mệnh lệnh khác.

네, 호텔+에 도착하+[는 대로] 전화 드리+ㄹ게요.
드릴게요

• 네 (từ cảm thán) : 윗사람의 물음이나 명령 등에 긍정하여 대답할 때 쓰는 말.
　　vâng, dạ
　Từ dùng khi trả lời một cách khẳng định đối với câu hỏi hay mệnh lệnh của người trên.

• 호텔 (danh từ) : 시설이 잘 되어 있고 규모가 큰 고급 숙박업소.
　　hotel, khách sạn
　Nơi ở trọ cao cấp có quy mô to và tiện nghi rất tốt.

• 에 : 앞말이 목적지이거나 어떤 행위의 진행 방향임을 나타내는 조사.
　　đến, tới
　Trợ từ (tiểu từ) thể hiện từ ngữ phía trước là đích đến hoặc là hướng diễn tiến của hành
　động nào đó.

• 도착하다 (động từ) : 목적지에 다다르다.
　　đến nơi
　Đạt đến đích.

• -는 대로 : 어떤 행동이나 상황이 나타나는 그때 바로, 또는 직후에 곧의 뜻을 나타내는 표현.
　　ngay khi
　Cấu trúc thể hiện nghĩa ngay khi hoặc liền sau khi hành động hay tình huống nào đó xảy
　ra.

· **전화 (danh từ)** : 전화기를 통해 사람들끼리 말을 주고받음. 또는 그렇게 하여 전달되는 내용.

　cuộc điện thoại, cú điện thoại, cuộc nói chuyện điện thoại

　Việc mọi người trao đổi lời nói thông qua máy điện thoại. Hoặc nội dung được truyền tải do làm như vậy.

· **드리다 (động từ)** : 윗사람에게 어떤 말을 하거나 인사를 하다.

　thưa chuyện, hỏi thăm, chào hỏi

　Nói chuyện hay chào người trên.

· **-ㄹ게요** : (두루높임으로) 말하는 사람이 어떤 행동을 할 것을 듣는 사람에게 약속하거나 의지를 나타내는 표현.

　sẽ

　(cách nói kính trọng phổ biến) Cấu trúc mà người nói thể hiện ý định hoặc hứa hẹn với người nghe sẽ thực hiện hành động nào đó.

< 대화(sự đối thoại) > - 34

우리 이번 주말에 영화 보기로 했지?
우리 이번 주마레 영화 보기로 핻찌?
uri ibeon jumare yeonghwa bogiro haetji?

응. 그런데 날씨가 좋으니까 영화를 보는 대신에 공원에 놀러 갈까?
응. 그런데 날씨가 조으니까 영화를 보는 대시네 공워네 놀러 갈까?
eung. geureonde nalssiga joeunikka yeonghwareul boneun daesine gongwone nolleo galkka?

< 설명(việc giải thích) / 번역(việc biên dịch) >

우리 이번 주말+에 영화 보+[기로 하]+였+지?
보기로 했지

- **우리 (đại từ)** : 말하는 사람이 자기와 듣는 사람 또는 이를 포함한 여러 사람들을 가리키는 말.
  chúng ta
  Từ chỉ nhiều người bao gồm cả người nói và người nghe.

- **이번 (danh từ)** : 곧 돌아올 차례. 또는 막 지나간 차례.
  lần này
  Lần sắp tới. Hoặc lần vừa mới qua.

- **주말 (danh từ)** : 한 주일의 끝.
  cuối tuần
  Kết thúc của một tuần.

- **에** : 앞말이 시간이나 때임을 나타내는 조사.
  vào lúc
  Trợ từ (tiểu từ) thể hiện từ ngữ phía trước là thời gian hoặc thời điểm.

- **영화 (danh từ)** : 일정한 의미를 갖고 움직이는 대상을 촬영하여 영사기로 영사막에 비추어서 보게 하는 종합 예술.
  điện ảnh, phim
  Nghệ thuật tổng hợp, ghi hình đối tượng đang chuyển động và mang ý nghĩa nhất định rồi được trình chiếu trên màn hình bằng máy chiếu phim.

- **보다 (động từ)** : 눈으로 대상을 즐기거나 감상하다.
  ngắm, xem
  Thưởng thức hay chiêm ngưỡng đối tượng bằng mắt.

- **-기로 하다** : 앞의 말이 나타내는 행동을 할 것을 결심하거나 약속함을 나타내는 표현.
  quyết định, xác định
  Cấu trúc thể hiện sự quyết tâm hay hứa hẹn sẽ thực hiện hành động mà từ ngữ phía trước thể hiện.

- **-였-** : 어떤 사건이 과거에 완료되었거나 그 사건의 결과가 현재까지 지속되는 상황을 나타내는 어미.
  đã
  Vĩ tố thể hiện tình huống mà sự kiện nào đó đã hoàn thành trong quá khứ hoặc kết quả của sự kiện đó được tiếp tục đến hiện tại.

- **-지** : (두루낮춤으로) 이미 알고 있는 것을 다시 확인하듯이 물을 때 쓰는 종결 어미.
  phải không?
  (cách nói hạ thấp phổ biến) Vĩ tố kết thúc câu dùng khi hỏi như thể xác nhận lại điều đã biết.

응.

그런데 날씨+가 좋+으니까 영화+를 보+[는 대신에] 공원+에 놀+러 가+ㄹ까?
                                                                    갈까

- **응 (từ cảm thán)** : 상대방의 물음이나 명령 등에 긍정하여 대답할 때 쓰는 말.
  ừ
  Từ dùng khi trả lời có tính khẳng định đối với câu hỏi hay mệnh lệnh... của đối phương.

- **그런데 (phó từ)** : 이야기를 앞의 내용과 관련시키면서 다른 방향으로 바꿀 때 쓰는 말.
  nhưng mà, thế nhưng
  Từ dùng khi kết nối câu chuyện với nội dung phía trước đồng thời chuyển sang hướng khác.

- **날씨 (danh từ)** : 그날그날의 기온이나 공기 중에 비, 구름, 바람, 안개 등이 나타나는 상태.
  thời tiết
  Trạng thái mà mưa, mây, gió, sương mù xuất hiện trong không khí hay nhiệt độ của ngày hôm đó.

- **가** : 어떤 상태나 상황에 놓인 대상이나 동작의 주체를 나타내는 조사.
  Không có từ tương ứng
  Trợ từ (tiểu từ) thể hiện chủ thể của động tác hoặc đối tượng được đặt trong trạng thái hay tình huống nào đó.

• **좋다 (Tính từ)** : 날씨가 맑고 화창하다.

　tốt, đẹp

　Thời tiết trong và sáng.

• **-으니까** : 뒤에 오는 말에 대하여 앞에 오는 말이 원인이나 근거, 전제가 됨을 강조하여 나타내는 연결
어미.

　bởi vì… nên…, tại vì… nên…

　Vĩ tố liên kết thể hiện nhấn mạnh đặc biệt vế trước trở thành nguyên nhân, căn cứ hay
tiền đề đối với vế sau.

• **영화 (danh từ)** : 일정한 의미를 갖고 움직이는 대상을 촬영하여 영사기로 영사막에 비추어서 보게 하
는 종합 예술.

　điện ảnh, phim

　Nghệ thuật tổng hợp, ghi hình đối tượng đang chuyển động và mang ý nghĩa nhất định rồi
được trình chiếu trên màn hình bằng máy chiếu phim.

• **를** : 동작이 직접적으로 영향을 미치는 대상을 나타내는 조사.

　Không có từ tương ứng

　Trợ từ (tiểu từ) thể hiện đối tượng mà động tác gây ảnh hưởng trực tiếp.

• **보다 (động từ)** : 눈으로 대상을 즐기거나 감상하다.

　ngắm, xem

　Thưởng thức hay chiêm ngưỡng đối tượng bằng mắt.

• **-는 대신에** : 앞에 오는 말이 나타내는 행동이나 상태를 비슷하거나 맞먹는 다른 행동이나 상태로 바꾸
는 것을 나타내는 표현.

　thay vào đó, thay cho

　Cấu trúc thể hiện sự thay đổi hành động hay trạng thái mà vế trước thể hiện sang hành
động hay trạng thái khác tương tự hoặc tương ứng.

• **공원 (danh từ)** : 사람들이 놀고 쉴 수 있도록 풀밭, 나무, 꽃 등을 가꾸어 놓은 넓은 장소.

　công viên

　Nơi rộng có bãi cỏ, cây cối, hoa… để người ta có thể chơi đùa hay nghỉ ngơi.

• **에** : 앞말이 목적지이거나 어떤 행위의 진행 방향임을 나타내는 조사.

　đến, tới

　Trợ từ (tiểu từ) thể hiện từ ngữ phía trước là đích đến hoặc là hướng diễn tiến của hành
động nào đó.

• **놀다 (động từ)** : 놀이 등을 하면서 재미있고 즐겁게 지내다.

　chơi, chơi đùa

　Chơi trò chơi… một cách vui vẻ thú vị.

• -러 : 가거나 오거나 하는 동작의 목적을 나타내는 연결 어미.
  để
  Vĩ tố liên kết thể hiện mục đích của động tác đi hoặc đến.

• **가다 (động từ)** : 어떤 목적을 가지고 일정한 곳으로 움직이다.
  đi, sang
  Di chuyển đến nơi nhất định với mục đích nào đó.

• -ㄹ까 : (두루낮춤으로) 듣는 사람의 의사를 물을 때 쓰는 종결 어미.
  nhé, nha
  (cách nói hạ thấp phổ biến) Vĩ tố kết thúc câu dùng khi hỏi ý kiến của đối phương.

< 대화(sự đối thoại) > - 35

열 시가 다 돼 가는데도 지우가 집에 안 들어오네요.
열 시가 다 돼 가는데도 지우가 지베 안 드러오네요.
yeol siga da dwae ganeundedo jiuga jibe an deureooneyo.

벌써 시간이 그렇게 됐네요. 제가 전화해 볼게요.
벌써 시가니 그러케 됀네요. 제가 전화해 볼께요.
beolsseo sigani geureoke dwaenneyo. jega jeonhwahae bolgeyo.

< 설명(việc giải thích) / 번역(việc biên dịch) >

열 시+가 다 <u>되</u>+[어 가]+는데도 지우+가 집+에 안 들어오+네요.
돼 가는데도

- **열 (định từ)** : 아홉에 하나를 더한 수의.
  mười
  Số thêm một vào chín.

- **시 (danh từ)** : 하루를 스물넷으로 나누었을 때 그 하나를 나타내는 시간의 단위.
  giờ
  Đơn vị thời gian thể hiện một phần khi chia một ngày thành hai mươi bốn phần.

- **가** : 바뀌게 되는 대상이나 부정하는 대상임을 나타내는 조사.
  Không có từ tương ứng
  Trợ từ (tiểu từ) thể hiện đối tượng được biến đổi hoặc đối tượng phủ định.

- **다 (phó từ)** : 행동이나 상태의 정도가 한정된 정도에 거의 가깝게.
  gần, sắp, hầu như
  Mức độ của hành động hay trạng thái hầu như gần với mức độ hạn định.

- **되다 (động từ)** : 어떤 때나 시기, 상태에 이르다.
  đến, hết
  Đến lúc, thời kì hay trạng thái nào đó.

- **-어 가다** : 앞의 말이 나타내는 행동이나 상태가 계속 진행됨을 나타내는 표현.
  đang, trở nên
  Cấu trúc thể hiện hành động hay trạng thái mà từ ngữ phía trước thể hiện được tiếp tục tiến hành.

• -는데도 : 앞에 오는 말이 나타내는 상황에 상관없이 뒤에 오는 말이 나타내는 상황이 일어남을 나타내
　　　　는 표현.
　　mặc dù... cũng..., mặc dù... nhưng...
　　Cấu trúc thể hiện tình huống mà vế sau diễn đạt xảy ra không liên quan tới tình huống
　　mà vế trước diễn đạt.

• **지우 (danh từ)** : tên người

• **가** : 어떤 상태나 상황에 놓인 대상이나 동작의 주체를 나타내는 조사.
　　Không có từ tương ứng
　　Trợ từ (tiểu từ) thể hiện chủ thể của động tác hoặc đối tượng được đặt trong trạng thái
　　hay tình huống nào đó.

• **집 (danh từ)** : 사람이나 동물이 추위나 더위 등을 막고 그 속에 들어 살기 위해 지은 건물.
　　nhà
　　Tòa nhà được dựng lên để người hay động vật có thể sống ở trong đó và tránh rét, tránh
　　nóng.

• **에** : 앞말이 목적지이거나 어떤 행위의 진행 방향임을 나타내는 조사.
　　đến, tới
　　Trợ từ (tiểu từ) thể hiện từ ngữ phía trước là đích đến hoặc là hướng diễn tiến của hành
　　động nào đó.

• **안 (phó từ)** : 부정이나 반대의 뜻을 나타내는 말.
　　không
　　Từ thể hiện nghĩa phủ định hay phản đối.

• **들어오다 (động từ)** : 어떤 범위의 밖에서 안으로 이동하다.
　　đi vào, tiến vào
　　Di chuyển từ ngoài vào trong của phạm vi nào đó.

• -네요 : (두루높임으로) 말하는 사람이 직접 경험하여 새롭게 알게 된 사실에 대해 감탄함을 나타낼 때
　　　　쓰는 표현.
　　đấy, lắm, quá
　　(cách nói kính trọng phổ biến) Cấu trúc dùng khi thể hiện sự cảm thán đối với sự việc mà
　　người nói mới biết được do trực tiếp trải nghiệm.

벌써 시간+이 그렇+[게 되]+었+네요.
그렇게 됐네요

제+가 전화하+[여 보]+ㄹ게요.
전화해 볼게요

• **벌써 (phó từ)** : 생각보다 빠르게.
đã
Một cách nhanh hơn suy nghĩ.

• **시간 (danh từ)** : 어떤 일을 하도록 정해진 때. 또는 하루 중의 어느 한 때.
thời gian
Lúc đã được định sẵn để làm việc nào đó. Hoặc một lúc nào đó trong ngày.

• **이** : 어떤 상태나 상황의 대상이나 동작의 주체를 나타내는 조사.
Không có từ tương ứng
Trợ từ (tiểu từ) thể hiện chủ thể của động tác hoặc đối tượng của trạng thái hay tình huống nào đó.

• **그렇다 (Tính từ)** : 상태, 모양, 성질 등이 그와 같다.
cũng vậy, cũng thế, như vậy, như thế
Trạng thái, hình dạng, tính chất... giống như thế.

• **-게 되다** : 앞의 말이 나타내는 상태나 상황이 됨을 나타내는 표현.
trở nên, được
Cấu trúc thể hiện sự trở thành trạng thái hay tình huống mà từ ngữ phía trước thể hiện.

• **-었-** : 어떤 사건이 과거에 완료되었거나 그 사건의 결과가 현재까지 지속되는 상황을 나타내는 어미.
đã
Vĩ tố thể hiện tình huống mà sự kiện nào đó đã hoàn thành trong quá khứ hoặc kết quả của sự kiện đó được tiếp tục đến hiện tại.

• **-네요** : (두루높임으로) 말하는 사람이 직접 경험하여 새롭게 알게 된 사실에 대해 감탄함을 나타낼 때 쓰는 표현.
đấy, lắm, quá
(cách nói kính trọng phổ biến) Cấu trúc dùng khi thể hiện sự cảm thán đối với sự việc mà người nói mới biết được do trực tiếp trải nghiệm.

• **제 (đại từ)** : 말하는 사람이 자신을 낮추어 가리키는 말인 '저'에 조사 '가'가 붙을 때의 형태.
tôi, em, con, cháu
Hình thái khi gắn trợ từ 가 vào 저 là từ chỉ người nói hạ thấp mình.

• 가 : 어떤 상태나 상황에 놓인 대상이나 동작의 주체를 나타내는 조사.

Không có từ tương ứng

Trợ từ (tiểu từ) thể hiện chủ thể của động tác hoặc đối tượng được đặt trong trạng thái hay tình huống nào đó.

• **전화하다 (động từ)** : 전화기를 통해 사람들끼리 말을 주고받다.

điện thoại, gọi điện

Con người trao đổi lời nói thông qua máy điện thoại.

• -여 보다 : 앞의 말이 나타내는 행동을 시험 삼아 함을 나타내는 표현.

thử

Cấu trúc thể hiện việc lấy hành động mà từ ngữ phía trước thể hiện làm thí điểm.

• -ㄹ게요 : (두루높임으로) 말하는 사람이 어떤 행동을 할 것을 듣는 사람에게 약속하거나 의지를 나타내는 표현.

sẽ

(cách nói kính trọng phổ biến) Cấu trúc mà người nói thể hiện ý định hoặc hứa hẹn với người nghe sẽ thực hiện hành động nào đó.

< 대화(sự đối thoại) > - 36

친구들이랑 여행 갈 건데 너도 갈래?
친구드리랑 여행 갈 건데 너도 갈래?
chingudeurirang yeohaeng gal geonde neodo gallae?

저도 가도 돼요? 어디로 가는데요? 혹시 제주도로 가요?
저도 가도 돼요? 어디로 가는데요? 혹씨 제주도로 가요?
jeodo gado dwaeyo? eodiro ganeundeyo? hoksi jejudoro gayo?

< 설명(việc giải thích) / 번역(việc biên dịch) >

친구+들+이랑 여행 <u>가</u>+[ㄹ 것(거)]+(이)+ㄴ데 너+도 <u>가</u>+ㄹ래?
　　　　　　　　　　　갈 건데　　　　　　　　갈래

- **친구 (danh từ)** : 사이가 가까워 서로 친하게 지내는 사람.
  bạn
  Người có quan hệ gần gũi và chơi thân với nhau.

- 들 : '복수'의 뜻을 더하는 접미사.
  những, các
  Hậu tố thêm nghĩa 'số nhiều'.

- 이랑 : 어떤 일을 함께 하는 대상임을 나타내는 조사.
  cùng với, với
  Trợ từ thể hiện đối tượng cùng làm việc nào đó.

- **여행 (danh từ)** : 집을 떠나 다른 지역이나 외국을 두루 구경하며 다니는 일.
  (sự) du lịch
  Việc rời khỏi nhà đi tham quan ở một vùng khác hay nước khác.

- **가다 (động từ)** : 어떤 일을 하기 위해서 다른 곳으로 이동하다.
  đi
  Di chuyển đến nơi khác để thực hiện việc nào đó.

• -ㄹ 것 : 명사가 아닌 것을 문장에서 명사처럼 쓰이게 하거나 '이다' 앞에 쓰일 수 있게 할 때 쓰는 표현.

Không có từ tương ứng

Cấu trúc dùng khi làm cho yếu tố không phải là danh từ được dùng như danh từ trong câu, hoặc làm cho có thể được dùng trước "이다".

• 이다 : 주어가 지시하는 대상의 속성이나 부류를 지정하는 뜻을 나타내는 서술격 조사.

nào là

Trợ từ vị cách thể hiện sự liệt kê các sự vật đồng thời liên kết theo quan hệ đẳng lập.

• -ㄴ데 : 뒤의 말을 하기 위하여 그 대상과 관련이 있는 상황을 미리 말함을 나타내는 연결 어미.

Không có từ tương ứng

Vĩ tố liên kết thể hiện việc nói trước tình huống có liên quan đến đối tượng nhằm thực hiện điều phía sau

• 너 (đại từ) : 듣는 사람이 친구나 아랫사람일 때, 그 사람을 가리키는 말.

bạn, cậu, mày

Từ chỉ người nghe khi người đó là bạn bè hay người dưới.

• 도 : 이미 있는 어떤 것에 다른 것을 더하거나 포함함을 나타내는 조사.

cũng

Trợ từ thể hiện sự thêm vào hoặc bao gồm cái khác vào cái nào đó đã có sẵn.

• 가다 (động từ) : 어떤 일을 하기 위해서 다른 곳으로 이동하다.

đi

Di chuyển đến nơi khác để thực hiện việc nào đó.

• -ㄹ래 : (두루낮춤으로) 앞으로 어떤 일을 하려고 하는 자신의 의사를 나타내거나 그 일에 대하여 듣는 사람의 의사를 물어봄을 나타내는 종결 어미.

nhé, chứ

(cách nói hạ thấp phổ biến) Vĩ tố kết thúc câu thể hiện ý của bản thân định làm việc nào đó sắp tới hoặc hỏi ý của người nghe về việc đó.

저+도 <u>가</u>+[<u>(아)도 되</u>]+어요?
가도 돼요

어디+로 가+는데요?

혹시 제주도+로 <u>가</u>+<u>(아)요</u>?
가요

- 저 (đại từ) : 말하는 사람이 듣는 사람에게 자신을 낮추어 가리키는 말.
  em, con, cháu
  Cách người nói hạ mình để xưng hô với người nghe.

- 도 : 이미 있는 어떤 것에 다른 것을 더하거나 포함함을 나타내는 조사.
  cũng
  Trợ từ thể hiện sự thêm vào hoặc bao gồm cái khác vào cái nào đó đã có sẵn.

- 가다 (động từ) : 어떤 일을 하기 위해서 다른 곳으로 이동하다.
  đi
  Di chuyển đến nơi khác để thực hiện việc nào đó.

- -아도 되다 : 어떤 행동에 대한 허락이나 허용을 나타낼 때 쓰는 표현.
  ...cũng được, được phép
  Cấu trúc dùng khi thể hiện sự cho phép hay chấp nhận hành động nào đó.

- -어요 : (두루높임으로) 어떤 사실을 서술하거나 질문, 명령, 권유함을 나타내는 종결 어미.
  không?, hãy, hãy cùng
  (cách nói kính trọng phổ biến) Vĩ tố kết thúc câu thể hiện sự tường thuật sự việc nào đó hay nghi vấn, mệnh lệnh, đề nghị. **<việc hỏi>**

- 어디 (đại từ) : 모르는 곳을 가리키는 말.
  đâu đó
  Từ chỉ nơi không biết.

- 로 : 움직임의 방향을 나타내는 조사.
  sang
  Trợ từ thể hiện phương hướng của chuyển động.

- 가다 (động từ) : 어떤 일을 하기 위해서 다른 곳으로 이동하다.
  đi
  Di chuyển đến nơi khác để thực hiện việc nào đó.

• -는데요 : (두루높임으로) 듣는 사람에게 어떤 대답을 요구할 때 쓰는 표현.

vậy, thế?

(cách nói kính trọng phổ biến) Cấu trúc dùng khi yêu cầu câu trả lời nào đó đối với người nghe.

• 혹시 (phó từ) : 그러리라 생각하지만 분명하지 않아 말하기를 망설일 때 쓰는 말.

hình như

Từ dùng khi nghĩ là như thế nhưng không rõ ràng và ngập ngừng khi nói.

• 제주도 (danh từ) : 한국 서남해에 있는 화산섬. 한국에서 가장 큰 섬으로 화산 활동 지형의 특색이 잘 드러나 있어 관광 산업이 발달하였다. 해녀, 말, 귤이 유명하다.

Jejudo; đảo Jeju, đảo Tế Châu

Đảo núi lửa lớn nhất nằm ở phía Tây Nam Hàn Quốc, các dấu tích hoạt động của núi lửa được thể hiện rõ nét qua đặc trưng địa hình trên đảo, du lịch trên đảo khá phát triển, nổi tiếng với quýt, ngựa, thợ lặn nữ và lưu lượng gió thổi nhiều.

• 로 : 움직임의 방향을 나타내는 조사.

sang

Trợ từ thể hiện phương hướng của chuyển động.

• 가다 (động từ) : 어떤 일을 하기 위해서 다른 곳으로 이동하다.

đi

Di chuyển đến nơi khác để thực hiện việc nào đó.

• -아요 : (두루높임으로) 어떤 사실을 서술하거나 질문, 명령, 권유함을 나타내는 종결 어미.

không?, hãy, hãy cùng

(cách nói kính trọng phổ biến) Vĩ tố kết thúc câu thể hiện sự tường thuật sự việc nào đó hoặc nghi vấn, mệnh lệnh, khuyến nghị. **<việc hỏi>**

< 대화(sự đối thoại) > - 37

요새 아르바이트하느라 힘들지 않니?
요새 아르바이트하느라 힘들지 안니?
yosae areubaiteuhaneura himdeulji anni?

네. 아르바이트를 하면 경험을 쌓는 동시에 돈도 벌 수 있어서 좋아요.
네. 아르바이트를 하면 경허믈 싼는 동시에 돈도 벌 쑤 이써서 조아요.
ne. areubaiteureul hamyeon gyeongheomeul ssanneun dongsie dondo beol su isseoseo joayo.

< 설명(việc giải thích) / 번역(việc biên dịch) >

요새 아르바이트하+느라 힘들+[지 않]+니?

- **요새 (danh từ)** : 얼마 전부터 이제까지의 매우 짧은 동안.
  dạo này
  Trong khoảng rất ngắn từ trước đó không bao lâu cho tới thời điểm bây giờ.

- **아르바이트하다 (động từ)** : 짧은 기간 동안 돈을 벌기 위해 자신의 본업 외에 임시로 하는 일을 하다.
  làm thêm, làm ngoài giờ, làm bán thời gian
  Làm việc tạm thời ngoài công việc chính của mình để kiếm tiền trong thời gian ngắn.

- **-느라** : 앞에 오는 말이 나타내는 행동이 뒤에 오는 말의 목적이나 원인이 됨을 나타내는 연결 어미.
  để, vì
  Vĩ tố liên kết thể hiện hành động mà vế trước thể hiện trở thành mục đích hay nguyên nhân của vế sau.

- **힘들다 (Tính từ)** : 힘이 많이 쓰이는 면이 있다.
  mất sức, mệt mỏi
  Có phần sức lực bị dùng nhiều.

- **-지 않다** : 앞의 말이 나타내는 행위나 상태를 부정하는 뜻을 나타내는 표현.
  không, chẳng
  Cấu trúc thể hiện nghĩa phủ định trạng thái hay hành vi mà từ ngữ phía trước diễn đạt.

- **-니** : (아주낮춤으로) 물음을 나타내는 종결 어미.
  …hả?
  (cách nói rất hạ thấp) Vĩ tố kết thúc câu thể hiện câu hỏi.

네.

아르바이트+를 하+면 경험+을 쌓+[는 동시에]

돈+도 벌(버)+[ㄹ 수 있]+어서 좋+아요.
      벌 수 있어서

• 네 (từ cảm thán) : 윗사람의 물음이나 명령 등에 긍정하여 대답할 때 쓰는 말.
  vâng, dạ
  Từ dùng khi trả lời một cách khẳng định đối với câu hỏi hay mệnh lệnh của người trên.

• 아르바이트 (danh từ) : 돈을 벌기 위해 자신의 본업 외에 임시로 하는 일.
  việc làm thêm, việc làm ngoài giờ, việc làm bán thời gian
  Công việc làm tạm thời ngoài công chính của mình để kiếm tiền.

• 를 : 동작이 직접적으로 영향을 미치는 대상을 나타내는 조사.
  Không có từ tương ứng
  Trợ từ (tiểu từ) thể hiện đối tượng mà động tác gây ảnh hưởng trực tiếp.

• 하다 (động từ) : 어떤 행동이나 동작, 활동 등을 행하다.
  làm, tiến hành
  Thực hiện hành động hay động tác, hoạt động nào đó.

• -면 : 뒤에 오는 말에 대한 근거나 조건이 됨을 나타내는 연결 어미.
  nếu...thì
  Vĩ tố liên kết thể hiện việc trở thành điều kiện hay căn cứ đối với vế sau.

• 경험 (danh từ) : 자신이 실제로 해 보거나 겪어 봄. 또는 거기서 얻은 지식이나 기능.
  kinh nghiệm
  Việc bản thân đã làm thử hoặc đã trải qua trên thực tế. Hay là kiến thức hoặc kỹ năng có được nhờ trải nghiệm.

• 을 : 동작이 직접적으로 영향을 미치는 대상을 나타내는 조사.
  Không có từ tương ứng
  Trợ từ (tiểu từ) thể hiện đối tượng mà động tác trực tiếp ảnh hưởng đến.

• 쌓다 (động từ) : 오랫동안 기술이나 경험, 지식 등을 많이 익히다.
  tích luỹ
  Thấm nhuần kĩ thuật, kinh nghiệm hay kiến thức... trong thời gian lâu.

• -는 동시에 : 앞에 오는 말과 뒤에 오는 말이 나타내는 행동이나 상태가 함께 일어남을 나타내는 표현.

đồng thời

Cấu trúc thể hiện hành động hay trạng thái mà vế trước và vế sau thể hiện cùng xảy ra.

• **돈 (danh từ)** : 물건을 사고팔 때나 일한 값으로 주고받는 동전이나 지폐.

Don; tiền

Giấy bạc hoặc đồng xu dùng để trao đổi giá trị lao động hoặc khi mua bán hàng hóa.

• **도** : 이미 있는 어떤 것에 다른 것을 더하거나 포함함을 나타내는 조사.

cũng

Trợ từ thể hiện sự thêm vào hoặc bao gồm cái khác vào cái nào đó đã có sẵn.

• **벌다 (động từ)** : 일을 하여 돈을 얻거나 모으다.

kiếm

Làm việc và nhận lấy hoặc tích góp tiền bạc.

• **-ㄹ 수 있다** : 어떤 행동이나 상태가 가능함을 나타내는 표현.

Không có từ tương ứng

Cụm ngữ pháp thể hiện hành động hoặc trạng thái nào đó có thể xảy ra.

• **-어서** : 이유나 근거를 나타내는 연결 어미.

nên

Vĩ tố liên kết thể hiện lý do hay căn cứ.

• **좋다 (Tính từ)** : 어떤 일이나 대상이 마음에 들고 만족스럽다.

tốt

Đối tượng hay việc nào đó vừa lòng hay mãn nguyện.

• **-아요** : (두루높임으로) 어떤 사실을 서술하거나 질문, 명령, 권유함을 나타내는 종결 어미.

không?, hãy, hãy cùng

(cách nói kính trọng phổ biến) Vĩ tố kết thúc câu thể hiện sự tường thuật sự việc nào đó hoặc nghi vấn, mệnh lệnh, khuyến nghị. <sự tường thuật>

< 대화(sự đối thoại) > - 38

저는 지금부터 청소를 할게요.
저는 지금부터 청소를 할께요.
jeoneun jigeumbuteo cheongsoreul halgeyo.

그럼, 시우 씨가 청소하는 동안 저는 장을 보러 다녀올게요.
그럼, 시우 씨가 청소하는 동안 저는 장을 보러 다녀올께요.
geureom, siu ssiga cheongsohaneun dongan jeoneun jangeul boreo danyeoolgeyo.

< 설명(việc giải thích) / 번역(việc biên dịch) >

저+는 지금+부터 청소+를 하+ㄹ게요.
할게요

- **저 (đại từ)** : 말하는 사람이 듣는 사람에게 자신을 낮추어 가리키는 말.
  em, con, cháu
  Cách người nói hạ mình để xưng hô với người nghe.

- **는** : 문장 속에서 어떤 대상이 화제임을 나타내는 조사.
  Không có từ tương ứng
  Trợ từ (tiểu từ) thể hiện việc đối tượng nào đó là chủ đề câu chuyện trong câu.

- **지금 (danh từ)** : 말을 하고 있는 바로 이때.
  bây giờ
  Chính lúc đang nói.

- **부터** : 어떤 일의 시작이나 처음을 나타내는 조사.
  từ
  Trợ từ thể hiện sự bắt đầu hay khởi đầu của một việc nào đó.

- **청소 (danh từ)** : 더럽고 지저분한 것을 깨끗하게 치움.
  việc quét dọn, việc lau chùi, việc dọn dẹp
  Việc dọn dẹp sạch sẽ thứ bừa bộn và dơ bẩn.

- **를** : 동작이 직접적으로 영향을 미치는 대상을 나타내는 조사.
  Không có từ tương ứng
  Trợ từ (tiểu từ) thể hiện đối tượng mà động tác gây ảnh hưởng trực tiếp.

· 하다 (동사) : 어떤 행동이나 동작, 활동 등을 행하다.
làm, tiến hành
Thực hiện hành động hay động tác, hoạt động nào đó.

· -ㄹ게요 : (두루높임으로) 말하는 사람이 어떤 행동을 할 것을 듣는 사람에게 약속하거나 의지를 나타내
　　　　　는 표현.
sẽ
(cách nói kính trọng phổ biến) Cấu trúc mà người nói thể hiện ý định hoặc hứa hẹn với
người nghe sẽ thực hiện hành động nào đó.

그럼, 시우 씨+가 청소하+[는 동안] 저+는 장+을 보+러 다녀오+ㄹ게요.

다녀올게요

· 그럼 (phó từ) : 앞의 내용을 받아들이거나 그 내용을 바탕으로 하여 새로운 주장을 할 때 쓰는 말.
vậy thì
Từ dùng khi tiếp nhận nội dung phía trước hoặc lấy nội dung ấy làm nền tảng cho chủ
trương mới.

· 시우 (danh từ) : tên người

· 씨 (danh từ) : 그 사람을 높여 부르거나 이르는 말.
anh, chị, cô, chú, cậu
Từ dùng để chỉ hay gọi trân trọng người đó.

· 가 : 어떤 상태나 상황에 놓인 대상이나 동작의 주체를 나타내는 조사.
Không có từ tương ứng
Trợ từ (tiểu từ) thể hiện chủ thể của động tác hoặc đối tượng được đặt trong trạng thái
hay tình huống nào đó.

· 청소하다 (động từ) : 더럽고 지저분한 것을 깨끗하게 치우다.
quét dọn, lau chùi, dọn dẹp
Dọn dẹp sạch sẽ thứ bừa bộn và dơ bẩn.

· -는 동안 : 앞에 오는 말이 나타내는 행동이나 상태가 계속되는 시간 만큼을 나타내는 표현.
trong khi, trong lúc
Cấu trúc thể hiện mức độ thời gian mà hành động hay trạng thái do vế trước diễn đạt
được tiếp tục.

· 저 (đại từ) : 말하는 사람이 듣는 사람에게 자신을 낮추어 가리키는 말.
em, con, cháu
Cách người nói hạ mình để xưng hô với người nghe.

• 는 : 문장 속에서 어떤 대상이 화제임을 나타내는 조사.

Không có từ tương ứng

Trợ từ (tiểu từ) thể hiện việc đối tượng nào đó là chủ đề câu chuyện trong câu.

• 장 (danh từ) : 여러 가지 상품을 사고파는 곳.

thị trường

Nơi mua bán đủ loại sản phẩm.

• 을 : 동작이 직접적으로 영향을 미치는 대상을 나타내는 조사.

Không có từ tương ứng

Trợ từ (tiểu từ) thể hiện đối tượng mà động tác trực tiếp ảnh hưởng đến.

• 보다 (động từ) : 시장에 가서 물건을 사다.

sắm sửa, mua sắm

Đi chợ mua hàng hóa.

• -러 : 가거나 오거나 하는 동작의 목적을 나타내는 연결 어미.

để

Vĩ tố liên kết thể hiện mục đích của động tác đi hoặc đến.

• 다녀오다 (động từ) : 어떤 일을 하기 위해 갔다가 오다.

đi rồi về

Đi đâu làm việc gì đó rồi về.

• -ㄹ게요 : (두루높임으로) 말하는 사람이 어떤 행동을 할 것을 듣는 사람에게 약속하거나 의지를 나타내는 표현.

sẽ

(cách nói kính trọng phổ biến) Cấu trúc mà người nói thể hiện ý định hoặc hứa hẹn với người nghe sẽ thực hiện hành động nào đó.

< 대화(sự đối thoại) > - 39

지우는 어디 갔어? 아까부터 안 보이네.
지우는 어디 가써? 아까부터 안 보이네.
jiuneun eodi gasseo? akkabuteo an boine.

글쎄, 급한 일이 있는 듯 뛰어가더라.
글쎄, 그판 이리 인는 듣 뛰어가더라.
geulsse, geupan iri inneun deut ttwieogadeora.

< 설명(việc giải thích) / 번역(việc biên dịch) >

지우+는 어디 <u>가+았+어</u>?
　　　　　　 갔어

아까+부터 안 보이+네.

- **지우 (danh từ)** : tên người

- **는** : 문장 속에서 어떤 대상이 화제임을 나타내는 조사.
  Không có từ tương ứng
  Trợ từ (tiểu từ) thể hiện việc đối tượng nào đó là chủ đề câu chuyện trong câu.

- **어디 (đại từ)** : 모르는 곳을 가리키는 말.
  đâu đó
  Từ chỉ nơi không biết.

- **가다 (động từ)** : 한 곳에서 다른 곳으로 장소를 이동하다.
  đi
  Di chuyển địa điểm từ một nơi sang nơi khác.

- **-았-** : 어떤 사건이 과거에 완료되었거나 그 사건의 결과가 현재까지 지속되는 상황을 나타내는 어미.
  đã
  Vĩ tố thể hiện tình huống mà sự kiện nào đó đã hoàn thành trong quá khứ hoặc kết quả của sự kiện đó được tiếp tục đến hiện tại.

• -어 : (두루낮춤으로) 어떤 사실을 서술하거나 물음, 명령, 권유를 나타내는 종결 어미.
hả?, đi, ta hãy
(cách nói hạ thấp phổ biến) Vĩ tố kết thúc câu thể hiện sự tường thuật sự việc nào đó,
nghi vấn, mệnh lệnh, khuyên nhủ. <sự hỏi>

• 아까 (danh từ) : 조금 전.
lúc nãy, hồi nãy
Trước đây một chút.

• 부터 : 어떤 일의 시작이나 처음을 나타내는 조사.
từ
Trợ từ thể hiện sự bắt đầu hay khởi đầu của một việc nào đó.

• 안 (phó từ) : 부정이나 반대의 뜻을 나타내는 말.
không
Từ thể hiện nghĩa phủ định hay phản đối.

• 보이다 (động từ) : 눈으로 대상의 존재나 겉모습을 알게 되다.
được thấy, được trông thấy
Biết được sự tồn tại hay hình thái của đối tượng bằng mắt.

• -네 : (아주낮춤으로) 지금 깨달은 일에 대하여 말함을 나타내는 종결 어미.
hóa ra, thì ra
(cách nói rất hạ thấp) Vĩ tố kết thúc câu thể hiện sự nói về việc mà bây giờ mới nhận ra.

글쎄, 급하+ㄴ 일+이 있+[는 듯] 뛰어가+더라.
급한

• 글쎄 (từ cảm thán) : 상대방의 물음이나 요구에 대하여 분명하지 않은 태도를 나타낼 때 쓰는 말.
để xem, xem nào
Từ dùng khi thể hiện thái độ không rõ ràng đối với yêu cầu hay câu hỏi của đối phương.

• 급하다 (Tính từ) : 사정이나 형편이 빨리 처리해야 할 상태에 있다.
gấp, khẩn cấp
Tình hình hay tình huống ở trạng thái phải xử lý nhanh.

• -ㄴ : 앞의 말이 관형어의 기능을 하게 만들고 현재의 상태를 나타내는 어미.
mà
Vĩ tố khiến cho từ ngữ phía trước có chức năng định ngữ và thể hiện sự kiện hay động
tác được hoàn thành thì trạng thái đó vẫn đang được duy trì.

· **일 (danh từ)** : 어떤 내용을 가진 상황이나 사실.
việc, chuyện
Tình huống hay sự việc có nội dung nào đó.

· **이** : 어떤 상태나 상황의 대상이나 동작의 주체를 나타내는 조사.
Không có từ tương ứng
Trợ từ (tiểu từ) thể hiện chủ thể của động tác hoặc đối tượng của trạng thái hay tình huống nào đó.

· **있다 (Tính từ)** : 어떤 일이 이루어지거나 벌어질 계획이다.
có
Là kế hoạch mà việc nào đó được thực hiện hoặc sẽ diễn ra.

· **-는 듯** : 뒤에 오는 말의 내용과 관련하여 짐작할 수 있거나 비슷하다고 여겨지는 상태나 상황을 나타낼 때 쓰는 표현.
như thể
Cấu trúc dùng khi thể hiện trạng thái hay tình huống được xem là tương tự hoặc có thể phỏng đoán do liên quan đến nội dung của vế trước.

· **뛰어가다 (động từ)** : 어떤 곳으로 빨리 뛰어서 가다.
chạy đi
Chạy nhanh đến nơi nào đó.

· **-더라** : (아주낮춤으로) 말하는 이가 직접 경험하여 새롭게 알게 된 사실을 지금 전달함을 나타내는 종결 어미.
đấy, đó nhé
(cách nói rất hạ thấp) Vĩ tố kết thúc câu thể hiện người nói truyền đạt lại sự việc mới được biết do trực tiếp trải nghiệm thực tế.

< 대화(sự đối thoại) > - 40

지아 씨, 어디서 타는 듯한 냄새가 나요.
지아 씨, 어디서 타는 드탄 냄새가 나요.
jia ssi, eodiseo taneun deutan naemsaega nayo.

어머, 냄비를 불에 올려놓고 깜빡 잊어버렸네요.
어머, 냄비를 부레 올려노코 깜빡 이저버련네요.
eomeo, naembireul bure ollyeonoko kkamppak ijeobeoryeonneyo.

< 설명(việc giải thích) / 번역(việc biên dịch) >

지아 씨, 어디+서 <u>타+[는 듯하]</u>+ㄴ 냄새+가 <u>나+(아)요</u>.
　　　　　　　 타는 듯한　　　　　　　 **나요**

• **지아 (danh từ)** : tên người

• **씨 (danh từ)** : 그 사람을 높여 부르거나 이르는 말.
  anh, chị, cô, chú, cậu
  Từ dùng để chỉ hay gọi trân trọng người đó.

• **어디 (đại từ)** : 정해져 있지 않거나 정확하게 말할 수 없는 어느 곳을 가리키는 말.
  đâu đâu
  Từ chỉ nơi nào đó không được định sẵn hoặc không thể nói chính xác được.

• **서** : 앞말이 출발점의 뜻을 나타내는 조사.
  từ
  Trợ từ (tiểu từ) thể hiện nghĩa từ ngữ phía trước là xuất phát điểm.

• **타다 (động từ)** : 뜨거운 열을 받아 검은색으로 변할 정도로 지나치게 익다.
  cháy đen
  Bị nung trong nhiệt độ nóng và chín quá mức đến nỗi chuyển thành màu đen.

• **-는 듯하다** : 앞에 오는 말의 내용을 추측함을 나타내는 표현.
  dường như, có lẽ
  Cấu trúc thể hiện sự suy đoán nội dung của từ ngữ phía trước.

• -ㄴ : 앞의 말이 관형어의 기능을 하게 만들고 현재의 상태를 나타내는 어미.

mà

Vĩ tố khiến cho từ ngữ phía trước có chức năng định ngữ và thể hiện sự kiện hay động tác được hoàn thành thì trạng thái đó vẫn đang được duy trì.

• 냄새 (danh từ) : 코로 맡을 수 있는 기운.

mùi

Khí có thể ngửi bằng mũi.

• 가 : 어떤 상태나 상황에 놓인 대상이나 동작의 주체를 나타내는 조사.

Không có từ tương ứng

Trợ từ (tiểu từ) thể hiện chủ thể của động tác hoặc đối tượng được đặt trong trạng thái hay tình huống nào đó.

• 나다 (động từ) : 알아차릴 정도로 소리나 냄새 등이 드러나다.

phát, kêu, bốc, tỏa

Âm thanh hay mùi vị... xuất hiện đến mức cảm nhận được.

• -아요 : (두루높임으로) 어떤 사실을 서술하거나 질문, 명령, 권유함을 나타내는 종결 어미.

không?, hãy, hãy cùng

(cách nói kính trọng phổ biến) Vĩ tố kết thúc câu thể hiện sự tường thuật sự việc nào đó hoặc nghi vấn, mệnh lệnh, khuyến nghị. <sự tường thuật>

어머, 냄비+를 불+에 올려놓+고 깜빡 잊어버리+었+네요.

잊어버렸네요

• 어머 (từ cảm thán) : 주로 여자들이 예상하지 못한 일로 갑자기 놀라거나 감탄할 때 내는 소리.

Ối trời !

Âm thanh mà chủ yếu phụ nữ bật ra khi bất thình lình ngạc nhiên hay cảm thán bởi việc không ngờ tới được.

• 냄비 (danh từ) : 음식을 끓이는 데 쓰는, 솥보다 작고 뚜껑과 손잡이가 있는 그릇.

cái nồi

Dụng cụ dùng để nấu thức ăn, có tay cầm và có nắp đậy, nhỏ hơn cái nồi nấu cơm bằng gang.

• 를 : 동작이 직접적으로 영향을 미치는 대상을 나타내는 조사.

Không có từ tương ứng

Trợ từ (tiểu từ) thể hiện đối tượng mà động tác gây ảnh hưởng trực tiếp.

• 불 (danh từ) : 물질이 빛과 열을 내며 타는 것.

lửa

Vật chất cháy phát ra ánh sáng và nhiệt.

• 에 : 앞말이 어떤 행위나 작용이 미치는 대상임을 나타내는 조사.
   cho, vào
   Trợ từ (tiểu từ) thể hiện từ ngữ phía trước là đối tượng mà hành vi hay tác động nào đó đạt đến.

• **올려놓다 (động từ)** : 어떤 물건을 무엇의 위쪽에 옮겨다 두다.
   để lên, đặt lên
   chuyển rồi để đồ vật nào đó lên trên cái gì đó.

• -고 : 앞의 말이 나타내는 행동이나 그 결과가 뒤에 오는 행동이 일어나는 동안에 그대로 지속됨을 나타내는 연결 어미.
   mà, rồi
   Vĩ tố liên kết thể hiện hành động mà vế trước thể hiện hay kết quả đó được liên tục như thế trong suốt thời gian hành động ở sau xảy ra.

• **깜빡 (phó từ)** : 기억이나 의식 등이 잠깐 흐려지는 모양.
   chợt
   Hình ảnh trí nhớ hay ý thức chợt trở nên mờ mịt.

• **잊어버리다 (động từ)** : 기억해야 할 것을 한순간 전혀 생각해 내지 못하다.
   quên béng, quên phéng, quên biến
   Trong chốc lát hoàn toàn không nhớ ra được cái phải nhớ.

• -었- : 어떤 사건이 과거에 완료되었거나 그 사건의 결과가 현재까지 지속되는 상황을 나타내는 어미.
   đã
   Vĩ tố thể hiện tình huống mà sự kiện nào đó đã hoàn thành trong quá khứ hoặc kết quả của sự kiện đó được tiếp tục đến hiện tại.

• -네요 : (두루높임으로) 말하는 사람이 직접 경험하여 새롭게 알게 된 사실에 대해 감탄함을 나타낼 때 쓰는 표현.
   đấy, lắm, quá
   (cách nói kính trọng phổ biến) Cấu trúc dùng khi thể hiện sự cảm thán đối với sự việc mà người nói mới biết được do trực tiếp trải nghiệm.

< 대화(sự đối thoại) > - 41

너 왜 저녁을 다 안 먹고 남겼니?
너 왜 저녀글 다 안 먹꼬 남견니?
neo wae jeonyeogeul da an meokgo namgyeonni?

저는 먹는 만큼 살이 쪄서 식사량을 줄여야겠어요.
저는 멍는 만큼 사리 쪄서 식싸량을 주려야게써요.
jeoneun meongneun mankeum sari jjeoseo siksaryangeul juryeoyagesseoyo.

< 설명(việc giải thích) / 번역(việc biên dịch) >

너 왜 저녁+을 다 안 먹+고 <u>남기+었+니</u>?
남겼니

- 너 (đại từ) : 듣는 사람이 친구나 아랫사람일 때, 그 사람을 가리키는 말.
  bạn, cậu, mày
  Từ chỉ người nghe khi người đó là bạn bè hay người dưới.

- 왜 (phó từ) : 무슨 이유로. 또는 어째서.
  tại sao, vì sao
  Với lý do gì. Hoặc làm sao chứ.

- 저녁 (danh từ) : 저녁에 먹는 밥.
  bữa tối
  Bữa cơm ăn vào buổi tối.

- 을 : 동작이 직접적으로 영향을 미치는 대상을 나타내는 조사.
  Không có từ tương ứng
  Trợ từ (tiểu từ) thể hiện đối tượng mà động tác trực tiếp ảnh hưởng đến.

- 다 (phó từ) : 남거나 빠진 것이 없이 모두.
  hết, tất cả
  Mọi thứ không sót hay để lại gì cả.

- 안 (phó từ) : 부정이나 반대의 뜻을 나타내는 말.
  không
  Từ thể hiện nghĩa phủ định hay phản đối.

- 먹다 (động từ) : 음식 등을 입을 통하여 배 속에 들여보내다.
  ăn
  Cho thức ăn… vào trong bụng qua đường miệng.

- -고 : 앞의 말과 뒤의 말이 차례대로 일어남을 나타내는 연결 어미.
  rồi
  Vĩ tố liên kết thể hiện vế trước và vế sau lần lượt xảy ra.

- 남기다 (động từ) : 다 쓰지 않고 나머지가 있게 하다.
  để thừa, để lại
  Không làm hết và để thừa lại.

- -었- : 어떤 사건이 과거에 완료되었거나 그 사건의 결과가 현재까지 지속되는 상황을 나타내는 어미.
  đã
  Vĩ tố thể hiện tình huống mà sự kiện nào đó đã hoàn thành trong quá khứ hoặc kết quả của sự kiện đó được tiếp tục đến hiện tại.

- -니 : (아주낮춤으로) 물음을 나타내는 종결 어미.
  …hả?
  (cách nói rất hạ thấp) Vĩ tố kết thúc câu thể hiện câu hỏi.

저+는 먹+[는 만큼] 살+이 찌+어서 식사량+을 줄이+어야겠+어요.
쪄서　　　　　　　줄여야겠어요

- 저 (đại từ) : 말하는 사람이 듣는 사람에게 자신을 낮추어 가리키는 말.
  em, con, cháu
  Cách người nói hạ mình để xưng hô với người nghe.

- 는 : 문장 속에서 어떤 대상이 화제임을 나타내는 조사.
  Không có từ tương ứng
  Trợ từ (tiểu từ) thể hiện việc đối tượng nào đó là chủ đề câu chuyện trong câu.

- 먹다 (động từ) : 음식 등을 입을 통하여 배 속에 들여보내다.
  ăn
  Cho thức ăn… vào trong bụng qua đường miệng.

- -는 만큼 : 뒤에 오는 말이 앞에 오는 말과 비례하거나 비슷한 정도 혹은 수량임을 나타내는 표현.
  như, bằng, tương xứng
  Cấu trúc thể hiện mức độ hay số lượng mà vế sau tương tự hoặc tỉ lệ thuận với vế trước.

- 살 (danh từ) : 사람이나 동물의 몸에서 뼈를 둘러싸고 있는 부드러운 부분.
  thịt (người, động vật)
  Phần mềm bao quanh xương trong cơ thể của người hay động vật.

• 이 : 어떤 상태나 상황의 대상이나 동작의 주체를 나타내는 조사.
Không có từ tương ứng
Trợ từ (tiểu từ) thể hiện chủ thể của động tác hoặc đối tượng của trạng thái hay tình huống nào đó.

• 찌다 (động từ) : 몸에 살이 붙어 뚱뚱해지다.
béo ra, mập ra
Thịt bám ở thân mình, trở nên béo tròn.

• -어서 : 이유나 근거를 나타내는 연결 어미.
nên
Vĩ tố liên kết thể hiện lý do hay căn cứ.

• 식사량 (danh từ) : 음식을 먹는 양.
lượng thức ăn
Lượng thức ăn ăn vào.

• 을 : 동작이 직접적으로 영향을 미치는 대상을 나타내는 조사.
Không có từ tương ứng
Trợ từ (tiểu từ) thể hiện đối tượng mà động tác trực tiếp ảnh hưởng đến.

• 줄이다 (động từ) : 수나 양을 원래보다 적게 하다.
giảm bớt
Làm cho số hay lượng ít hơn ban đầu.

• -어야겠- : 앞의 말이 나타내는 행동에 대한 강한 의지를 나타내거나 그 행동을 할 필요가 있음을 완곡하게 말할 때 쓰는 표현.
sẽ phải, chắc phải
Cấu trúc dùng khi thể hiện ý chí mạnh mẽ đối với hành động mà từ ngữ phía trước thể hiện hoặc nói khéo cần phải thực hiện hành động đó.

• -어요 : (두루높임으로) 어떤 사실을 서술하거나 질문, 명령, 권유함을 나타내는 종결 어미.
không?, hãy, hãy cùng
(cách nói kính trọng phổ biến) Vĩ tố kết thúc câu thể hiện sự tường thuật sự việc nào đó hay nghi vấn, mệnh lệnh, đề nghị. <sự tường thuật>

< 대화(sự đối thoại) > - 42

이 늦은 시간에 라면을 먹어?
이 느즌 시가네 라며늘 머거?
i neujeun sigane ramyeoneul meogeo?

야근하느라 저녁도 못 먹는 바람에 배고파 죽겠어.
야근하느라 저녁또 몯 멍는 바라메 배고파 죽께써.
yageunhaneura jeonyeokdo mot meongneun barame baegopa jukgesseo.

< 설명(việc giải thích) / 번역(việc biên dịch) >

이 늦+은 시간+에 라면+을 먹+어?

• **이 (định từ)** : 말하는 사람에게 가까이 있거나 말하는 사람이 생각하고 있는 대상을 가리킬 때 쓰는 말.
này
Từ dùng khi chỉ đối tượng ở gần người nói hoặc đối tượng người nói đang nghĩ đến.

• **늦다 (Tính từ)** : 적당한 때를 지나 있다. 또는 시기가 한창인 때를 지나 있다.
trễ, muộn
Quá thời gian thích hợp. Hoặc quá thời gian đỉnh điểm.

• **-은** : 앞의 말이 관형어의 기능을 하게 만들고 현재의 상태를 나타내는 어미.
đã
Vĩ tố làm cho từ ngữ phía trước có chức năng định ngữ và thể hiện trạng thái hiện tại.

• **시간 (danh từ)** : 어떤 일을 하도록 정해진 때. 또는 하루 중의 어느 한 때.
thời gian
Lúc đã được định sẵn để làm việc nào đó. Hoặc một lúc nào đó trong ngày.

• **에** : 앞말이 시간이나 때임을 나타내는 조사.
vào lúc
Trợ từ (tiểu từ) thể hiện từ ngữ phía trước là thời gian hoặc thời điểm.

• 라면 (danh từ) : 기름에 튀겨 말린 국수와 가루 스프가 들어 있어서 물에 끓이기만 하면 간편하게 먹을 수 있는 음식.

mỳ ăn liền, mỳ tôm

Món ăn chỉ cần nấu với nước là có thể ăn một cách giản tiện vì có mì khô đã rán dầu ăn và bột súp gia vị ở trong.

• 을 : 동작이 직접적으로 영향을 미치는 대상을 나타내는 조사.

Không có từ tương ứng

Trợ từ (tiểu từ) thể hiện đối tượng mà động tác trực tiếp ảnh hưởng đến.

• 먹다 (động từ) : 음식 등을 입을 통하여 배 속에 들여보내다.

ăn

Cho thức ăn… vào trong bụng qua đường miệng.

• -어 : (두루낮춤으로) 어떤 사실을 서술하거나 물음, 명령, 권유를 나타내는 종결 어미.

hả?, đi, ta hãy

(cách nói hạ thấp phổ biến) Vĩ tố kết thúc câu thể hiện sự tường thuật sự việc nào đó, nghi vấn, mệnh lệnh, khuyên nhủ. <sự hỏi>

야근하+느라고 저녁+도 못 먹+[는 바람에] 배고프(배고ㅍ)+[아 죽]+겠+어.

배고파 죽겠어

• 야근하다 (động từ) : 퇴근 시간이 지나 밤늦게까지 일하다.

làm đêm, làm ca đêm

Làm quá giờ làm việc, đến đêm khuya.

• -느라고 : 앞에 오는 말이 나타내는 행동이 뒤에 오는 말의 목적이나 원인이 됨을 나타내는 연결 어미.

để, vì

Vĩ tố liên kết thể hiện hành động mà vế trước thể hiện trở thành mục đích hay nguyên nhân của vế sau.

• 저녁 (danh từ) : 저녁에 먹는 밥.

bữa tối

Bữa cơm ăn vào buổi tối.

• 도 : 극단적인 경우를 들어 다른 경우는 말할 것도 없음을 나타내는 조사.

(ngay cả, thậm chí) cũng

Trợ từ thể hiện việc nêu lên trường hợp mang tính cực đoan, không cần phải nói tới trường hợp khác.

• 못 (phó từ) : 동사가 나타내는 동작을 할 수 없게.

không… được

Không thể thực hiện được động tác mà động từ thể hiện.

- **먹다 (động từ)** : 음식 등을 입을 통하여 배 속에 들여보내다.
  ăn
  Cho thức ăn··· vào trong bụng qua đường miệng.

- **-는 바람에** : 앞의 말이 나타내는 행동이나 상태가 뒤에 오는 말의 원인이나 이유가 됨을 나타내는 표현.
  vì, tại vì, bởi vì, do
  Cấu trúc thể hiện hành động hay trạng thái mà vế trước diễn đạt trở thành lí do hay nguyên nhân của vế sau.

- **배고프다 (Tính từ)** : 배 속이 빈 것을 느껴 음식이 먹고 싶다.
  đói bụng
  Cảm thấy trong bụng trống rỗng nên muốn ăn thức ăn.

- **-아 죽다** : 앞의 말이 나타내는 상태의 정도가 매우 심함을 나타내는 표현.
  chết đi được, đến chết mất
  Cấu trúc thể hiện mức độ của trạng thái mà từ ngữ phía trước thể hiện rất nghiêm trọng.

- **-겠-** : 미래의 일이나 추측을 나타내는 어미.
  sẽ, chắc là
  Vĩ tố thể hiện sự việc tương lai hay suy đoán.

- **-어** : (두루낮춤으로) 어떤 사실을 서술하거나 물음, 명령, 권유를 나타내는 종결 어미.
  hả?, đi, ta hãy
  (cách nói hạ thấp phổ biến) Vĩ tố kết thúc câu thể hiện sự tường thuật sự việc nào đó, nghi vấn, mệnh lệnh, khuyên nhủ. **<sự tường thuật>**

< 대화(sự đối thoại) > - 43

겨울이 가면 봄이 오는 법이야. 힘들다고 포기하면 안 돼.
겨우리 가면 보미 오는 버비야. 힘들다고 포기하면 안 돼.
gyeouri gamyeon bomi oneun beobiya. himdeuldago pogihamyeon an dwae.

고마워. 네 말에 다시 힘이 나는 것 같아.
고마워. 네 마레 다시 히미 나는 걸 가타.
gomawo. ne mare dasi himi naneun geot gata.

< 설명(việc giải thích) / 번역(việc biên dịch) >

겨울+이 가+면 봄+이 오+[는 법이]+야.

힘들+다고 포기하+[면 안 되]+어.
　　　　　　　포기하면 안 돼

• **겨울 (danh từ)** : 네 계절 중의 하나로 가을과 봄 사이의 추운 계절.
  mùa đông
  Là một mùa trong bốn mùa, mùa lạnh giữa hai mùa thu và mùa xuân.

• **이** : 어떤 상태나 상황의 대상이나 동작의 주체를 나타내는 조사.
  Không có từ tương ứng
  Trợ từ (tiểu từ) thể hiện chủ thể của động tác hoặc đối tượng của trạng thái hay tình huống nào đó.

• **가다 (động từ)** : 시간이 지나거나 흐르다.
  qua đi
  Thời gian qua đi hay trôi đi.

• **-면** : 뒤에 오는 말에 대한 근거나 조건이 됨을 나타내는 연결 어미.
  nếu...thì
  Vĩ tố liên kết thể hiện việc trở thành điều kiện hay căn cứ đối với vế sau.

• **봄 (danh từ)** : 네 계절 중의 하나로 겨울과 여름 사이의 계절.
  mùa xuân
  Là một trong bốn mùa, giữa mùa đông và mùa hè.

• 이 : 어떤 상태나 상황의 대상이나 동작의 주체를 나타내는 조사.
  Không có từ tương ứng
  Trợ từ (tiểu từ) thể hiện chủ thể của động tác hoặc đối tượng của trạng thái hay tình huống nào đó.

• 오다 (động từ) : 어떤 때나 계절 등이 닥치다.
  đến
  Thời gian hay mùa nào đó tới.

• -는 법이다 : 앞의 말이 나타내는 동작이나 상태가 이미 그렇게 정해져 있거나 그런 것이 당연하다는
  뜻을 나타내는 표현.
  vốn dĩ, dĩ nhiên, đương nhiên
  Cấu trúc thể hiện nghĩa động tác hay trạng thái mà từ ngữ phía trước thể hiện đã được định sẵn như thế hoặc điều đó là đương nhiên.

• -야 : (두루낮춤으로) 어떤 사실에 대하여 서술하거나 물음을 나타내는 종결 어미.
  à, ư
  (cách nói hạ thấp phổ biến) Vĩ tố kết thúc câu thể hiện sự tường thuật hay hỏi về sự việc nào đó. <sự tường thuật>

• 힘들다 (Tính từ) : 마음이 쓰이거나 수고가 되는 면이 있다.
  khó khăn, chật vật, phiền lòng
  Có phần vất vả hoặc nhọc lòng.

• -다고 : 어떤 행위의 목적, 의도를 나타내거나 어떤 상황의 이유, 원인을 나타내는 연결 어미.
  để nên
  Vĩ tố liên kết thể hiện mục đích, ý đồ của hành vi nào đó hoặc nguyên nhân, lí do của tình huống nào đó.

• 포기하다 (động từ) : 하려던 일이나 생각을 중간에 그만두다.
  từ bỏ
  Dừng lại và bỏ ngang chừng suy nghĩ hay việc đang làm dở.

• -면 안 되다 : 어떤 행동이나 상태를 금지하거나 제한함을 나타내는 표현.
  nếu... thì không được, không được...
  Cấu trúc thể hiện sự hạn chế hoặc cấm hành động hay trạng thái nào đó.

• -어 : (두루낮춤으로) 어떤 사실을 서술하거나 물음, 명령, 권유를 나타내는 종결 어미.
  hả?, đi, ta hãy
  (cách nói hạ thấp phổ biến) Vĩ tố kết thúc câu thể hiện sự tường thuật sự việc nào đó, nghi vấn, mệnh lệnh, khuyên nhủ. <sự ra lệnh>

고맙(고마우)+어.
    고마워

너+의 말+에 다시 힘+이 나+[는 것 같]+아.
    네

• 고맙다 (Tính từ) : 남이 자신을 위해 무엇을 해주어서 마음이 흐뭇하고 보답하고 싶다.
  cảm ơn, biết ơn
  Hài lòng và muốn báo đáp vì người khác đã làm giúp mình điều gì đó.

• -어 : (두루낮춤으로) 어떤 사실을 서술하거나 물음, 명령, 권유를 나타내는 종결 어미.
  hả?, đi, ta hãy
  (cách nói hạ thấp phổ biến) Vĩ tố kết thúc câu thể hiện sự tường thuật sự việc nào đó,
  nghi vấn, mệnh lệnh, khuyên nhủ. <sự tường thuật>

• 너 (đại từ) : 듣는 사람이 친구나 아랫사람일 때, 그 사람을 가리키는 말.
  bạn, cậu, mày
  Từ chỉ người nghe khi người đó là bạn bè hay người dưới.

• 의 : 앞의 말이 뒤의 말에 대하여 소유, 소속, 소재, 관계, 기원, 주체의 관계를 가짐을 나타내는 조사.
  của
  Trợ từ thể hiện từ ngữ phía trước có quan hệ về sở hữu, nơi trực thuộc, chất liệu, quan
  hệ, nguồn gốc, chủ thể đối với từ ngữ phía sau.

• 말 (danh từ) : 생각이나 느낌을 표현하고 전달하는 사람의 소리.
  tiếng nói, giọng nói, lời nói
  Tiếng của con người thể hiện và truyền đạt suy nghĩ hay cảm xúc.

• 에 : 앞말이 어떤 일의 원인임을 나타내는 조사.
  do, vì
  Trợ từ (tiểu từ) thể hiện từ ngữ phía trước là nguyên nhân của việc nào đó.

• 다시 (phó từ) : 방법이나 목표 등을 바꿔서 새로이.
  lại
  Thay đổi phương pháp hay mục tiêu một cách mới mẻ.

• 힘 (danh từ) : 용기나 자신감.
  sức mạnh, ý chí
  Dũng khí hay lòng tự tin.

• 이 : 어떤 상태나 상황의 대상이나 동작의 주체를 나타내는 조사.
Không có từ tương ứng
Trợ từ (tiểu từ) thể hiện chủ thể của động tác hoặc đối tượng của trạng thái hay tình huống nào đó.

• 나다 **(động từ)** : 어떤 감정이나 느낌이 생기다.
phát
Cảm xúc hay tình cảm nào đó nảy sinh.

• -는 것 같다 : 추측을 나타내는 표현.
có lẽ
Cấu trúc thể hiện sự suy đoán.

• -아 : (두루낮춤으로) 어떤 사실을 서술하거나 물음, 명령, 권유를 나타내는 종결 어미.
hả?, đi, ta hãy
(cách nói hạ thấp phổ biến) Vĩ tố kết thúc câu thể hiện sự tường thuật sự việc nào đó, nghi vấn, mệnh lệnh, đề nghị. **<sự tường thuật>**

< 대화(sự đối thoại) > - 44

쟤는 도대체 여기 언제 온 거야?
쟤는 도대체 여기 언제 온 거야?
jyaeneun dodaeche yeogi eonje on geoya?

아까 네가 잠깐 조는 사이에 왔을걸.
아까 네가 잠깐 조는 사이에 와쓸껄.
akka nega jamkkan joneun saie wasseulgeol.

< 설명(việc giải thích) / 번역(việc biên dịch) >

쟤+는 도대체 여기 언제 <u>오</u>+[ㄴ 것(거)]+(이)+야?
온 거야

- **쟤 (từ rút gọn)** : '저 아이'가 줄어든 말.
  nó, đứa kia, bạn ấy
  Cách nói rút gọn của từ '저(kia) 아이(người thứ ba)'.

- **는** : 문장 속에서 어떤 대상이 화제임을 나타내는 조사.
  Không có từ tương ứng
  Trợ từ (tiểu từ) thể hiện việc đối tượng nào đó là chủ đề câu chuyện trong câu.

- **도대체 (phó từ)** : 아주 궁금해서 묻는 말인데.
  rốt cuộc thì
  Là câu hỏi vì quá tò mò.

- **여기 (đại từ)** : 말하는 사람에게 가까운 곳을 가리키는 말.
  nơi này, ở đây
  Từ chỉ nơi ở gần người nói.

- **언제 (phó từ)** : 알지 못하는 어느 때에.
  bao giờ, khi nào
  Vào lúc nào đó không biết được.

- **오다 (động từ)** : 무엇이 다른 곳에서 이곳으로 움직이다.
  đến
  Cái gì đó di chuyển từ nơi khác đến nơi này.

• -ㄴ 것 : 명사가 아닌 것을 문장에서 명사처럼 쓰이게 하거나 '이다' 앞에 쓰일 수 있게 할 때 쓰는 표현.

cái, thứ, điều, việc

Cấu trúc dùng cho yếu tố không phải là danh từ có thể được dùng như danh từ trong câu, hoặc làm cho yếu tố đó có thể đứng trước "이다".

• 이다 : 주어가 지시하는 대상의 속성이나 부류를 지정하는 뜻을 나타내는 서술격 조사.

nào là

Trợ từ vị cách thể hiện sự liệt kê các sự vật đồng thời liên kết theo quan hệ đẳng lập.

• -야 : (두루낮춤으로) 어떤 사실에 대하여 서술하거나 물음을 나타내는 종결 어미.

à, ư

(cách nói hạ thấp phổ biến) Vĩ tố kết thúc câu thể hiện sự tường thuật hay hỏi về sự việc nào đó. <sự hỏi>

아까 네+가 잠깐 졸(조)+[는 사이]+에 오+았+을걸.
조는 사이에   왔을걸

• 아까 (phó từ) : 조금 전에.

lúc nãy, vừa mới đây

Trước đây một chút.

• 네 (đại từ) : '너'에 조사 '가'가 붙을 때의 형태.

bạn, mày, em, con, cháu

Hình thái khi gắn trợ từ 가 vào 너.

• 가 : 어떤 상태나 상황에 놓인 대상이나 동작의 주체를 나타내는 조사.

Không có từ tương ứng

Trợ từ (tiểu từ) thể hiện chủ thể của động tác hoặc đối tượng được đặt trong trạng thái hay tình huống nào đó.

• 잠깐 (phó từ) : 아주 짧은 시간 동안에.

trong chốc lát, một chốc, một lát

Trong khoảng thời gian rất ngắn.

• 졸다 (động từ) : 완전히 잠이 들지는 않으면서 자꾸 잠이 들려는 상태가 되다.

gà gật buồn ngủ, díp mắt buồn ngủ, lơ mơ muốn ngủ

Chưa hoàn toàn rơi vào giấc ngủ đồng thời rơi vào trạng thái cứ muốn ngủ.

• -는 사이 : 어떤 행동이나 상황이 일어나는 중간의 어느 짧은 시간을 나타내는 표현.

giữa lúc, trong lúc

Cấu trúc thể hiện thời gian ngắn nào đó giữa lúc hành động hay tình huống nào đó diễn ra.

• 에 : 앞말이 시간이나 때임을 나타내는 조사.
vào lúc
Trợ từ (tiểu từ) thể hiện từ ngữ phía trước là thời gian hoặc thời điểm.

• 오다 **(động từ)** : 무엇이 다른 곳에서 이곳으로 움직이다.
đến
Cái gì đó di chuyển từ nơi khác đến nơi này.

• -았- : 어떤 사건이 과거에 완료되었거나 그 사건의 결과가 현재까지 지속되는 상황을 나타내는 어미.
đã
Vĩ tố thể hiện tình huống mà sự kiện nào đó đã hoàn thành trong quá khứ hoặc kết quả của sự kiện đó được tiếp tục đến hiện tại.

• -을걸 : (두루낮춤으로) 미루어 짐작하거나 추측함을 나타내는 종결 어미.
chắc sẽ, chắc là sẽ
(cách nói hạ thấp phổ biến) Vĩ tố kết thúc câu thể hiện sự phỏng đoán hay suy đoán.

• 에 : 앞말이 시간이나 때임을 나타내는 조사.
vào lúc
Trợ từ (tiểu từ) thể hiện từ ngữ phía trước là thời gian hoặc thời điểm.

< 대화(sự đối thoại) > - 45

오빠, 저 내일 친구들이랑 스키 타러 갈 거예요.
오빠, 저 내일 친구드리랑 스키 타러 갈 꺼예요.
oppa, jeo naeil chingudeurirang seuki tareo gal geoyeyo.

그래? 자칫하면 다칠 수 있으니까 조심해라.
그래? 자치타면 다칠 쑤 이쓰니까 조심해라.
geurae? jachitamyeon dachil su isseunikka josimhaera.

< 설명(việc giải thích) / 번역(việc biên dịch) >

오빠, 저 내일 친구+들+이랑 스키 타+러 가+[ㄹ 것(거)]+이+에요.
갈 거예요

• **오빠 (danh từ)** : 여자가 자기보다 나이 많은 남자를 다정하게 이르거나 부르는 말.
  anh
  Từ mà phụ nữ dùng để chỉ hay gọi đàn ông lớn tuổi hơn mình một cách tình cảm.

• **저 (đại từ)** : 말하는 사람이 듣는 사람에게 자신을 낮추어 가리키는 말.
  em, con, cháu
  Cách người nói hạ mình để xưng hô với người nghe.

• **내일 (phó từ)** : 오늘의 다음 날에.
  ngày mai
  Ngày sau hôm nay.

• **친구 (danh từ)** : 사이가 가까워 서로 친하게 지내는 사람.
  bạn
  Người có quan hệ gần gũi và chơi thân với nhau.

• **들** : '복수'의 뜻을 더하는 접미사.
  những, các
  Hậu tố thêm nghĩa 'số nhiều'.

• **이랑** : 어떤 일을 함께 하는 대상임을 나타내는 조사.
  cùng với, với
  Trợ từ thể hiện đối tượng cùng làm việc nào đó.

• 스키 (danh từ) : 눈 위로 미끄러져 가도록 나무나 플라스틱으로 만든 좁고 긴 기구.
  ván trượt tuyết
  Dụng cụ hẹp và dài, làm bằng gỗ hay nhựa để lướt trên tuyết.

• 타다 (động từ) : 바닥이 미끄러운 곳에서 기구를 이용해 미끄러지다.
  trượt, lướt
  Sử dụng dụng cụ để lướt đi ở những nơi có mặt nền trơn trọt.

• -러 : 가거나 오거나 하는 동작의 목적을 나타내는 연결 어미.
  để
  Vĩ tố liên kết thể hiện mục đích của động tác đi hoặc đến.

• 가다 (động từ) : 어떤 목적을 가지고 일정한 곳으로 움직이다.
  đi, sang
  Di chuyển đến nơi nhất định với mục đích nào đó.

• -ㄹ 것 : 명사가 아닌 것을 문장에서 명사처럼 쓰이게 하거나 '이다' 앞에 쓰일 수 있게 할 때 쓰는 표
         현.
  Không có từ tương ứng
  Cấu trúc dùng khi làm cho yếu tố không phải là danh từ được dùng như danh từ trong câu, hoặc làm cho có thể được dùng trước "이다".

• 이다 : 주어가 지시하는 대상의 속성이나 부류를 지정하는 뜻을 나타내는 서술격 조사.
  nào là
  Trợ từ vị cách thể hiện sự liệt kê các sự vật đồng thời liên kết theo quan hệ đẳng lập.

• -에요 : (두루높임으로) 어떤 사실을 서술하거나 질문함을 나타내는 종결 어미.
  phải không?, là
  (cách nói kính trọng phổ biến) Vĩ tố kết thúc câu diễn đạt sự nghi vấn hay trần thuật sự việc nào đó. <sự tường thuật>

그래?

자칫하+면 <u>다치+[ㄹ 수 있]+으니까</u> <u>조심하+여라</u>.
        다칠 수 있으니까   조심해라

• 그래 (từ cảm thán) : 상대편의 말에 대한 감탄이나 가벼운 놀라움을 나타낼 때 쓰는 말.
  vậy sao
  Từ dùng khi thể hiện sự cảm thán hay hơi ngạc nhiên về lời nói của đối phương.

• **자칫하다 (động từ)** : 어쩌다가 조금 어긋나거나 잘못되다.

    suýt nữa, xíu nữa

    Một chút nữa là bị sai lầm hoặc sai lệch.

• **-면** : 뒤에 오는 말에 대한 근거나 조건이 됨을 나타내는 연결 어미.

    nếu...thì

    Vĩ tố liên kết thể hiện việc trở thành điều kiện hay căn cứ đối với vế sau.

• **다치다 (động từ)** : 부딪치거나 맞거나 하여 몸이나 몸의 일부에 상처가 생기다. 또는 상처가 생기게 하다.

    bị thương, trầy

    Va đập hoặc va chạm nên xuất hiện vết thương ở cơ thể hay một phần cơ thể. Hoặc làm cho vết thương xuất hiện.

• **-ㄹ 수 있다** : 어떤 행동이나 상태가 가능함을 나타내는 표현.

    Không có từ tương ứng

    Cụm ngữ pháp thể hiện hành động hoặc trạng thái nào đó có thể xảy ra.

• **-으니까** : 뒤에 오는 말에 대하여 앞에 오는 말이 원인이나 근거, 전제가 됨을 강조하여 나타내는 연결 어미.

    bởi vì⋯ nên⋯, tại vì⋯ nên⋯

    Vĩ tố liên kết thể hiện nhấn mạnh đặc biệt vế trước trở thành nguyên nhân, căn cứ hay tiền đề đối với vế sau.

• **조심하다 (động từ)** : 좋지 않은 일을 겪지 않도록 말이나 행동 등에 주의를 하다.

    thận trọng, cẩn thận

    Chú ý trong hành động hay lời nói để không gặp phải việc không tốt.

• **-여라** : (아주낮춤으로) 명령을 나타내는 종결 어미.

    đi, hãy

    (cách nói rất hạ thấp) Vĩ tố kết thúc câu thể hiện mệnh lệnh.

< 대화(sự đối thoại) > - 46

우산이 없는데 어떻게 하지?
우사니 엄는데 어떠케 하지?
usani eomneunde eotteoke haji?

그냥 비를 맞는 수밖에 없지, 뭐. 뛰어.
그냥 비를 만는 수바께 업찌, 뭐. 뛰어.
geunyang bireul manneun subakke eopji, mwo. ttwieo.

< 설명(việc giải thích) / 번역(việc biên dịch) >

우산+이 없+는데 어떻게 하+지?

• **우산 (danh từ)** : 긴 막대 위에 지붕 같은 막을 펼쳐서 비가 올 때 손에 들고 머리 위를 가리는 도구.
ô
Đồ dùng được cầm trên tay, che đầu mỗi khi mưa đến, có độ trải rộng như mái nhà dùng để tránh ướt mưa.

• **이** : 어떤 상태나 상황의 대상이나 동작의 주체를 나타내는 조사.
Không có từ tương ứng
Trợ từ (tiểu từ) thể hiện chủ thể của động tác hoặc đối tượng của trạng thái hay tình huống nào đó.

• **없다 (Tính từ)** : 어떤 물건을 가지고 있지 않거나 자격이나 능력 등을 갖추지 않은 상태이다.
không có
Là trạng thái không có đồ vật nào đó hay không có năng lực hay tư cách...

• **-는데** : 뒤의 말을 하기 위하여 그 대상과 관련이 있는 상황을 미리 말함을 나타내는 연결 어미.
Không có từ tương ứng
Vĩ tố liên kết thể hiện việc nói trước tình huống có liên quan đến đối tượng để nói tiếp lời phía sau.

• **어떻게 (phó từ)** : 어떤 방법으로. 또는 어떤 방식으로.
thế nào mà, sao mà
Bằng phương pháp nào đó. Hoặc bằng phương thức nào đó.

- 하다 (동사) : 어떤 방식으로 행위를 이루다.
  Không có từ tương ứng
  Tạo hành vi bằng phương thức nào đó.

- -지 : (두루낮춤으로) 말하는 사람이 듣는 사람에게 친근함을 나타내며 물을 때 쓰는 종결 어미.
  nhỉ?
  (cách nói hạ thấp phổ biến) Vĩ tố kết thúc câu dùng khi người nói hỏi và thể hiện sự thân mật với người nghe.

그냥 비+를 맞+[는 수밖에 없]+지, 뭐.

뛰+어.

- **그냥 (phó từ)** : 그런 모양으로 그대로 계속하여.
  cứ, tiếp tục, tự nhiên
  Cứ tiếp tục hình ảnh như thế.

- **비 (danh từ)** : 높은 곳에서 구름을 이루고 있던 수증기가 식어서 뭉쳐 떨어지는 물방울.
  hạt mưa
  Giọt nước rơi từ trên cao do hơi nước tạo thành mây, nguội đi ngưng tụ lại.

- **를** : 동작이 직접적으로 영향을 미치는 대상을 나타내는 조사.
  Không có từ tương ứng
  Trợ từ (tiểu từ) thể hiện đối tượng mà động tác gây ảnh hưởng trực tiếp.

- **맞다 (động từ)** : 내리는 눈이나 비 등이 닿는 것을 그대로 받다.
  gặp, bị dính, bị mắc mưa
  Đón nhận những cái chạm phải như mưa hay tuyết rơi xuống.

- **-는 수밖에 없다** : 그것 말고는 다른 방법이나 가능성이 없음을 나타내는 표현.
  chỉ đành, chỉ còn cách, không có cách nào khác
  Cấu trúc thể hiện việc ngoài điều đó thì không có khả năng hay phương pháp khác.

- **-지** : (두루낮춤으로) 말하는 사람이 자신에 대한 이야기나 자신의 생각을 친근하게 말할 때 쓰는 종결 어미.
  nhỉ?
  (cách nói hạ thấp phổ biến) Vĩ tố kết thúc câu dùng khi người nói kể về mình hay suy nghĩ của mình một cách thân mật với người nghe.

- **뭐 (từ cảm thán)** : 더 이상 여러 말 할 것 없다는 뜻으로 어떤 사실을 체념하여 받아들이며 하는 말.
  đành vậy
  Cách nói thấu hiểu chấp nhận sự việc nào đó với ý không cần nói thêm nhiều lời.

• **뛰다 (động từ)** : 발을 재빠르게 움직여 빨리 나아가다.
  chạy
  Di chuyển chân thật nhanh để tiến nhanh.

• **-어** : (두루낮춤으로) 어떤 사실을 서술하거나 물음, 명령, 권유를 나타내는 종결 어미.
  hả?, đi, ta hãy
  (cách nói hạ thấp phổ biến) Vĩ tố kết thúc câu thể hiện sự tường thuật sự việc nào đó, nghi vấn, mệnh lệnh, khuyên nhủ. **<sự ra lệnh>**

< 대화(sự đối thoại) > - 47

지우는 성격이 참 좋은 것 같아요.
지우는 성껴기 참 조은 걷 가타요.
jiuneun seonggyeogi cham joeun geot gatayo.

맞아요. 걔는 아무리 일이 바빠도 인상 한 번 찌푸리는 적이 없어요.
마자요. 걔는 아무리 이리 바빠도 인상 한 번 찌푸리는 저기 업써요.
majayo. gyaeneun amuri iri bappado insang han beon jjipurineun jeogi eopseoyo.

< 설명(việc giải thích) / 번역(việc biên dịch) >

지우+는 성격+이 참 좋+[은 것 같]+아요.

• 지우 (danh từ) : tên người

• 는 : 문장 속에서 어떤 대상이 화제임을 나타내는 조사.
  Không có từ tương ứng
  Trợ từ (tiểu từ) thể hiện việc đối tượng nào đó là chủ đề câu chuyện trong câu.

• 성격 (danh từ) : 개인이 가지고 있는 고유한 성질이나 품성.
  tính cách, tính nết
  Tính chất hay phẩm chất riêng mà cá nhân có.

• 이 : 어떤 상태나 상황의 대상이나 동작의 주체를 나타내는 조사.
  Không có từ tương ứng
  Trợ từ (tiểu từ) thể hiện chủ thể của động tác hoặc đối tượng của trạng thái hay tình huống nào đó.

• 참 (phó từ) : 사실이나 이치에 조금도 어긋남이 없이 정말로.
  thật sự, quả thật, quả thực, quả là, đúng là
  Thực sự không lệch so với sự thật hay lẽ phải chút nào.

• 좋다 (Tính từ) : 성격 등이 원만하고 착하다.
  tốt, hay, hiền lành
  Tính cách… tốt đẹp và hiền từ.

• -은 것 같다 : 추측을 나타내는 표현.
có lẽ
Cấu trúc thể hiện sự suy đoán.

• -아요 : (두루높임으로) 어떤 사실을 서술하거나 질문, 명령, 권유함을 나타내는 종결 어미.
không?, hãy, hãy cùng
(cách nói kính trọng phổ biến) Vĩ tố kết thúc câu thể hiện sự tường thuật sự việc nào đó hoặc nghi vấn, mệnh lệnh, khuyến nghị. **<sự tường thuật>**

맞+아요.

걔+는 아무리 일+이 <u>바쁘(바쁘)+아도</u> 인상 한 번 찌푸리+[는 적이 없]+어요.
바빠도

• **맞다 (động từ)** : 그렇거나 옳다.
đúng, đúng vậy, đúng thế
Như thế hoặc đúng đắn.

• **-아요** : (두루높임으로) 어떤 사실을 서술하거나 질문, 명령, 권유함을 나타내는 종결 어미.
không?, hãy, hãy cùng
(cách nói kính trọng phổ biến) Vĩ tố kết thúc câu thể hiện sự tường thuật sự việc nào đó hoặc nghi vấn, mệnh lệnh, khuyến nghị. **<sự tường thuật>**

• **걔 (từ rút gọn)** : '그 아이'가 줄어든 말.
đứa đó
Cách viết rút gọn của '그(đó) 아이(người thứ ba)'.

• **는** : 문장 속에서 어떤 대상이 화제임을 나타내는 조사.
Không có từ tương ứng
Trợ từ (tiểu từ) thể hiện việc đối tượng nào đó là chủ đề câu chuyện trong câu.

• **아무리 (phó từ)** : 정도가 매우 심하게.
cho dù
Mức độ rất nghiêm trọng.

• **일 (danh từ)** : 무엇을 이루려고 몸이나 정신을 사용하는 활동. 또는 그 활동의 대상.
việc, công việc
Hoạt động sử dụng cơ thể hay tinh thần để thực hiện điều gì đó. Hoặc đối tượng của hoạt động đó.

- 이 : 어떤 상태나 상황의 대상이나 동작의 주체를 나타내는 조사.
  Không có từ tương ứng
  Trợ từ (tiểu từ) thể hiện chủ thể của động tác hoặc đối tượng của trạng thái hay tình huống nào đó.

- **바쁘다 (Tính từ)** : 할 일이 많거나 시간이 없어서 다른 것을 할 여유가 없다.
  bận
  Có nhiều việc phải làm hoặc không có thời gian nên không rảnh để làm cái khác.

- -아도 : 앞에 오는 말을 가정하거나 인정하지만 뒤에 오는 말에는 관계가 없거나 영향을 끼치지 않음을 나타내는 연결 어미.
  cho dù, mặc dù... cũng...
  Vĩ tố kết thúc câu thể hiện dù giả định hay công nhận vế trước nhưng không có liên quan hoặc không ảnh hưởng đến vế sau.

- **인상 (danh từ)** : 사람 얼굴의 생김새.
  ấn tượng
  Dáng vẻ của khuôn mặt con người.

- **한 (định từ)** : 하나의.
  một
  Thuộc một.

- **번 (danh từ)** : 일의 횟수를 세는 단위.
  lần
  Đơn vị đếm số lần của công việc.

- **찌푸리다 (động từ)** : 얼굴의 근육이나 눈살 등을 몹시 찡그리다.
  nhăn nhó, cau
  Nhăn cơ mặt hoặc phần giữa hai lông mày lại.

- -는 적이 없다 : 앞의 말이 나타내는 동작이 진행되거나 그 상태가 나타나는 때가 없음을 나타내는 표현.
  chưa bao giờ, không lần nào
  Cấu trúc thể hiện động tác mà từ ngữ phía trước diễn đạt chưa khi nào được tiến hành hay trạng thái đó chưa khi nào xuất hiện.

- -어요 : (두루높임으로) 어떤 사실을 서술하거나 질문, 명령, 권유함을 나타내는 종결 어미.
  không?, hãy, hãy cùng
  (cách nói kính trọng phổ biến) Vĩ tố kết thúc câu thể hiện sự tường thuật sự việc nào đó hay nghi vấn, mệnh lệnh, đề nghị. **<sự tường thuật>**

< 대화(sự đối thoại) > - 48

명절에 한복 입어 본 적 있어요?
명저레 한복 이버 본 적 이써요?
myeongjeore hanbok ibeo bon jeok isseoyo?

그럼요. 어렸을 때 부모님하고 고향에 내려가면서 입었었죠.
그러묘. 어려쓸 때 부모님하고 고향에 내려가면서 이버썯쬬.
geureomyo. eoryeosseul ttae bumonimhago gohyange naeryeogamyeonseo ibeosseotjyo.

< 설명(việc giải thích) / 번역(việc biên dịch) >

명절+에 한복 입+[어 보]+[ㄴ 적 있]+어요?
입어 본 적 있어요

- **명절 (danh từ)** : 설이나 추석 등 해마다 일정하게 돌아와 전통적으로 즐기거나 기념하는 날.
  ngày lễ tết, ngày tết
  Ngày kỷ niệm hay ngày vui truyền thống và hàng năm quay trở lại cố định như trung thu hay tết Nguyên đán.

- **에** : 앞말이 시간이나 때임을 나타내는 조사.
  vào lúc
  Trợ từ (tiểu từ) thể hiện từ ngữ phía trước là thời gian hoặc thời điểm.

- **한복 (danh từ)** : 한국의 전통 의복.
  Hanbok; Hàn phục
  Y phục truyền thống của Hàn Quốc.

- **입다 (động từ)** : 옷을 몸에 걸치거나 두르다.
  mặc
  Khoác hoặc che quần áo lên cơ thể.

- **-어 보다** : 앞의 말이 나타내는 행동을 이전에 경험했음을 나타내는 표현.
  từng
  Cấu trúc thể hiện trước đây đã trải nghiệm hành động mà từ ngữ phía trước thể hiện.

- 150 -

• -ㄴ 적 있다 : 앞의 말이 나타내는 동작이 일어나거나 그 상태가 나타난 때가 있음을 나타내는 표현.
từng, đã từng
Cấu trúc thể hiện động tác mà vế trước diễn đạt đã từng xảy ra hoặc trạng thái đó đã từng xuất hiện.

• -어요 : (두루높임으로) 어떤 사실을 서술하거나 질문, 명령, 권유함을 나타내는 종결 어미.
không?, hãy, hãy cùng
(cách nói kính trọng phổ biến) Vĩ tố kết thúc câu thể hiện sự tường thuật sự việc nào đó hay nghi vấn, mệnh lệnh, đề nghị. <việc hỏi>

그럼+요.

<u>어리+었+[을 때]</u> 부모님+하고 고향+에 내려가+면서 입+었었+죠.
 어렸을 때

• **그럼 (từ cảm thán)** : 말할 것도 없이 당연하다는 뜻으로 대답할 때 쓰는 말.
tất nhiên rồi, chứ còn gì nữa
Từ dùng khi trả lời với nghĩa là đương nhiên, không cần phải nói gì.

• **요** : 높임의 대상인 상대방에게 존대의 뜻을 나타내는 조사.
ạ
Trợ từ thể hiện ý nghĩa kính trọng đối với đối phương là đối tượng cần kính trọng.

• **어리다 (Tính từ)** : 나이가 적다.
nhỏ tuổi, ít tuổi, trẻ
Ít tuổi.

• **-었-** : 사건이 과거에 일어났음을 나타내는 어미.
đã
Vĩ tố thể hiện sự kiện đã xảy ra trong quá khứ.

• **-을 때** : 어떤 행동이나 상황이 일어나는 동안이나 그 시기 또는 그러한 일이 일어난 경우를 나타내는 표현.
khi, lúc, hồi
Cấu trúc thể hiện khoảng thời gian hay thời kì mà hành động hay tình huống nào đó xảy ra hoặc trường hợp mà việc như vậy xảy ra.

• **부모님 (danh từ)** : (높이는 말로) 부모.
phụ mẫu, bố mẹ
(cách nói kính trọng) Cha mẹ.

• 하고 : 어떤 일을 함께 하는 대상임을 나타내는 조사.
  với, cùng với
  Trợ từ thể hiện đối tượng cùng làm việc gì đó.

• 고향 (danh từ) : 태어나서 자란 곳.
  quê hương
  Nơi mình sinh ra và lớn lên.

• 에 : 앞말이 목적지이거나 어떤 행위의 진행 방향임을 나타내는 조사.
  đến, tới
  Trợ từ (tiểu từ) thể hiện từ ngữ phía trước là đích đến hoặc là hướng diễn tiến của hành động nào đó.

• 내려가다 (động từ) : 도심이나 중심지에서 지방으로 가다.
  đi xuống, đi về
  Đi từ thành thị hay trung tâm xuống địa phương.

• -면서 : 두 가지 이상의 동작이나 상태가 함께 일어남을 나타내는 연결 어미.
  vừa...vừa
  Vĩ tố liên kết thể hiện hai động tác hay trạng thái trở lên cùng xảy ra.

• 입다 (động từ) : 옷을 몸에 걸치거나 두르다.
  mặc
  Khoác hoặc che quần áo lên cơ thể.

• -었었- : 현재와 비교하여 다르거나 현재로 이어지지 않는 과거의 사건을 나타내는 어미.
  đã
  Vĩ tố thể hiện sự kiện trong quá khứ đã khác so với hiện tại hoặc không được tiếp nối đến hiện tại.

• -죠 : (두루높임으로) 말하는 사람이 자신에 대한 이야기나 자신의 생각을 친근하게 말할 때 쓰는 종결 어미.
  đấy
  (cách nói kính trọng phổ biến) Vĩ tố kết thúc câu dùng khi người nói kể về mình hoặc nói ra suy nghĩ của mình một cách thân mật.

< 대화(sự đối thoại) > - 49

왜 이렇게 늦었어? 한참 기다렸잖아.
왜 이러케 느저써? 한참 기다렫짜나.
wae ireoke neujeosseo? hancham gidaryeotjana.

미안해, 오후에도 이렇게 차가 막히는 줄 몰랐어.
미안해, 오후에도 이러케 차가 마키는 줄 몰라써.
mianhae, ohuedo ireoke chaga makineun jul mollasseo.

< 설명(việc giải thích) / 번역(việc biên dịch) >

왜 이렇+게 늦+었+어?

한참 <u>기다리</u>+<u>었</u>+<u>잖아</u>.
　　　　기다렸잖아

- **왜 (phó từ)** : 무슨 이유로. 또는 어째서.
  tại sao, vì sao
  Với lý do gì. Hoặc làm sao chứ.

- **이렇다 (Tính từ)** : 상태, 모양, 성질 등이 이와 같다.
  như thế này
  Trạng thái, hình dạng, tính chất… giống như điều này.

- **-게** : 앞의 말이 뒤에서 가리키는 일의 목적이나 결과, 방식, 정도 등이 됨을 나타내는 연결 어미.
  để, nhằm
  Vĩ tố liên kết thể hiện vế trước trở thành mục đích hay kết quả, phương thức, mức độ của sự việc chỉ ra ở sau.

- **늦다 (động từ)** : 정해진 때보다 지나다.
  muộn, trễ
  Quá thời điểm đã định.

- **-었-** : 어떤 사건이 과거에 완료되었거나 그 사건의 결과가 현재까지 지속되는 상황을 나타내는 어미.
  đã
  Vĩ tố thể hiện tình huống mà sự kiện nào đó đã hoàn thành trong quá khứ hoặc kết quả của sự kiện đó được tiếp tục đến hiện tại.

• -어 : (두루낮춤으로) 어떤 사실을 서술하거나 물음, 명령, 권유를 나타내는 종결 어미.
  há?, đi, ta hãy
  (cách nói hạ thấp phổ biến) Vĩ tố kết thúc câu thể hiện sự tường thuật sự việc nào đó,
  nghi vấn, mệnh lệnh, khuyên nhủ. <sự hỏi>

• 한참 (danh từ) : 시간이 꽤 지나는 동안.
  một lúc lâu, một thời gian lâu
  Trong khoảng thời gian trôi qua tương đối.

• 기다리다 (động từ) : 사람, 때가 오거나 어떤 일이 이루어질 때까지 시간을 보내다.
  chờ đợi, đợi chờ, đợi, chờ
  Trải qua thời gian cho đến khi người, dịp (nào đó) đến hay việc nào đó được thực hiện.

• -었- : 어떤 사건이 과거에 완료되었거나 그 사건의 결과가 현재까지 지속되는 상황을 나타내는 어미.
  đã
  Vĩ tố thể hiện tình huống mà sự kiện nào đó đã hoàn thành trong quá khứ hoặc kết quả
  của sự kiện đó được tiếp tục đến hiện tại.

• -잖아 : (두루낮춤으로) 어떤 상황에 대해 말하는 사람이 상대방에게 확인하거나 정정해 주듯이 말함을
  나타내는 표현.
  đấy ư, còn gì
  (cách nói hạ thấp phổ biến) Cấu trúc thể hiện việc người nói nói về tình huống nào đó
  như thể xác nhận hoặc đính chính với đối phương.

미안하+여.
미안해

오후+에+도 이렇+게 차+가 막히+[는 줄] 모르(몰ㄹ)+았+어.
몰랐어

• 미안하다 (Tính từ) : 남에게 잘못을 하여 마음이 편치 못하고 부끄럽다.
  áy náy
  Trong lòng không thoải mái và e ngại vì làm điều sai trái với người khác.

• -여 : (두루낮춤으로) 어떤 사실을 서술하거나 물음, 명령, 권유를 나타내는 종결 어미.
  há?, đi, ta hãy
  (cách nói hạ thấp phổ biến) Vĩ tố kết thúc câu thể hiện sự tường thuật sự việc nào đó,
  nghi vấn, mệnh lệnh, đề nghị. <sự tường thuật>

- **오후 (danh từ)** : 정오부터 해가 질 때까지의 동안.
  buổi chiều
  Khoảng thời gian từ giữa trưa đến khi mặt trời lặn.

- **에** : 앞말이 시간이나 때임을 나타내는 조사.
  vào lúc
  Trợ từ (tiểu từ) thể hiện từ ngữ phía trước là thời gian hoặc thời điểm.

- **도** : 일반적이지 않은 경우나 의외의 경우를 강조함을 나타내는 조사.
  cũng, cả
  Trợ từ thể hiện sự nhấn mạnh trường hợp không bình thường hoặc trường hợp ngoại lệ.

- **이렇다 (Tính từ)** : 상태, 모양, 성질 등이 이와 같다.
  như thế này
  Trạng thái, hình dạng, tính chất… giống như điều này.

- **-게** : 앞의 말이 뒤에서 가리키는 일의 목적이나 결과, 방식, 정도 등이 됨을 나타내는 연결 어미.
  để, nhằm
  Vĩ tố liên kết thể hiện vế trước trở thành mục đích hay kết quả, phương thức, mức độ của sự việc chỉ ra ở sau.

- **차 (danh từ)** : 바퀴가 달려 있어 사람이나 짐을 실어 나르는 기관.
  xe
  Vật có bánh xe dùng để chở người hoặc chất hành lý lên đó để chở đi.

- **가** : 어떤 상태나 상황에 놓인 대상이나 동작의 주체를 나타내는 조사.
  Không có từ tương ứng
  Trợ từ (tiểu từ) thể hiện chủ thể của động tác hoặc đối tượng được đặt trong trạng thái hay tình huống nào đó.

- **막히다 (động từ)** : 길에 차가 많아 차가 제대로 가지 못하게 되다.
  bị tắc đường, bị kẹt đường
  Xe không dễ đi được do trên đường nhiều xe.

- **-는 줄** : 어떤 사실이나 상태에 대해 알고 있거나 모르고 있음을 나타내는 표현.
  (biết, không biết) rằng
  Cấu trúc thể hiện việc biết hoặc không biết về sự việc hay trạng thái nào đó.

- **모르다 (động từ)** : 사람이나 사물, 사실 등을 알지 못하거나 이해하지 못하다.
  không biết
  Không biết được hoặc không hiểu được người, sự vật hay sự việc...

- -았- : 어떤 사건이 과거에 완료되었거나 그 사건의 결과가 현재까지 지속되는 상황을 나타내는 어미.

  đã

  Vĩ tố thể hiện tình huống mà sự kiện nào đó đã hoàn thành trong quá khứ hoặc kết quả của sự kiện đó được tiếp tục đến hiện tại.

- -어 : (두루낮춤으로) 어떤 사실을 서술하거나 물음, 명령, 권유를 나타내는 종결 어미.

  hả?, đi, ta hãy

  (cách nói hạ thấp phổ biến) Vĩ tố kết thúc câu thể hiện sự tường thuật sự việc nào đó, nghi vấn, mệnh lệnh, khuyên nhủ. <sự tường thuật>

< 대화(sự đối thoại) > - 50

지아 씨, 하던 일은 다 됐어요?
지아 씨, 하던 이른 다 돼써요?
jia ssi, hadeon ireun da dwaesseoyo?

네, 잠깐만요. 지금 마무리하는 중이에요.
네, 잠깐마뇨. 지금 마무리하는 중이에요.
ne, jamkkanmanyo. jigeum mamurihaneun jungieyo.

< 설명(việc giải thích) / 번역(việc biên dịch) >

지아 씨, 하+던 일+은 다 <u>되+었+어요</u>?
됐어요

• **지아 (danh từ)** : tên người

• **씨 (danh từ)** : 그 사람을 높여 부르거나 이르는 말.
  anh, chị, cô, chú, cậu
  Từ dùng để chỉ hay gọi trân trọng người đó.

• **하다 (động từ)** : 어떤 행동이나 동작, 활동 등을 행하다.
  làm, tiến hành
  Thực hiện hành động hay động tác, hoạt động nào đó.

• **-던** : 앞의 말이 관형어의 기능을 하게 만들고 사건이나 동작이 과거에 완료되지 않고 중단되었음을 나
       타내는 어미.
  dở, giữa chừng
  Vĩ tố làm cho từ ngữ đứng trước có chức năng của định ngữ và thể hiện sự kiện hay
  động tác không hoàn thành trong quá khứ và bị gián đoạn.

• **일 (danh từ)** : 무엇을 이루려고 몸이나 정신을 사용하는 활동. 또는 그 활동의 대상.
  việc, công việc
  Hoạt động sử dụng cơ thể hay tinh thần để thực hiện điều gì đó. Hoặc đối tượng của hoạt
  động đó.

• **은** : 문장 속에서 어떤 대상이 화제임을 나타내는 조사.
  Không có từ tương ứng
  Trợ từ (tiểu từ) thể hiện việc đối tượng nào đó là chủ đề câu chuyện trong câu.

- 다 (phó từ) : 남거나 빠진 것이 없이 모두.
  hết, tất cả
  Mọi thứ không sót hay để lại gì cả.

- 되다 (động từ) : 어떤 사물이나 현상이 생겨나거나 만들어지다.
  trở nên, trở thành, thành
  Một sự vật hay hiện tượng nào đó sinh ra hay được tạo thành.

- -었- : 어떤 사건이 과거에 완료되었거나 그 사건의 결과가 현재까지 지속되는 상황을 나타내는 어미.
  đã
  Vĩ tố thể hiện tình huống mà sự kiện nào đó đã hoàn thành trong quá khứ hoặc kết quả của sự kiện đó được tiếp tục đến hiện tại.

- -어요 : (두루높임으로) 어떤 사실을 서술하거나 질문, 명령, 권유함을 나타내는 종결 어미.
  không?, hãy, hãy cùng
  (cách nói kính trọng phổ biến) Vĩ tố kết thúc câu thể hiện sự tường thuật sự việc nào đó hay nghi vấn, mệnh lệnh, đề nghị. <việc hỏi>

네, 잠깐+만+요.

지금 마무리하+[는 중이]+에요.

- 네 (từ cảm thán) : 윗사람의 물음이나 명령 등에 긍정하여 대답할 때 쓰는 말.
  vâng, dạ
  Từ dùng khi trả lời một cách khẳng định đối với câu hỏi hay mệnh lệnh của người trên.

- 잠깐 (danh từ) : 아주 짧은 시간 동안.
  chốc lát, một chốc, một lát
  Khoảng thời gian rất ngắn.

- 만 : 무엇을 강조하는 뜻을 나타내는 조사.
  chỉ
  Trợ từ thể hiện ý nghĩa nhấn mạnh điều gì đó.

- 요 : 높임의 대상인 상대방에게 존대의 뜻을 나타내는 조사.
  ạ
  Trợ từ thể hiện ý nghĩa kính trọng đối với đối phương là đối tượng cần kính trọng.

- 지금 (phó từ) : 말을 하고 있는 바로 이때에. 또는 그 즉시에.
  bây giờ
  Vào chính lúc đang nói. Hoặc ngay lúc đó.

・**마무리하다 (động từ)** : 일을 끝내다.
  hoàn tất, kết thúc, hoàn thành
  Kết thúc công việc.

・**-는 중이다** : 어떤 일이 진행되고 있음을 나타내는 표현.
  đang
  Cấu trúc thể hiện việc nào đó đang được tiến hành.

・**-에요** : (두루높임으로) 어떤 사실을 서술하거나 질문함을 나타내는 종결 어미.
  phải không?, là
  (cách nói kính trọng phổ biến) Vĩ tố kết thúc câu diễn đạt sự nghi vấn hay trần thuật sự việc nào đó. **<sự tường thuật>**

< 대화(sự đối thoại) > - 51

추워? 내 옷 벗어 줄까?
추워? 내 옫 버서 줄까?
chuwo? nae ot beoseo julkka?

괜찮아. 너도 추위를 많이 타는데 괜히 멋있는 척하지 않아도 돼.
괜차나. 너도 추위를 마니 타는데 괜히 머신는 처카지 아나도 돼.
gwaenchana. neodo chuwireul mani taneunde gwaenhi meosinneun cheokaji anado dwae.

< 설명(việc giải thích) / 번역(việc biên dịch) >

춥(추우)+어?
    추워

나+의 옷 벗+[어 주]+ㄹ까?
내   벗어 줄까

• 춥다 (Tính từ) : 몸으로 느끼기에 기온이 낮다.
  rét, lạnh
  Nhiệt độ thấp theo cảm nhận bằng cơ thể.

• -어 : (두루낮춤으로) 어떤 사실을 서술하거나 물음, 명령, 권유를 나타내는 종결 어미.
  hả?, đi, ta hãy
  (cách nói hạ thấp phổ biến) Vĩ tố kết thúc câu thể hiện sự tường thuật sự việc nào đó,
  nghi vấn, mệnh lệnh, khuyên nhủ. <sự hỏi>

• 나 (đại từ) : 말하는 사람이 친구나 아랫사람에게 자기를 가리키는 말.
  tôi, mình, anh, chị...
  Từ mà người nói dùng để chỉ bản thân mình khi nói với người dưới hoặc bạn bè.

• 의 : 앞의 말이 뒤의 말에 대하여 소유, 소속, 소재, 관계, 기원, 주체의 관계를 가짐을 나타내는 조사.
  của
  Trợ từ thể hiện từ ngữ phía trước có quan hệ về sở hữu, nơi trực thuộc, chất liệu, quan
  hệ, nguồn gốc, chủ thể đối với từ ngữ phía sau.

• 옷 (danh từ) : 사람의 몸을 가리고 더위나 추위 등으로부터 보호하며 멋을 내기 위하여 입는 것.
quần áo
Thứ được mặc lên người để bảo vệ cơ thể khỏi nóng hay lạnh và để làm đẹp.

• 벗다 (động từ) : 사람이 몸에 지닌 물건이나 옷 등을 몸에서 떼어 내다.
cởi, tháo
Gỡ ra khỏi cơ thể đồ vật hay quần áo mà người ta mang trên người.

• -어 주다 : 남을 위해 앞의 말이 나타내는 행동을 함을 나타내는 표현.
giúp, hộ, giùm
Cấu trúc thể hiện việc thực hiện hành động mà từ ngữ phía trước thể hiện vì người khác.

• -ㄹ까 : (두루낮춤으로) 듣는 사람의 의사를 물을 때 쓰는 종결 어미.
nhé, nha
(cách nói hạ thấp phổ biến) Vĩ tố kết thúc câu dùng khi hỏi ý kiến của đối phương.

괜찮+아.

너+도 추위+를 많이 타+는데 괜히 멋있+[는 척하]+[지 않]+[아도 되]+어.
멋있는 척하지 않아도 돼

• 괜찮다 (Tính từ) : 별 문제가 없다.
không sao, không vấn đề gì
Không có vấn đề gì đặc biệt.

• -아 : (두루낮춤으로) 어떤 사실을 서술하거나 물음, 명령, 권유를 나타내는 종결 어미.
hả?, đi, ta hãy
(cách nói hạ thấp phổ biến) Vĩ tố kết thúc câu thể hiện sự tường thuật sự việc nào đó, nghi vấn, mệnh lệnh, đề nghị. <sự tường thuật>

• 너 (đại từ) : 듣는 사람이 친구나 아랫사람일 때, 그 사람을 가리키는 말.
bạn, cậu, mày
Từ chỉ người nghe khi người đó là bạn bè hay người dưới.

• 도 : 이미 있는 어떤 것에 다른 것을 더하거나 포함함을 나타내는 조사.
cũng
Trợ từ thể hiện sự thêm vào hoặc bao gồm cái khác vào cái nào đó đã có sẵn.

• 추위 (danh từ) : 주로 겨울철의 추운 기운이나 추운 날씨.
cái lạnh
Thời tiết lạnh hay khí trời lạnh chủ yếu vào mùa đông.

• 를 : 동작이 직접적으로 영향을 미치는 대상을 나타내는 조사.

Không có từ tương ứng

Trợ từ (tiểu từ) thể hiện đối tượng mà động tác gây ảnh hưởng trực tiếp.

• 많이 (phó từ) : 수나 양, 정도 등이 일정한 기준보다 넘게.

nhiều

Số, lượng hay mức độ vượt tiêu chuẩn nhất định.

• 타다 (động từ) : 날씨나 계절의 영향을 쉽게 받다.

nhạy cảm với

Dễ chịu ảnh hưởng của thời tiết hay mùa.

• -는데 : 뒤의 말을 하기 위하여 그 대상과 관련이 있는 상황을 미리 말함을 나타내는 연결 어미.

Không có từ tương ứng

Vĩ tố liên kết thể hiện việc nói trước tình huống có liên quan đến đối tượng để nói tiếp lời phía sau.

• 괜히 (phó từ) : 특별한 이유나 실속이 없게.

một cách vô ích

Một cách không cần thiết hay không có lý do đặc biệt nào.

• 멋있다 (Tính từ) : 매우 좋거나 훌륭하다.

tuyệt, đẹp đẽ

Rất đẹp hay tuyệt vời.

• -는 척하다 : 실제로 그렇지 않은데도 어떤 행동이나 상태를 거짓으로 꾸밈을 나타내는 표현.

làm ra vẻ, vờ, giả vờ, giả bộ

Cấu trúc thể hiện sự thêu dệt nên hành động hay trạng thái nào đó bằng sự dối trá mặc dù thực tế không phải như vậy.

• -지 않다 : 앞의 말이 나타내는 행위나 상태를 부정하는 뜻을 나타내는 표현.

không, chẳng

Cấu trúc thể hiện nghĩa phủ định trạng thái hay hành vi mà từ ngữ phía trước diễn đạt.

• -아도 되다 : 어떤 행동에 대한 허락이나 허용을 나타낼 때 쓰는 표현.

...cũng được, được phép

Cấu trúc dùng khi thể hiện sự cho phép hay chấp nhận hành động nào đó.

• -어 : (두루낮춤으로) 어떤 사실을 서술하거나 물음, 명령, 권유를 나타내는 종결 어미.

hả?, đi, ta hãy

(cách nói hạ thấp phổ biến) Vĩ tố kết thúc câu thể hiện sự tường thuật sự việc nào đó, nghi vấn, mệnh lệnh, khuyên nhủ. <sự tường thuật>

< 대화(sự đối thoại) > - 52

어제 친구들이 너 몰래 생일 파티를 준비해서 깜짝 놀랐다면서?
어제 친구드리 너 몰래 생일 파티를 준비해서 깜짝 놀랃따면서?
eoje chingudeuri neo mollae saengil patireul junbihaeseo kkamjjak nollatdamyeonseo?

사실은 미리 눈치를 챘었는데 그래도 놀라는 체했지.
사시른 미리 눈치를 채썬는데 그래도 놀라는 체핻찌.
sasireun miri nunchireul chaesseonneunde geuraedo nollaneun chehaetji.

< 설명(việc giải thích) / 번역(việc biên dịch) >

어제 친구+들+이 너 몰래 생일 파티+를 <u>준비하+여서</u> 깜짝 <u>놀라+았+다면서</u>?
　　　　　　　　　　　　　　　　　　준비해서　　　　　놀랐다면서

- **어제 (phó từ)** : 오늘의 하루 전날에.
  hôm qua
  Vào ngày trước của ngày hôm nay.

- **친구 (danh từ)** : 사이가 가까워 서로 친하게 지내는 사람.
  bạn
  Người có quan hệ gần gũi và chơi thân với nhau.

- **들** : '복수'의 뜻을 더하는 접미사.
  những, các
  Hậu tố thêm nghĩa 'số nhiều'.

- **이** : 어떤 상태나 상황의 대상이나 동작의 주체를 나타내는 조사.
  Không có từ tương ứng
  Trợ từ (tiểu từ) thể hiện chủ thể của động tác hoặc đối tượng của trạng thái hay tình huống nào đó.

- **너 (đại từ)** : 듣는 사람이 친구나 아랫사람일 때, 그 사람을 가리키는 말.
  bạn, cậu, mày
  Từ chỉ người nghe khi người đó là bạn bè hay người dưới.

- **몰래 (phó từ)** : 남이 알지 못하게.
  một cách lén lút, một cách bí mật
  Người khác không biết được.

- **생일 (danh từ)** : 사람이 세상에 태어난 날.
  sinh nhật
  Ngày con người sinh ra trên thế gian.

- **파티 (danh từ)** : 친목을 도모하거나 무엇을 기념하기 위한 잔치나 모임.
  buổi tiệc, buổi họp mặt
  Buổi tiệc hay buổi họp mặt nhằm gắn kết tình cảm hay kỉ niệm điều gì đó.

- **를** : 동작이 직접적으로 영향을 미치는 대상을 나타내는 조사.
  Không có từ tương ứng
  Trợ từ (tiểu từ) thể hiện đối tượng mà động tác gây ảnh hưởng trực tiếp.

- **준비하다 (động từ)** : 미리 마련하여 갖추다.
  chuẩn bị
  Trù bị, thu xếp trước.

- **-여서** : 이유나 근거를 나타내는 연결 어미.
  nên
  Vĩ tố liên kết thể hiện lý do hay căn cứ.

- **깜짝 (phó từ)** : 갑자기 놀라는 모양.
  giật mình, hết hồn
  Hình ảnh đột nhiên hốt hoảng.

- **놀라다 (động từ)** : 뜻밖의 일을 당하거나 무서워서 순간적으로 긴장하거나 가슴이 뛰다.
  giật mình, ngỡ ngàng, hết hồn
  Căng thẳng hay tim đập mạnh trong chốc lát vì sợ hãi hoặc gặp phải việc bất ngờ.

- **-았-** : 사건이 과거에 일어났음을 나타내는 어미.
  đã
  Vĩ tố thể hiện sự kiện đã xảy ra trong quá khứ.

- **-다면서** : (두루낮춤으로) 말하는 사람이 들어서 아는 사실을 확인하여 물음을 나타내는 종결 어미.
  nghe nói là... phải không
  (cách nói hạ thấp phổ biến) Vĩ tố kết thúc câu thể hiện người nói hỏi để xác nhận về sự việc mà mình đã nghe mà biết được.

사실+은 미리 눈치+를 채+었었+는데 그러+어도 놀라+[는 체하]+였+지.
　　　　　　　　챘었는데　　　　그래도　　　　놀라는 체했지

- **사실 (danh từ)** : 겉으로 드러나지 않은 일을 솔직하게 말할 때 쓰는 말.
  thật ra, thực ra
  Từ dùng khi nói thẳng về điều không thể hiện ra ngoài.

• 은 : 문장 속에서 어떤 대상이 화제임을 나타내는 조사.
Không có từ tương ứng
Trợ từ (tiểu từ) thể hiện việc đối tượng nào đó là chủ đề câu chuyện trong câu.

• **미리 (phó từ)** : 어떤 일이 있기 전에 먼저.
trước
Trước khi có việc nào đó.

• **눈치 (danh từ)** : 상대가 말하지 않아도 그 사람의 마음이나 일의 상황을 이해하고 아는 능력.
sự tinh ý, sự tinh mắt
Khả năng nhận biết và thấu hiểu tình huống của sự việc hoặc suy nghĩ của đối phương dù người đó không nói ra.

• 를 : 동작이 직접적으로 영향을 미치는 대상을 나타내는 조사.
Không có từ tương ứng
Trợ từ (tiểu từ) thể hiện đối tượng mà động tác gây ảnh hưởng trực tiếp.

• **채다 (động từ)** : 사정이나 형편을 재빨리 미루어 헤아리거나 깨닫다.
nhận biết
Nhận ra hay biết được mau chóng sự tình hay tình hình.

• **-었었-** : 현재와 비교하여 다르거나 현재로 이어지지 않는 과거의 사건을 나타내는 어미.
đã
Vĩ tố thể hiện sự kiện trong quá khứ đã khác so với hiện tại hoặc không được tiếp nối đến hiện tại.

• **-는데** : 뒤의 말을 하기 위하여 그 대상과 관련이 있는 상황을 미리 말함을 나타내는 연결 어미.
Không có từ tương ứng
Vĩ tố liên kết thể hiện việc nói trước tình huống có liên quan đến đối tượng để nói tiếp lời phía sau.

• **그러다 (động từ)** : 앞에서 일어난 일이나 말한 것과 같이 그렇게 하다.
làm như vậy thì
Làm như vậy giống với điều đã nói hoặc việc đã diễn ra ở phía trước.

• **-어도** : 앞에 오는 말을 가정하거나 인정하지만 뒤에 오는 말에는 관계가 없거나 영향을 끼치지 않음을 나타내는 연결 어미.
cho dù, mặc dù... cũng...
Vĩ tố liên kết thể hiện dù giả định hay công nhận vế trước nhưng không có liên quan hoặc không ảnh hưởng đến vế sau.

• **놀라다 (động từ)** : 뜻밖의 일을 당하거나 무서워서 순간적으로 긴장하거나 가슴이 뛰다.
giật mình, ngỡ ngàng, hết hồn
Căng thẳng hay tim đập mạnh trong chốc lát vì sợ hãi hoặc gặp phải việc bất ngờ.

• -는 체하다 : 실제로 그렇지 않은데도 어떤 행동이나 상태를 거짓으로 꾸밈을 나타내는 표현.

làm ra vẻ, vờ, giả vờ, giả bộ

Cấu trúc thể hiện sự thêu dệt nên hành động hay trạng thái nào đó bằng sự dối trá mặc dù thực tế không phải như vậy.

• -였- : 사건이 과거에 일어났음을 나타내는 어미.

đã

Vĩ tố thể hiện sự kiện đã xảy ra trong quá khứ.

• -지 : (두루낮춤으로) 말하는 사람이 자신에 대한 이야기나 자신의 생각을 친근하게 말할 때 쓰는 종결 어미.

nhỉ?

(cách nói hạ thấp phổ biến) Vĩ tố kết thúc câu dùng khi người nói kể về mình hay suy nghĩ của mình một cách thân mật với người nghe.

< 대화(sự đối thoại) > - 53

영화를 보는 것이 취미라고 하셨는데 영화를 자주 보세요?
영화를 보는 거시 취미라고 하션는데 영화를 자주 보세요?
yeonghwareul boneun geosi chwimirago hasyeonneunde yeonghwareul jaju boseyo?

일주일에 한 편 이상 보니까 자주 보는 편이죠.
일쭈이레 한 편 이상 보니까 자주 보는 펴니죠.
iljuire han pyeon isang bonikka jaju boneun pyeonijyo.

< 설명(việc giải thích) / 번역(việc biên dịch) >

영화+를 보+[는 것]+이 <u>취미+(이)+라고</u> <u>하+시+었+는데</u> 영화+를 자주 보+세요?
　　　　　　　　　　취미라고　　　　　**하셨는데**

- **영화 (danh từ)** : 일정한 의미를 갖고 움직이는 대상을 촬영하여 영사기로 영사막에 비추어서 보게 하는 종합 예술.
  điện ảnh, phim
  Nghệ thuật tổng hợp, ghi hình đối tượng đang chuyển động và mang ý nghĩa nhất định rồi được trình chiếu trên màn hình bằng máy chiếu phim.

- **를** : 동작이 직접적으로 영향을 미치는 대상을 나타내는 조사.
  Không có từ tương ứng
  Trợ từ (tiểu từ) thể hiện đối tượng mà động tác gây ảnh hưởng trực tiếp.

- **보다 (động từ)** : 눈으로 대상을 즐기거나 감상하다.
  ngắm, xem
  Thưởng thức hay chiêm ngưỡng đối tượng bằng mắt.

- **-는 것** : 명사가 아닌 것을 문장에서 명사처럼 쓰이게 하거나 '이다' 앞에 쓰일 수 있게 할 때 쓰는 표현.
  cái, thứ, điều, việc
  Cấu trúc dùng khi làm cho yếu tố không phải là danh từ được dùng như danh từ trong câu, hoặc làm cho có thể được dùng trước '이다'.

- **이** : 어떤 상태나 상황의 대상이나 동작의 주체를 나타내는 조사.
  Không có từ tương ứng
  Trợ từ (tiểu từ) thể hiện chủ thể của động tác hoặc đối tượng của trạng thái hay tình huống nào đó.

• **취미 (danh từ)** : 좋아하여 재미로 즐겨서 하는 일.
  sở thích
  Việc mà mình thích và làm để mang lại sự thú vị.

• **이다** : 주어가 지시하는 대상의 속성이나 부류를 지정하는 뜻을 나타내는 서술격 조사.
  nào là
  Trợ từ vị cách thể hiện sự liệt kê các sự vật đồng thời liên kết theo quan hệ đẳng lập.

• **-라고** : 다른 사람에게서 들은 내용을 간접적으로 전달하거나 주어의 생각, 의견 등을 나타내는 표현.
  rằng, là
  Cấu trúc truyền đạt gián tiếp nội dung nghe được từ người khác hoặc thể hiện suy nghĩ, ý kiến… của chủ ngữ.

• **하다 (động từ)** : 무엇에 대해 말하다.
  Không có từ tương ứng
  Nói về điều gì đó.

• **-시-** : 어떤 동작이나 상태의 주체를 높이는 뜻을 나타내는 어미.
  Không có từ tương ứng
  Vĩ tố thể hiện nghĩa kính trọng chủ thể của động tác hay trạng thái nào đó.

• **-었-** : 사건이 과거에 일어났음을 나타내는 어미.
  đã
  Vĩ tố thể hiện sự kiện đã xảy ra trong quá khứ.

• **-는데** : 뒤의 말을 하기 위하여 그 대상과 관련이 있는 상황을 미리 말함을 나타내는 연결 어미.
  Không có từ tương ứng
  Vĩ tố liên kết thể hiện việc nói trước tình huống có liên quan đến đối tượng để nói tiếp lời phía sau.

• **영화 (danh từ)** : 일정한 의미를 갖고 움직이는 대상을 촬영하여 영사기로 영사막에 비추어서 보게 하는 종합 예술.
  điện ảnh, phim
  Nghệ thuật tổng hợp, ghi hình đối tượng đang chuyển động và mang ý nghĩa nhất định rồi được trình chiếu trên màn hình bằng máy chiếu phim.

• **를** : 동작이 직접적으로 영향을 미치는 대상을 나타내는 조사.
  Không có từ tương ứng
  Trợ từ (tiểu từ) thể hiện đối tượng mà động tác gây ảnh hưởng trực tiếp.

• **자주 (phó từ)** : 같은 일이 되풀이되는 간격이 짧게.
  thường xuyên, hay
  Cùng một sự việc lặp đi lặp lại với khoảng thời gian ngắn.

• 보다 (động từ) : 눈으로 대상을 즐기거나 감상하다.
ngắm, xem
Thưởng thức hay chiêm ngưỡng đối tượng bằng mắt.

• -세요 : (두루높임으로) 설명, 의문, 명령, 요청의 뜻을 나타내는 종결 어미.
... không?, hãy
(cách nói kính trọng phổ biến) Vĩ tố kết thúc câu thể hiện nghĩa giải thích, nghi vấn, mệnh lệnh, yêu cầu. <việc hỏi>

일주일+에 한 편 이상 보+니까 자주 보+[는 편이]+죠.

• 일주일 (danh từ) : 월요일부터 일요일까지 칠 일. 또는 한 주일.
một tuần
Bảy ngày tính từ thứ Hai đến Chủ nhật. Hay là một tuần.

• 에 : 앞말이 기준이 되는 대상이나 단위임을 나타내는 조사.
Không có từ tương ứng
Trợ từ (tiểu từ) thể hiện từ ngữ phía trước là đơn vị hoặc đối tượng được lấy làm tiêu chuẩn.

• 한 (định từ) : 하나의.
một
Thuộc một.

• 편 (danh từ) : 책이나 문학 작품, 또는 영화나 연극 등을 세는 단위.
cuốn, tập, bộ
Đơn vị đếm sách, tác phẩm văn học, phim hay kịch...

• 이상 (danh từ) : 수량이나 정도가 일정한 기준을 포함하여 그보다 많거나 나은 것.
trở lên
Việc số lượng hay mức độ bao gồm mức tiêu chuẩn nhất định và nhiều hoặc tốt hơn mức đó.

• 보다 (động từ) : 눈으로 대상을 즐기거나 감상하다.
ngắm, xem
Thưởng thức hay chiêm ngưỡng đối tượng bằng mắt.

• -니까 : 뒤에 오는 말에 대하여 앞에 오는 말이 원인이나 근거, 전제가 됨을 강조하여 나타내는 연결 어미.
bởi vì, tại vì, vì
Vĩ tố liên kết thể hiện nhấn mạnh vế trước trở thành nguyên nhân hay căn cứ, tiền đề đối với vế sau.

• **자주 (phó từ)** : 같은 일이 되풀이되는 간격이 짧게.
thường xuyên, hay
Cùng một sự việc lặp đi lặp lại với khoảng thời gian ngắn.

• **보다 (động từ)** : 눈으로 대상을 즐기거나 감상하다.
ngắm, xem
Thưởng thức hay chiêm ngưỡng đối tượng bằng mắt.

• **-는 편이다** : 어떤 사실을 단정적으로 말하기보다는 대체로 어떤 쪽에 가깝다거나 속한다고 말할 때 쓰는 표현.
thuộc diện, thuộc loại, vào loại
Cấu trúc dùng khi nói về sự việc nào đó gần với hoặc thuộc về phía nào đó hơn là nói một cách quả quyết.

• **-죠** : (두루높임으로) 말하는 사람이 자신에 대한 이야기나 자신의 생각을 친근하게 말할 때 쓰는 종결 어미.
đấy
(cách nói kính trọng phổ biến) Vĩ tố kết thúc câu dùng khi người nói kể về mình hoặc nói ra suy nghĩ của mình một cách thân mật.

< 대화(sự đối thoại) > - 54

지아 씨, 이번 대회 우승을 축하합니다.
지아 씨, 이번 대회 우승을 추카함니다.
jia ssi, ibeon daehoe useungeul chukahamnida.

고맙습니다. 제가 음악을 계속하는 한 이 우승의 감격은 잊지 못할 것입니다.
고맙씀니다. 제가 으마글 계소카는 한 이 우승의(우승에) 감겨근 읻찌 모탈 꺼심니다.
gomapseumnida. jega eumageul gyesokaneun han i useungui(useunge) gamgyeogeun itji motal geosimnida.

< 설명(việc giải thích) / 번역(việc biên dịch) >

지아 씨, 이번 대회 우승+을 축하하+ㅂ니다.
축하합니다

• **지아 (danh từ)** : tên người

• **씨 (danh từ)** : 그 사람을 높여 부르거나 이르는 말.
  anh, chị, cô, chú, cậu
  Từ dùng để chỉ hay gọi trân trọng người đó.

• **이번 (danh từ)** : 곧 돌아올 차례. 또는 막 지나간 차례.
  lần này
  Lần sắp tới. Hoặc lần vừa mới qua.

• **대회 (danh từ)** : 여러 사람이 실력이나 기술을 겨루는 행사.
  đại hội
  Sự kiện mà nhiều người tranh tài về kĩ thuật hay thực lực.

• **우승 (danh từ)** : 경기나 시합에서 상대를 모두 이겨 일 위를 차지함.
  sự chiến thắng
  Việc đánh bại tất cả các đối thủ và giành vị trí cao nhất trong các trận đấu hoặc các cuộc so tài.

• **을** : 동작이 직접적으로 영향을 미치는 대상을 나타내는 조사.
  Không có từ tương ứng
  Trợ từ (tiểu từ) thể hiện đối tượng mà động tác trực tiếp ảnh hưởng đến.

• **축하하다 (động từ)** : 남의 좋은 일에 대하여 기쁜 마음으로 인사하다.
chúc mừng, chúc
Chào hỏi với lòng vui mừng đối với việc của người khác được tốt đẹp.

• **-ㅂ니다** : (아주높임으로) 현재의 동작이나 상태, 사실을 정중하게 설명함을 나타내는 종결 어미.
Không có từ tương ứng
(cách nói rất kính trọng) Vĩ tố kết thúc câu thể hiện sự thuyết minh động tác, trạng thái hay sự việc ở hiện tại một cách trịnh trọng.

고맙+습니다.

제+가 음악+을 계속하+[는 한]

이 우승+의 감격+은 잊+[지 못하]+[ㄹ 것]+이+ㅂ니다.
잊지 못할 것입니다

• **고맙다 (Tính từ)** : 남이 자신을 위해 무엇을 해주어서 마음이 흐뭇하고 보답하고 싶다.
cảm ơn, biết ơn
Hài lòng và muốn báo đáp vì người khác đã làm giúp mình điều gì đó.

• **-습니다** : (아주높임으로) 현재의 동작이나 상태, 사실을 정중하게 설명함을 나타내는 종결 어미.
Không có từ tương ứng
(cách nói rất kính trọng) Vĩ tố kết thúc câu thể hiện sự thuyết minh động tác, trạng thái hay sự việc ở hiện tại một cách trịnh trọng.

• **제 (đại từ)** : 말하는 사람이 자신을 낮추어 가리키는 말인 '저'에 조사 '가'가 붙을 때의 형태.
tôi, em, con, cháu
Hình thái khi gắn trợ từ 가 vào 저 là từ chỉ người nói hạ thấp mình.

• **가** : 어떤 상태나 상황에 놓인 대상이나 동작의 주체를 나타내는 조사.
Không có từ tương ứng
Trợ từ (tiểu từ) thể hiện chủ thể của động tác hoặc đối tượng được đặt trong trạng thái hay tình huống nào đó.

• **음악 (danh từ)** : 목소리나 악기로 박자와 가락이 있게 소리 내어 생각이나 감정을 표현하는 예술.
âm nhạc
Nghệ thuật thể hiện suy nghĩ hay tình cảm bằng cách phát ra âm thanh có nhịp và giai điệu thông qua giọng hát hay nhạc cụ.

• 을 : 동작이 직접적으로 영향을 미치는 대상을 나타내는 조사.

Không có từ tương ứng

Trợ từ (tiểu từ) thể hiện đối tượng mà động tác trực tiếp ảnh hưởng đến.

• **계속하다 (động từ)** : 끊지 않고 이어 나가다.

liên tục

Không dứt mà liên tục.

• **-는 한** : 앞에 오는 말이 뒤의 행위나 상태에 대해 전제나 조건이 됨을 나타내는 표현.

nếu, nếu như

Cấu trúc thể hiện vế trước trở thành điều kiện hay tiền đề đối với trạng thái hay hành vi ở sau.

• **이 (định từ)** : 말하는 사람에게 가까이 있거나 말하는 사람이 생각하고 있는 대상을 가리킬 때 쓰는 말.

này

Từ dùng khi chỉ đối tượng ở gần người nói hoặc đối tượng người nói đang nghĩ đến.

• **우승 (danh từ)** : 경기나 시합에서 상대를 모두 이겨 일 위를 차지함.

sự chiến thắng

Việc đánh bại tất cả các đối thủ và giành vị trí cao nhất trong các trận đấu hoặc các cuộc so tài.

• **의** : 앞의 말이 뒤의 말에 대하여 속성이나 수량을 한정하거나 같은 자격임을 나타내는 조사.

Không có từ tương ứng

Trợ từ thể hiện từ ngữ phía trước hạn định thuộc tính hay số lượng hoặc cùng tư cách đối với từ ngữ phía sau.

• **감격 (danh từ)** : 마음에 깊이 느끼어 매우 감동함. 또는 그 감동.

sự cảm kích

Việc rất cảm động do cảm nhận sâu sắc trong lòng. Hoặc sự cảm động đó.

• **은** : 강조의 뜻을 나타내는 조사.

Không có từ tương ứng

Trợ từ (tiểu từ) thể hiện nghĩa nhấn mạnh.

• **잊다 (động từ)** : 한번 알았던 것을 기억하지 못하거나 기억해 내지 못하다.

quên

Không nhớ được hoặc không nhớ ra được điều mình đã từng một lần biết đến.

• **-지 못하다** : 앞의 말이 나타내는 행동을 할 능력이 없거나 주어의 의지대로 되지 않음을 나타내는 표현.

không… được

Cấu trúc thể hiện việc không có năng lực thực hiện hành động mà từ ngữ phía trước thể hiện hoặc không được như ý định của chủ ngữ.

• -ㄹ 것 : 명사가 아닌 것을 문장에서 명사처럼 쓰이게 하거나 '이다' 앞에 쓰일 수 있게 할 때 쓰는 표현.
Không có từ tương ứng
Cấu trúc dùng khi làm cho yếu tố không phải là danh từ được dùng như danh từ trong câu, hoặc làm cho có thể được dùng trước '이다'.

• 이다 : 주어가 지시하는 대상의 속성이나 부류를 지정하는 뜻을 나타내는 서술격 조사.
nào là
Trợ từ vị cách thể hiện sự liệt kê các sự vật đồng thời liên kết theo quan hệ đẳng lập.

• -ㅂ니다 : (아주높임으로) 현재의 동작이나 상태, 사실을 정중하게 설명함을 나타내는 종결 어미.
Không có từ tương ứng
(cách nói rất kính trọng) Vĩ tố kết thúc câu thể hiện sự thuyết minh động tác, trạng thái hay sự việc ở hiện tại một cách trịnh trọng.

< 대화(sự đối thoại) > - 55

지아 씨, 영화 홍보는 어떻게 되고 있어요?
지아 씨, 영화 홍보는 어떠케 되고 이써요?
jia ssi, yeonghwa hongboneun eotteoke doego isseoyo?

길거리 홍보 활동을 벌이는 한편 관객을 초대해서 무료 시사회를 하기로 했어요.
길꺼리 홍보 활동을 버리는 한편 관개글 초대해서 무료 시사회를 하기로 해써요.
gilgeori hongbo hwaldongeul beorineun hanpyeon gwangaegeul chodaehaeseo muryo sisahoereul hagiro haesseoyo.

< 설명(việc giải thích) / 번역(việc biên dịch) >

지아 씨, 영화 홍보+는 어떻게 되+[고 있]+어요?

• **지아 (danh từ)** : tên người

• **씨 (danh từ)** : 그 사람을 높여 부르거나 이르는 말.
  anh, chị, cô, chú, cậu
  Từ dùng để chỉ hay gọi trân trọng người đó.

• **영화 (danh từ)** : 일정한 의미를 갖고 움직이는 대상을 촬영하여 영사기로 영사막에 비추어서 보게 하는 종합 예술.
  điện ảnh, phim
  Nghệ thuật tổng hợp, ghi hình đối tượng đang chuyển động và mang ý nghĩa nhất định rồi được trình chiếu trên màn hình bằng máy chiếu phim.

• **홍보 (danh từ)** : 널리 알림. 또는 그 소식.
  sự quảng bá, thông tin quảng bá
  Việc cho biết rộng rãi. Hoặc tin tức đó.

• **는** : 문장 속에서 어떤 대상이 화제임을 나타내는 조사.
  Không có từ tương ứng
  Trợ từ (tiểu từ) thể hiện việc đối tượng nào đó là chủ đề câu chuyện trong câu.

• **어떻게 (phó từ)** : 어떤 방법으로. 또는 어떤 방식으로.
  thế nào mà, sao mà
  Bằng phương pháp nào đó. Hoặc bằng phương thức nào đó.

- **되다 (động từ)** : 일이 잘 이루어지다.
  trở nên, trở thành
  Công việc được thực hiện suôn sẻ.

- **-고 있다** : 앞의 말이 나타내는 행동이 계속 진행됨을 나타내는 표현.
  đang
  Cấu trúc thể hiện hành động mà từ ngữ phía trước diễn đạt được tiếp tục tiến hành.

- **-어요** : (두루높임으로) 어떤 사실을 서술하거나 질문, 명령, 권유함을 나타내는 종결 어미.
  không?, hãy, hãy cùng
  (cách nói kính trọng phổ biến) Vĩ tố kết thúc câu thể hiện sự tường thuật sự việc nào đó hay nghi vấn, mệnh lệnh, đề nghị. <việc hỏi>

길거리 홍보 활동+을 벌이+[는 한편] 관객+을 초대하+여서
초대해서

무료 시사회+를 하+[기로 하]+였+어요.
하기로 했어요

- **길거리 (danh từ)** : 사람이나 차가 다니는 길.
  đường, đường phố
  Con đường mà xe cộ hoặc người qua lại.

- **홍보 (danh từ)** : 널리 알림. 또는 그 소식.
  sự quảng bá, thông tin quảng bá
  Việc cho biết rộng rãi. Hoặc tin tức đó.

- **활동 (danh từ)** : 어떤 일에서 좋은 결과를 거두기 위해 힘씀.
  hoạt động
  Việc cố gắng để gặt hái thành quả tốt ở công việc nào đó.

- **을** : 동작이 직접적으로 영향을 미치는 대상을 나타내는 조사.
  Không có từ tương ứng
  Trợ từ (tiểu từ) thể hiện đối tượng mà động tác trực tiếp ảnh hưởng đến.

- **벌이다 (động từ)** : 일을 계획하여 시작하거나 펼치다.
  vào việc, bắt đầu
  Lên kế hoạch công việc và bắt đầu hoặc triển khai.

• -는 한편 : 앞의 말이 나타내는 일을 하는 동시에 다른 쪽에서 또 다른 일을 함을 나타내는 표현.

một mặt , mặt khác

Cấu trúc thể hiện làm việc mà vế trước diễn đạt đồng thời mặt khác lại làm một việc khác nữa.

• 관객 (danh từ) : 운동 경기, 영화, 연극, 음악회, 무용 공연 등을 구경하는 사람.

khán giả, người xem, quan khách

Người xem các buổi thi đấu, phim, kịch, buổi hòa nhạc, biểu diễn múa.

• 을 : 동작이 직접적으로 영향을 미치는 대상을 나타내는 조사.

Không có từ tương ứng

Trợ từ (tiểu từ) thể hiện đối tượng mà động tác trực tiếp ảnh hưởng đến.

• 초대하다 (động từ) : 다른 사람에게 어떤 자리, 모임, 행사 등에 와 달라고 요청하다.

mời

Thỉnh cầu người khác đến địa điểm, cuộc họp hay sự kiện... nào đó.

• -여서 : 앞의 말과 뒤의 말이 순차적으로 일어남을 나타내는 연결 어미.

rồi

Vĩ tố liên kết thể hiện vế trước và vế sau lần lượt xảy ra.

• 무료 (danh từ) : 요금이 없음.

Không có phí

Không có phí.

• 시사회 (danh từ) : 영화나 광고 등을 일반에게 보이기 전에 몇몇 사람들에게 먼저 보이고 평가를 받기 위한 모임.

cuộc xem trước, cuộc duyệt trước

Nhóm tập họp để cho một số người xem trước những thứ như quảng cáo hoặc phim và đánh giá trước khi đưa rộng rãi ra công chúng.

• 를 : 동작이 직접적으로 영향을 미치는 대상을 나타내는 조사.

Không có từ tương ứng

Trợ từ (tiểu từ) thể hiện đối tượng mà động tác gây ảnh hưởng trực tiếp.

• 하다 (động từ) : 어떤 행동이나 동작, 활동 등을 행하다.

làm, tiến hành

Thực hiện hành động hay động tác, hoạt động nào đó.

• -기로 하다 : 앞의 말이 나타내는 행동을 할 것을 결심하거나 약속함을 나타내는 표현.

quyết định, xác định

Cấu trúc thể hiện sự quyết tâm hay hứa hẹn sẽ thực hiện hành động mà từ ngữ phía trước thể hiện.

• -였- : 어떤 사건이 과거에 완료되었거나 그 사건의 결과가 현재까지 지속되는 상황을 나타내는 어미.

đã

Vĩ tố thể hiện tình huống mà sự kiện nào đó đã hoàn thành trong quá khứ hoặc kết quả của sự kiện đó được tiếp tục đến hiện tại.

• -어요 : (두루높임으로) 어떤 사실을 서술하거나 질문, 명령, 권유함을 나타내는 종결 어미.

không?, hãy, hãy cùng

(cách nói kính trọng phổ biến) Vĩ tố kết thúc câu thể hiện sự tường thuật sự việc nào đó hay nghi vấn, mệnh lệnh, đề nghị. **<sự tường thuật>**

< 대화(sự đối thoại) > - 56

왜 절뚝거리면서 걸어요?
왜 절뚝꺼리면서 거러요?
wae jeolttukgeorimyeonseo georeoyo?

예전에 교통사고로 다리를 다쳤는데 평소에 괜찮다가도 비만 오면 다시 아파요.
예저네 교통사고로 다리를 다쳔는데 평소에 괜찬다가도 비만 오면 다시 아파요.
yejeone gyotongsagoro darireul dacheonneunde pyeongsoe gwaenchantagado biman omyeon dasi apayo.

< 설명(việc giải thích) / 번역(việc biên dịch) >

왜 절뚝거리+면서 걷(걸)+어요?
걸어요

- **왜 (phó từ)** : 무슨 이유로. 또는 어째서.
  tại sao, vì sao
  Với lý do gì. Hoặc làm sao chứ.

- **절뚝거리다 (động từ)** : 한쪽 다리가 짧거나 다쳐서 자꾸 중심을 잃고 절다.
  khập khà khập khiễng, cà nhắc
  Chân một bên bị ngắn hoặc bị thương nên liên tục bị mất thăng bằng và bị nghiêng về một phía.

- **-면서** : 두 가지 이상의 동작이나 상태가 함께 일어남을 나타내는 연결 어미.
  vừa...vừa
  Vĩ tố liên kết thể hiện hai động tác hay trạng thái trở lên cùng xảy ra.

- **걷다 (động từ)** : 바닥에서 발을 번갈아 떼어 옮기면서 움직여 위치를 옮기다.
  bước đi, đi bộ
  Nhấc thay phiên (hai) chân lên khỏi mặt đất để vừa di chuyển vừa dịch chuyển vị trí.

- **-어요** : (두루높임으로) 어떤 사실을 서술하거나 질문, 명령, 권유함을 나타내는 종결 어미.
  không?, hãy, hãy cùng
  (cách nói kính trọng phổ biến) Vĩ tố kết thúc câu thể hiện sự tường thuật sự việc nào đó hay nghi vấn, mệnh lệnh, đề nghị. <việc hỏi>

예전+에 교통사고+로 다리+를 <u>다치+었+는데</u> 평소+에 괜찮+다가도
다쳤는데

비+만 오+면 다시 <u>아프(아프)+아요</u>.
아파요

- **예전 (danh từ)** : 꽤 시간이 흐른 지난날.
  ngày xưa, ngày trước
  Ngày mà thời gian đã trôi qua rất xa.

- **에** : 앞말이 시간이나 때임을 나타내는 조사.
  vào lúc
  Trợ từ (tiểu từ) thể hiện từ ngữ phía trước là thời gian hoặc thời điểm.

- **교통사고 (danh từ)** : 자동차나 기차 등이 다른 교통 기관과 부딪치거나 사람을 치는 사고.
  tai nạn giao thông
  Tai nạn xảy ra do tàu hoặc xe va chạm vào phương tiện giao thông khác hoặc đâm vào người khác.

- **로** : 어떤 일의 원인이나 이유를 나타내는 조사.
  vì
  Trợ từ thể hiện nguyên nhân hay lí do của việc nào đó.

- **다리 (danh từ)** : 사람이나 동물의 몸통 아래에 붙어, 서고 걷고 뛰는 일을 하는 신체 부위.
  chân
  Bộ phận gắn ở phần dưới của cơ thể người hay động vật, làm nhiệm vụ đi lại, đứng hoặc nhảy.

- **를** : 동작이 직접적으로 영향을 미치는 대상을 나타내는 조사.
  Không có từ tương ứng
  Trợ từ (tiểu từ) thể hiện đối tượng mà động tác gây ảnh hưởng trực tiếp.

- **다치다 (động từ)** : 부딪치거나 맞거나 하여 몸이나 몸의 일부에 상처가 생기다. 또는 상처가 생기게 하다.
  bị thương, trầy
  Va đập hoặc va chạm nên xuất hiện vết thương ở cơ thể hay một phần cơ thể. Hoặc làm cho vết thương xuất hiện.

- **-었-** : 사건이 과거에 일어났음을 나타내는 어미.
  đã
  Vĩ tố thể hiện sự kiện đã xảy ra trong quá khứ.

• -는데 : 뒤의 말을 하기 위하여 그 대상과 관련이 있는 상황을 미리 말함을 나타내는 연결 어미.

Không có từ tương ứng

Vĩ tố liên kết thể hiện việc nói trước tình huống có liên quan đến đối tượng để nói tiếp lời phía sau.

• **평소 (danh từ)** : 특별한 일이 없는 보통 때.

thường khi, thường ngày

Lúc bình thường không có việc gì đặc biệt.

• 에 : 앞말이 시간이나 때임을 나타내는 조사.

vào lúc

Trợ từ (tiểu từ) thể hiện từ ngữ phía trước là thời gian hoặc thời điểm.

• **괜찮다 (Tính từ)** : 별 문제가 없다.

không sao, không vấn đề gì

Không có vấn đề gì đặc biệt.

• -다가도 : 앞의 말이 나타내는 행위나 상태가 다른 행위나 상태로 쉽게 바뀜을 나타내는 표현.

đang.. cũng⋯

Cấu trúc thể hiện hành vi hay trạng thái mà vế trước diễn tả dễ dàng bị chuyển sang hành vi hay trạng thái khác.

• **비 (danh từ)** : 높은 곳에서 구름을 이루고 있던 수증기가 식어서 뭉쳐 떨어지는 물방울.

hạt mưa

Giọt nước rơi từ trên cao do hơi nước tạo thành mây, nguội đi ngưng tụ lại.

• 만 : 앞의 말이 어떤 것에 대한 조건임을 나타내는 조사.

chỉ

Trợ từ thể hiện từ ngữ phía trước là điều kiện đối với cái nào đó.

• **오다 (động từ)** : 비, 눈 등이 내리거나 추위 등이 닥치다.

rơi, kéo đến

Hiện tượng thời tiết như mưa hay tuyết xuất hiện hoặc cái lạnh ập đến.

• -면 : 뒤에 오는 말에 대한 근거나 조건이 됨을 나타내는 연결 어미.

nếu...thì

Vĩ tố liên kết thể hiện việc trở thành điều kiện hay căn cứ đối với vế sau.

• **다시 (phó từ)** : 같은 말이나 행동을 반복해서 또.

lại

Lập đi lập lại cùng lời nói hay hành động.

• **아프다 (Tính từ)** : 다치거나 병이 생겨 통증이나 괴로움을 느끼다.

đau

Cảm nhận chứng đau hoặc khổ sở vì bị thương hoặc bị bệnh.

• -아요 : (두루높임으로) 어떤 사실을 서술하거나 질문, 명령, 권유함을 나타내는 종결 어미.

không?, hãy, hãy cùng

(cách nói kính trọng phổ biến) Vĩ tố kết thúc câu thể hiện sự tường thuật sự việc nào đó hoặc nghi vấn, mệnh lệnh, khuyến nghị. **<sự tường thuật>**

< 대화(sự đối thoại) > - 57

한국어를 잘하게 된 방법이 뭐니?
한구거를 잘하게 된 방버비 뭐니?
hangugeoreul jalhage doen bangbeobi mwoni?

한국 음악을 좋아해서 많이 듣다 보니까 한국어를 잘하게 됐어.
한국 으마글 조아해서 마니 듣따 보니까 한구거를 잘하게 돼써.
hanguk eumageul joahaeseo mani deutda bonikka hangugeoreul jalhage dwaesseo.

< 설명(việc giải thích) / 번역(việc biên dịch) >

한국어+를 잘하+[게 되]+ㄴ 방법+이 뭐+(이)+니?
　　　　잘하게 된　　　　　　　뭐니

- **한국어 (danh từ)** : 한국에서 사용하는 말.
  Hàn ngữ, tiếng Hàn Quốc
  Tiếng nói sử dụng ở Hàn Quốc.

- **를** : 동작이 직접적으로 영향을 미치는 대상을 나타내는 조사.
  Không có từ tương ứng
  Trợ từ (tiểu từ) thể hiện đối tượng mà động tác gây ảnh hưởng trực tiếp.

- **잘하다 (động từ)** : 익숙하고 솜씨가 있게 하다.
  giỏi, tốt
  Làm một cách quen thuộc và khéo léo.

- **-게 되다** : 앞의 말이 나타내는 상태나 상황이 됨을 나타내는 표현.
  trở nên, được
  Cấu trúc thể hiện sự trở thành trạng thái hay tình huống mà từ ngữ phía trước thể hiện.

- **-ㄴ** : 앞의 말이 관형어의 기능을 하게 만들고 사건이나 동작이 완료되어 그 상태가 유지되고 있음을 나타내는 어미.
  Không có từ tương ứng
  Vĩ tố làm cho từ ngữ phía trước có chức năng định ngữ và thể hiện sự kiện hay động tác đã hoàn thành và trạng thái đó đang được duy trì.

• 방법 (danh từ) : 어떤 일을 해 나가기 위한 수단이나 방식.
  phương pháp
  Phương pháp hay cách thức giải quyết việc gì đó.

• 이 : 어떤 상태나 상황의 대상이나 동작의 주체를 나타내는 조사.
  Không có từ tương ứng
  Trợ từ (tiểu từ) thể hiện chủ thể của động tác hoặc đối tượng của trạng thái hay tình huống nào đó.

• 뭐 (đại từ) : 모르는 사실이나 사물을 가리키는 말.
  cái gì đó, điều gì đấy
  Từ chỉ sự việc hay sự vật không biết được.

• 이다 : 주어가 지시하는 대상의 속성이나 부류를 지정하는 뜻을 나타내는 서술격 조사.
  nào là
  Trợ từ vị cách thể hiện sự liệt kê các sự vật đồng thời liên kết theo quan hệ đẳng lập.

• -니 : (아주낮춤으로) 물음을 나타내는 종결 어미.
  …hả?
  (cách nói rất hạ thấp) Vĩ tố kết thúc câu thể hiện câu hỏi.

한국 음악+을 좋아하+여서 많이 듣+[다(가) 보]+니까
        좋아해서   **듣다 보니까**

한국어+를 잘하+[게 되]+었+어.
        잘하게 됐어

• 한국 (danh từ) : 아시아 대륙의 동쪽에 있는 나라. 한반도와 그 부속 섬들로 이루어져 있으며, 대한민국이라고도 부른다. 1950년에 일어난 육이오 전쟁 이후 휴전선을 사이에 두고 국토가 둘로 나뉘었다. 언어는 한국어이고, 수도는 서울이다.
  Hàn Quốc
  Quốc gia ở phía Đông của đại lục châu Á, được hình thành bởi bán đảo Hàn và các đảo trực thuộc, gọi là Đại Hàn Dân Quốc. Sau chiến tranh 25.6 xảy ra năm 1950, lãnh thổ bị chia đôi theo đường đình chiến. Ngôn ngữ là tiếng Hàn và thủ đô là Seoul.

• 음악 (danh từ) : 목소리나 악기로 박자와 가락이 있게 소리 내어 생각이나 감정을 표현하는 예술.
  âm nhạc
  Nghệ thuật thể hiện suy nghĩ hay tình cảm bằng cách phát ra âm thanh có nhịp và giai điệu thông qua giọng hát hay nhạc cụ.

- 을 : 동작이 직접적으로 영향을 미치는 대상을 나타내는 조사.
  Không có từ tương ứng
  Trợ từ (tiểu từ) thể hiện đối tượng mà động tác trực tiếp ảnh hưởng đến.

- **좋아하다 (động từ)** : 무엇에 대하여 좋은 느낌을 가지다.
  thích
  Có cảm giác tốt đẹp về cái gì đó.

- **-여서** : 이유나 근거를 나타내는 연결 어미.
  nên
  Vĩ tố liên kết thể hiện lý do hay căn cứ.

- **많이 (phó từ)** : 수나 양, 정도 등이 일정한 기준보다 넘게.
  nhiều
  Số, lượng hay mức độ vượt tiêu chuẩn nhất định.

- **듣다 (động từ)** : 귀로 소리를 알아차리다.
  nghe
  Nhận biết âm thanh bằng tai.

- **-다가 보다** : 앞에 오는 말이 나타내는 행동을 하는 과정에서 뒤에 오는 말이 나타내는 사실을 새로 깨닫게 됨을 나타내는 표현.
  ...rồi mới thấy, ... thì sẽ thấy
  Cấu trúc thể hiện việc mới nhận ra sự việc mà vế sau diễn đạt trong quá trình thực hiện hành động mà vế trước diễn đạt.

- **-니까** : 뒤에 오는 말에 대하여 앞에 오는 말이 원인이나 근거, 전제가 됨을 강조하여 나타내는 연결 어미.
  bởi vì, tại vì, vì
  Vĩ tố liên kết thể hiện nhấn mạnh vế trước trở thành nguyên nhân hay căn cứ, tiền đề đối với vế sau.

- **한국어 (danh từ)** : 한국에서 사용하는 말.
  Hàn ngữ, tiếng Hàn Quốc
  Tiếng nói sử dụng ở Hàn Quốc.

- 를 : 동작이 직접적으로 영향을 미치는 대상을 나타내는 조사.
  Không có từ tương ứng
  Trợ từ (tiểu từ) thể hiện đối tượng mà động tác gây ảnh hưởng trực tiếp.

- **잘하다 (động từ)** : 익숙하고 솜씨가 있게 하다.
  giỏi, tốt
  Làm một cách quen thuộc và khéo léo.

• -게 되다 : 앞의 말이 나타내는 상태나 상황이 됨을 나타내는 표현.

trở nên, được

Cấu trúc thể hiện sự trở thành trạng thái hay tình huống mà từ ngữ phía trước thể hiện.

• -었- : 어떤 사건이 과거에 완료되었거나 그 사건의 결과가 현재까지 지속되는 상황을 나타내는 어미.

đã

Vĩ tố thể hiện tình huống mà sự kiện nào đó đã hoàn thành trong quá khứ hoặc kết quả của sự kiện đó được tiếp tục đến hiện tại.

• -어 : (두루낮춤으로) 어떤 사실을 서술하거나 물음, 명령, 권유를 나타내는 종결 어미.

hả?, đi, ta hãy

(cách nói hạ thấp phổ biến) Vĩ tố kết thúc câu thể hiện sự tường thuật sự việc nào đó, nghi vấn, mệnh lệnh, khuyên nhủ. **<sự tường thuật>**

< 대화(sự đối thoại) > - 58

너 이 영화 봤어?
너 이 영화 봐써?
neo i yeonghwa bwasseo?

나는 못 보고 우리 형이 봤는데 내용이 엄청 슬프다고 그러더라.
나는 몯 보고 우리 형이 봔는데 내용이 엄청 슬프다고 그러더라.
naneun mot bogo uri hyeongi bwanneunde naeyongi eomcheong seulpeudago geureodeora.

< 설명(việc giải thích) / 번역(việc biên dịch) >

너 이 영화 <u>보+았+어</u>?
봤어

• **너 (đại từ)** : 듣는 사람이 친구나 아랫사람일 때, 그 사람을 가리키는 말.
  bạn, cậu, mày
  Từ chỉ người nghe khi người đó là bạn bè hay người dưới.

• **이 (định từ)** : 말하는 사람에게 가까이 있거나 말하는 사람이 생각하고 있는 대상을 가리킬 때 쓰는 말.
  này
  Từ dùng khi chỉ đối tượng ở gần người nói hoặc đối tượng người nói đang nghĩ đến.

• **영화 (danh từ)** : 일정한 의미를 갖고 움직이는 대상을 촬영하여 영사기로 영사막에 비추어서 보게 하는 종합 예술.
  điện ảnh, phim
  Nghệ thuật tổng hợp, ghi hình đối tượng đang chuyển động và mang ý nghĩa nhất định rồi được trình chiếu trên màn hình bằng máy chiếu phim.

• **보다 (động từ)** : 눈으로 대상을 즐기거나 감상하다.
  ngắm, xem
  Thưởng thức hay chiêm ngưỡng đối tượng bằng mắt.

• **-았-** : 어떤 사건이 과거에 완료되었거나 그 사건의 결과가 현재까지 지속되는 상황을 나타내는 어미.
  đã
  Vĩ tố thể hiện tình huống mà sự kiện nào đó đã hoàn thành trong quá khứ hoặc kết quả của sự kiện đó được tiếp tục đến hiện tại.

- -어 : (두루낮춤으로) 어떤 사실을 서술하거나 물음, 명령, 권유를 나타내는 종결 어미.

hả?, đi, ta hãy

(cách nói hạ thấp phổ biến) Vĩ tố kết thúc câu thể hiện sự tường thuật sự việc nào đó, nghi vấn, mệnh lệnh, khuyên nhủ. <sự hỏi>

나+는 못 보+고 우리 형+이 <u>보+았+는데</u>
봤는데

내용+이 엄청 슬프+다고 그러+더라.

- 나 (đại từ) : 말하는 사람이 친구나 아랫사람에게 자기를 가리키는 말.

tôi, mình, anh, chị...

Từ mà người nói dùng để chỉ bản thân mình khi nói với người dưới hoặc bạn bè.

- 는 : 어떤 대상이 다른 것과 대조됨을 나타내는 조사.

Không có từ tương ứng

Trợ từ (tiểu từ) thể hiện việc đối tượng nào đó được đối chiếu với đôi tượng khác.

- 못 (phó từ) : 동사가 나타내는 동작을 할 수 없게.

không… được

Không thể thực hiện được động tác mà động từ thể hiện.

- 보다 (động từ) : 눈으로 대상을 즐기거나 감상하다.

ngắm, xem

Thưởng thức hay chiêm ngưỡng đối tượng bằng mắt.

- -고 : 두 가지 이상의 대등한 사실을 나열할 때 쓰는 연결 어미.

và

Vĩ tố liên kết dùng khi liệt kê hai sự việc đồng đẳng trở lên.

- 우리 (đại từ) : 말하는 사람이 자기보다 높지 않은 사람에게 자기와 관련된 것을 친근하게 나타낼 때 쓰는 말.

(của) chúng tôi

Khi nói với người thấp hơn mình, từ người nói sử dụng để chỉ một sự thuộc về một đối tượng nào đó với thái độ thân mật.

- 형 (danh từ) : 남자가 형제나 친척 형제들 중에서 자기보다 나이가 많은 남자를 이르거나 부르는 말.

anh

Từ mà người đàn ông dùng để chỉ hoặc gọi người đàn ông nhiều tuổi hơn mình, giữa anh em hoặc anh em bà con với nhau.

• 이 : 어떤 상태나 상황의 대상이나 동작의 주체를 나타내는 조사.
  Không có từ tương ứng
  Trợ từ (tiểu từ) thể hiện chủ thể của động tác hoặc đối tượng của trạng thái hay tình huống nào đó.

• 보다 (động từ) : 눈으로 대상을 즐기거나 감상하다.
  ngắm, xem
  Thưởng thức hay chiêm ngưỡng đối tượng bằng mắt.

• -았- : 어떤 사건이 과거에 완료되었거나 그 사건의 결과가 현재까지 지속되는 상황을 나타내는 어미.
  đã
  Vĩ tố thể hiện tình huống mà sự kiện nào đó đã hoàn thành trong quá khứ hoặc kết quả của sự kiện đó được tiếp tục đến hiện tại.

• -는데 : 뒤의 말을 하기 위하여 그 대상과 관련이 있는 상황을 미리 말함을 나타내는 연결 어미.
  Không có từ tương ứng
  Vĩ tố liên kết thể hiện việc nói trước tình huống có liên quan đến đối tượng để nói tiếp lời phía sau.

• 내용 (danh từ) : 말, 글, 그림, 영화 등의 줄거리. 또는 그것들로 전하고자 하는 것.
  nội dung
  Phần tóm tắt của lời nói, bài viết, bức tranh, bộ phim. Hoặc cái định chuyển tải bằng những cái đó.

• 이 : 어떤 상태나 상황의 대상이나 동작의 주체를 나타내는 조사.
  Không có từ tương ứng
  Trợ từ (tiểu từ) thể hiện chủ thể của động tác hoặc đối tượng của trạng thái hay tình huống nào đó.

• 엄청 (phó từ) : 양이나 정도가 아주 지나치게.
  một cách ghê gớm, một cách khủng khiếp
  Lượng hay mức độ rất thái quá.

• 슬프다 (Tính từ) : 눈물이 날 만큼 마음이 아프고 괴롭다.
  buồn, buồn bã, buồn rầu
  Đau lòng và day dứt đến ứa nước mắt.

• -다고 : 다른 사람에게서 들은 내용을 간접적으로 전달하거나 주어의 생각, 의견 등을 나타내는 표현.
  nghe nói..., cho rằng...
  Cấu trúc truyền đạt nội dung nghe từ người khác một cách gián tiếp hoặc thể hiện suy nghĩ, ý kiến... của chủ ngữ.

• 그러다 (động từ) : 그렇게 말하다.
  nói vậy
  Nói như vậy.

• -더라 : (아주낮춤으로) 말하는 이가 직접 경험하여 새롭게 알게 된 사실을 지금 전달함을 나타내는 종
         결 어미.

đấy, đó nhé

(cách nói rất hạ thấp) Vĩ tố kết thúc câu thể hiện người nói truyền đạt lại sự việc mới
được biết do trực tiếp trải nghiệm thực tế.

< 대화(sự đối thoại) > - 59

뭘 만들기에 이렇게 냄새가 좋아요?
뭘 만들기에 이러케 냄새가 조아요?
mwol mandeulgie ireoke naemsaega joayo?

지우가 입맛이 없다길래 이것저것 만드는 중이에요.
지우가 임마시 업따길래 이걷쩌걷 만드는 중이에요.
jiuga immasi eopdagillae igeotjeogeot mandeuneun jungieyo.

< 설명(việc giải thích) / 번역(việc biên dịch) >

뭐+를 만들+기에 이렇+게 냄새+가 좋+아요?
뭘

- 뭐 (đại từ) : 모르는 사실이나 사물을 가리키는 말.
  cái gì đó, điều gì đấy
  Từ chỉ sự việc hay sự vật không biết được.

- 를 : 동작이 직접적으로 영향을 미치는 대상을 나타내는 조사.
  Không có từ tương ứng
  Trợ từ (tiểu từ) thể hiện đối tượng mà động tác gây ảnh hưởng trực tiếp.

- 만들다 (động từ) : 힘과 기술을 써서 없던 것을 생기게 하다.
  làm ra, tạo ra, chế tạo
  Dùng sức mạnh và kỹ thuật để tạo nên cái vốn không có.

- -기에 : 뒤에 오는 말의 원인이나 근거를 나타내는 연결 어미.
  do, vì, bởi vì
  Vĩ tố liên kết thể hiện căn cứ hay nguyên nhân của vế sau.

- 이렇다 (Tính từ) : 상태, 모양, 성질 등이 이와 같다.
  như thế này
  Trạng thái, hình dạng, tính chất··· giống như điều này.

- -게 : 앞의 말이 뒤에서 가리키는 일의 목적이나 결과, 방식, 정도 등이 됨을 나타내는 연결 어미.
  để, nhằm
  Vĩ tố liên kết thể hiện vế trước trở thành mục đích hay kết quả, phương thức, mức độ của sự việc chỉ ra ở sau.

• 냄새 (danh từ) : 코로 맡을 수 있는 기운.
mùi
Khí có thể ngửi bằng mũi.

• 가 : 어떤 상태나 상황에 놓인 대상이나 동작의 주체를 나타내는 조사.
Không có từ tương ứng
Trợ từ (tiểu từ) thể hiện chủ thể của động tác hoặc đối tượng được đặt trong trạng thái hay tình huống nào đó.

• 좋다 (Tính từ) : 어떤 일이나 대상이 마음에 들고 만족스럽다.
tốt
Đối tượng hay việc nào đó vừa lòng hay mãn nguyện.

• -아요 : (두루높임으로) 어떤 사실을 서술하거나 질문, 명령, 권유함을 나타내는 종결 어미.
không?, hãy, hãy cùng
(cách nói kính trọng phổ biến) Vĩ tố kết thúc câu thể hiện sự tường thuật sự việc nào đó hoặc nghi vấn, mệnh lệnh, khuyến nghị. <việc hỏi>

지우+가 입맛+이 없+다길래 이것저것 만들(만드)+[는 중이]+에요.
만드는 중이에요

• 지우 (danh từ) : tên người

• 가 : 어떤 상태나 상황에 놓인 대상이나 동작의 주체를 나타내는 조사.
Không có từ tương ứng
Trợ từ (tiểu từ) thể hiện chủ thể của động tác hoặc đối tượng được đặt trong trạng thái hay tình huống nào đó.

• 입맛 (danh từ) : 음식을 먹을 때 입에서 느끼는 맛. 또는 음식을 먹고 싶은 욕구.
khẩu vị, sự thèm ăn
Vị cảm nhận từ miệng khi ăn thức ăn. Hoặc sự ham muốn thức ăn.

• 이 : 어떤 상태나 상황의 대상이나 동작의 주체를 나타내는 조사.
Không có từ tương ứng
Trợ từ (tiểu từ) thể hiện chủ thể của động tác hoặc đối tượng của trạng thái hay tình huống nào đó.

• 없다 (Tính từ) : 어떤 사실이나 현상이 현실로 존재하지 않는 상태이다.
không có
Là trạng thái mà sự việc hay hiện tượng nào đó không tồn tại trong hiện thực.

• -다길래 : 뒤 내용의 이유나 근거로 다른 사람에게 들은 사실을 말할 때 쓰는 표현.
  vì nghe nói, vì nghe bảo
  Cấu trúc dùng khi nói về sự việc nghe được từ người khác làm căn cứ hoặc lý do của nội dung ở sau.

• 이것저것 (danh từ) : 분명하게 정해지지 않은 여러 가지 사물이나 일.
  cái này cái kia
  Nhiều sự vật hay việc không được định rõ.

• 만들다 (động từ) : 힘과 기술을 써서 없던 것을 생기게 하다.
  làm ra, tạo ra, chế tạo
  Dùng sức mạnh và kỹ thuật để tạo nên cái vốn không có.

• -는 중이다 : 어떤 일이 진행되고 있음을 나타내는 표현.
  đang
  Cấu trúc thể hiện việc nào đó đang được tiến hành.

• -에요 : (두루높임으로) 어떤 사실을 서술하거나 질문함을 나타내는 종결 어미.
  phải không?, là
  (cách nói kính trọng phổ biến) Vĩ tố kết thúc câu diễn đạt sự nghi vấn hay trần thuật sự việc nào đó. **<sự tường thuật>**

< 대화(sự đối thoại) > - 60

설명서를 아무리 봐도 무슨 말인지 잘 모르겠죠?
설명서를 아무리 봐도 무슨 마린지 잘 모르겓쬬?
seolmyeongseoreul amuri bwado museun marinji jal moreugetjyo?

그래도 자꾸 읽다 보니 조금씩 이해가 되던걸요.
그래도 자꾸 익따 보니 조금씩 이해가 되던거료.
geuraedo jakku ikda boni jogeumssik ihaega doedeongeoryo.

< 설명(việc giải thích) / 번역(việc biên dịch) >

설명서+를 아무리 <u>보+아도</u> 무슨 <u>말+이+ㄴ지</u> 잘 모르+겠+죠?
               봐도   **말인지**

- **설명서 (danh từ)** : 일이나 사물의 내용, 이유, 사용법 등을 설명한 글.
  bản giải thích, bản hướng dẫn
  Bài viết giải thích cách sử dụng, lý do, nội dung của sự vật hay sự việc.

- **를** : 동작이 직접적으로 영향을 미치는 대상을 나타내는 조사.
  Không có từ tương ứng
  Trợ từ (tiểu từ) thể hiện đối tượng mà động tác gây ảnh hưởng trực tiếp.

- **아무리 (phó từ)** : 비록 그렇다 하더라도.
  dù như thế đi chăng nữa
  Dù như vậy đi nữa.

- **보다 (động từ)** : 책이나 신문, 지도 등의 글자나 그림, 기호 등을 읽고 내용을 이해하다.
  xem, đọc
  Đọc chữ, hình vẽ, kí hiệu... của sách, báo, bản đồ…. và hiểu nội dung.

- **-아도** : 앞에 오는 말을 가정하거나 인정하지만 뒤에 오는 말에는 관계가 없거나 영향을 끼치지 않음을 나타내는 연결 어미.
  cho dù, mặc dù... cũng...
  Vĩ tố kết thúc câu thể hiện dù giả định hay công nhận vế trước nhưng không có liên quan hoặc không ảnh hưởng đến vế sau.

• 무슨 (định từ) : 확실하지 않거나 잘 모르는 일, 대상, 물건 등을 물을 때 쓰는 말.
  gì
  Từ dùng khi hỏi về việc, đối tượng, đồ vật... mà mình không chắc chắn hoặc không biết rõ.

• 말 (danh từ) : 단어나 구나 문장.
  từ ngữ, câu chữ
  Từ, ngữ hay câu.

• 이다 : 주어가 지시하는 대상의 속성이나 부류를 지정하는 뜻을 나타내는 서술격 조사.
  nào là
  Trợ từ vị cách thể hiện sự liệt kê các sự vật đồng thời liên kết theo quan hệ đẳng lập.

• -ㄴ지 : 뒤에 오는 말의 내용에 대한 막연한 이유나 판단을 나타내는 연결 어미.
  nên
  Vĩ tố liên kết thể hiện lí do hay phán đoán mặc nhiên về nội dung của lời nói ở sau.

• 잘 (phó từ) : 분명하고 정확하게.
  một cách rõ ràng
  Một cách hiển hiện và chính xác.

• 모르다 (động từ) : 사람이나 사물, 사실 등을 알지 못하거나 이해하지 못하다.
  không biết
  Không biết được hoặc không hiểu được người, sự vật hay sự việc...

• -겠- : 미래의 일이나 추측을 나타내는 어미.
  sẽ, chắc là
  Vĩ tố thể hiện sự việc tương lai hay suy đoán.

• -죠 : (두루높임으로) 말하는 사람이 듣는 사람에게 친근함을 나타내며 물을 때 쓰는 종결 어미.
  nhỉ?
  (cách nói kính trọng phổ biến) Vĩ tố kết thúc câu dùng khi người nói hỏi và thể hiện sự thân mật với người nghe.

그렇+어도 자꾸 읽+[다(가) 보]+니 조금씩 이해+가 되+던걸요.
그래도   읽다 보니

• 그렇다 (Tính từ) : 상태, 모양, 성질 등이 그와 같다.
  cũng vậy, cũng thế, như vậy, như thế
  Trạng thái, hình dạng, tính chất... giống như thế.

• -어도 : 앞에 오는 말을 가정하거나 인정하지만 뒤에 오는 말에는 관계가 없거나 영향을 끼치지 않음을
　　　　나타내는 연결 어미.

cho dù, mặc dù... cũng...

Vĩ tố liên kết thể hiện dù giả định hay công nhận vế trước nhưng không có liên quan
hoặc không ảnh hưởng đến vế sau.

• 자꾸 (phó từ) : 여러 번 계속하여.

cứ

Liên tục nhiều lần.

• 읽다 (động từ) : 글을 보고 뜻을 알다.

đọc hiểu

Nhìn chữ và biết ý nghĩa.

• -다가 보다 : 앞에 오는 말이 나타내는 행동을 하는 과정에서 뒤에 오는 말이 나타내는 사실을 새로 깨
　　　　　 닫게 됨을 나타내는 표현.

...rồi mới thấy, ... thì sẽ thấy

Cấu trúc thể hiện việc mới nhận ra sự việc mà vế sau diễn đạt trong quá trình thực hiện
hành động mà vế trước diễn đạt.

• -니 : 뒤에 오는 말에 대하여 앞에 오는 말이 원인이나 근거, 전제가 됨을 나타내는 연결 어미.

vì

Vĩ tố liên kết thể hiện vế trước trở thành nguyên nhân, căn cứ hay tiền đề đối với vế sau.

• 조금씩 (phó từ) : 적은 정도로 계속해서.

từng chút một, từng tý một, chút xíu một

Liên tục với mức độ ít.

• 이해 (danh từ) : 무엇이 어떤 것인지를 앎. 또는 무엇이 어떤 것이라고 받아들임.

sự lý giải, sự hiểu

Sự biết được cái gì đó là cái như thế nào đó. Hoặc sự chấp nhận rằng cái gì đó là cái
như thế nào.

• 가 : 어떤 상태나 상황에 놓인 대상이나 동작의 주체를 나타내는 조사.

Không có từ tương ứng

Trợ từ (tiểu từ) thể hiện chủ thể của động tác hoặc đối tượng được đặt trong trạng thái
hay tình huống nào đó.

• 되다 (động từ) : 어떠한 심리적인 상태에 있다.

được, trở nên

Ở một trạng thái tâm lí nào đó.

• -던걸요 : (두루높임으로) 과거의 사실에 대한 자기 생각이나 주장을 설명하듯 말하거나 그 근거를 댈
　　　때 쓰는 표현.

mà

(cách nói kính trọng phổ biến) Cấu trúc dùng khi nói như thể giải thích suy nghĩ hay chủ
trương của mình về sự việc trong quá khứ, hoặc đề cập đến căn cứ đó.

• -던걸요 : (두루높임으로) 과거의 사실에 대한 자기 생각이나 주장을 설명하듯 말하거나 그 근거를 댈
　　　때 쓰는 표현.

< 대화(sự đối thoại) > - 61

저는 이번에 개봉한 영화가 재미있던데요.
저는 이버네 개봉한 영화가 재미읻떤데요.
jeoneun ibeone gaebonghan yeonghwaga jaemiitdeondeyo.

그래도 원작이 더 재미있지 않나요?
그래도 원자기 더 재미읻찌 안나요?
geuraedo wonjagi deo jaemiitji annayo?

< 설명(việc giải thích) / 번역(việc biên dịch) >

저+는 이번+에 <u>개봉하+ㄴ</u> 영화+가 재미있+던데요.
개봉한

- **저 (đại từ)** : 말하는 사람이 듣는 사람에게 자신을 낮추어 가리키는 말.
  em, con, cháu
  Cách người nói hạ mình để xưng hô với người nghe.

- **는** : 문장 속에서 어떤 대상이 화제임을 나타내는 조사.
  Không có từ tương ứng
  Trợ từ (tiểu từ) thể hiện việc đối tượng nào đó là chủ đề câu chuyện trong câu.

- **이번 (danh từ)** : 곧 돌아올 차례. 또는 막 지나간 차례.
  lần này
  Lần sắp tới. Hoặc lần vừa mới qua.

- **에** : 앞말이 시간이나 때임을 나타내는 조사.
  vào lúc
  Trợ từ (tiểu từ) thể hiện từ ngữ phía trước là thời gian hoặc thời điểm.

- **개봉하다 (động từ)** : 새 영화를 처음으로 상영하다.
  ra mắt
  Trình chiếu bộ phim mới lần đầu tiên.

• -ㄴ : 앞의 말이 관형어의 기능을 하게 만들고 사건이나 동작이 완료되어 그 상태가 유지되고 있음을 나타내는 어미.

Không có từ tương ứng

Vĩ tố làm cho từ ngữ phía trước có chức năng định ngữ và thể hiện sự kiện hay động tác đã hoàn thành và trạng thái đó đang được duy trì.

• **영화 (danh từ)** : 일정한 의미를 갖고 움직이는 대상을 촬영하여 영사기로 영사막에 비추어서 보게 하는 종합 예술.

điện ảnh, phim

Nghệ thuật tổng hợp, ghi hình đối tượng đang chuyển động và mang ý nghĩa nhất định rồi được trình chiếu trên màn hình bằng máy chiếu phim.

• 가 : 어떤 상태나 상황에 놓인 대상이나 동작의 주체를 나타내는 조사.

Không có từ tương ứng

Trợ từ (tiểu từ) thể hiện chủ thể của động tác hoặc đối tượng được đặt trong trạng thái hay tình huống nào đó.

• **재미있다 (Tính từ)** : 즐겁고 유쾌한 느낌이 있다.

thú vị

Có cảm giác vui vẻ và sảng khoái.

• -던데요 : (두루높임으로) 과거에 직접 경험한 사실을 전달하여 듣는 사람의 반응을 기대함을 나타내는 표현.

đấy

(cách nói kính trọng phổ biến) Cấu trúc thể hiện sự truyền đạt sự việc trực tiếp trải qua trong quá khứ và chờ đợi phản ứng của người nghe.

그렇+어도 원작+이 더 재미있+[지 않]+나요?
그래도

• **그렇다 (Tính từ)** : 상태, 모양, 성질 등이 그와 같다.

cũng vậy, cũng thế, như vậy, như thế

Trạng thái, hình dạng, tính chất... giống như thế.

• -어도 : 앞에 오는 말을 가정하거나 인정하지만 뒤에 오는 말에는 관계가 없거나 영향을 끼치지 않음을 나타내는 연결 어미.

cho dù, mặc dù... cũng...

Vĩ tố liên kết thể hiện dù giả định hay công nhận vế trước nhưng không có liên quan hoặc không ảnh hưởng đến vế sau.

• **원작 (danh từ)** : 연극이나 영화의 대본으로 만들거나 다른 나라 말로 고치기 전의 원래 작품.
nguyên tác, bản gốc
Tác phẩm ban đầu trước khi được viết thành kịch bản phim hay kịch hoặc được dịch sang tiếng nước khác.

• **이** : 어떤 상태나 상황의 대상이나 동작의 주체를 나타내는 조사.
Không có từ tương ứng
Trợ từ (tiểu từ) thể hiện chủ thể của động tác hoặc đối tượng của trạng thái hay tình huống nào đó.

• **더 (phó từ)** : 비교의 대상이나 어떤 기준보다 정도가 크게, 그 이상으로.
hơn
Mức độ lớn hơn đối tượng so sánh hoặc tiêu chuẩn nào đó, trên mức đó

• **재미있다 (Tính từ)** : 즐겁고 유쾌한 느낌이 있다.
thú vị
Có cảm giác vui vẻ và sảng khoái.

• **-지 않다** : 앞의 말이 나타내는 행위나 상태를 부정하는 뜻을 나타내는 표현.
không, chẳng
Cấu trúc thể hiện nghĩa phủ định trạng thái hay hành vi mà từ ngữ phía trước diễn đạt.

• **-나요** : (두루높임으로) 앞의 내용에 대해 상대방에게 물어볼 때 쓰는 표현.
à
(cách nói kính trọng phổ biến) Cấu trúc dùng khi hỏi đối phương về nội dung ở trước.

< 대화(sự đối thoại) > - 62

이 집 강아지가 밤마다 너무 짖어서 저희가 잠을 잘 못 자요.
이 집 강아지가 밤마다 너무 지저서 저히가 자믈 잘 몯 자요.
i jip gangajiga bammada neomu jijeoseo jeohiga jameul jal mot jayo.

정말 죄송합니다. 못 짖도록 하는데도 그게 쉽지가 않네요.
정말 죄송함니다. 몯 짇또록 하는데도 그게 쉽찌가 안네요.
jeongmal joesonghamnida. mot jitdorok haneundedo geuge swipjiga anneyo.

< 설명(việc giải thích) / 번역(việc biên dịch) >

이 집 강아지+가 밤+마다 너무 짖+어서 저희+가 잠+을 잘 못 <u>자+(아)요</u>.
자요

- **이 (định từ)** : 말하는 사람에게 가까이 있거나 말하는 사람이 생각하고 있는 대상을 가리킬 때 쓰는 말.
  này
  Từ dùng khi chỉ đối tượng ở gần người nói hoặc đối tượng người nói đang nghĩ đến.

- **집 (danh từ)** : 사람이나 동물이 추위나 더위 등을 막고 그 속에 들어 살기 위해 지은 건물.
  nhà
  Tòa nhà được dựng lên để người hay động vật có thể sống ở trong đó và tránh rét, tránh nóng.

- **강아지 (danh từ)** : 개의 새끼.
  chó con, cún con
  Con chó còn nhỏ.

- **가** : 어떤 상태나 상황에 놓인 대상이나 동작의 주체를 나타내는 조사.
  Không có từ tương ứng
  Trợ từ (tiểu từ) thể hiện chủ thể của động tác hoặc đối tượng được đặt trong trạng thái hay tình huống nào đó.

- **밤 (danh từ)** : 해가 진 후부터 다음 날 해가 뜨기 전까지의 어두운 동안.
  đêm
  Khoảng thời gian tối từ lúc mặt trời lặn đến lúc mặt trời mọc ngày hôm sau.

• 마다 : 하나하나 빠짐없이 모두의 뜻을 나타내는 조사.

mỗi, mọi

Trợ từ thể hiện nghĩa toàn bộ, không thiếu sót gì cả.

• 너무 (phó từ) : 일정한 정도나 한계를 훨씬 넘어선 상태로.

quá

Ở trạng thái vượt giới hạn hay mức độ nhất định rất nhiều.

• 짖다 (động từ) : 개가 크게 소리를 내다.

sủa

Chó kêu tiếng lớn.

• -어서 : 이유나 근거를 나타내는 연결 어미.

nên

Vĩ tố liên kết thể hiện lý do hay căn cứ.

• 저희 (đại từ) : 말하는 사람이 자기보다 높은 사람에게 자기를 포함한 여러 사람들을 가리키는 말.

chúng tôi, chúng em, chúng con

Từ người nói dùng để chỉ bản thân hoặc nhiều người trong đó có cả mình khi xưng hô với người có vai vế lớn hơn mình.

• 가 : 어떤 상태나 상황에 놓인 대상이나 동작의 주체를 나타내는 조사.

Không có từ tương ứng

Trợ từ (tiểu từ) thể hiện chủ thể của động tác hoặc đối tượng được đặt trong trạng thái hay tình huống nào đó.

• 잠 (danh từ) : 눈을 감고 몸과 정신의 활동을 멈추고 한동안 쉬는 상태.

giấc ngủ, sự ngủ

Trạng thái nhắm mắt, ngừng sự hoạt động của cơ thể và tinh thần, nghỉ trong một thời gian.

• 을 : 서술어의 명사형 목적어임을 나타내는 조사.

Không có từ tương ứng

Trợ từ (tiểu từ) thể hiện tân ngữ dạng danh từ của vị ngữ.

• 잘 (phó từ) : 충분히 만족스럽게.

một cách thoải mái, một cách xả láng

Một cách đủ hài lòng.

• 못 (phó từ) : 동사가 나타내는 동작을 할 수 없게.

không… được

Không thể thực hiện được động tác mà động từ thể hiện.

• **자다 (động từ)** : 눈을 감고 몸과 정신의 활동을 멈추고 한동안 쉬는 상태가 되다.
ngủ
Nhắm mắt, ngừng hoạt động của cơ thể và tinh thần, ở vào trạng thái nghỉ ngơi trong một thời gian.

• **-아요** : (두루높임으로) 어떤 사실을 서술하거나 질문, 명령, 권유함을 나타내는 종결 어미.
không?, hãy, hãy cùng
(cách nói kính trọng phổ biến) Vĩ tố kết thúc câu thể hiện sự tường thuật sự việc nào đó hoặc nghi vấn, mệnh lệnh, khuyến nghị. <sự tường thuật>

정말 <u>죄송하+ㅂ니다</u>.
　　　죄송합니다

못 짖+[도록 하]+는데도 <u>그것(그거)+이</u> 쉽+[지+가 않]+네요.
　　　　　　　　　　　그게

• **정말 (phó từ)** : 거짓이 없이 진짜로.
thật sự, thực sự
Một cách chân thật không có sự giả dối.

• **죄송하다 (Tính từ)** : 죄를 지은 것처럼 몹시 미안하다.
xin lỗi, cảm thấy có lỗi
Rất áy náy như đã gây ra tội.

• **-ㅂ니다** : (아주높임으로) 현재의 동작이나 상태, 사실을 정중하게 설명함을 나타내는 종결 어미.
Không có từ tương ứng
(cách nói rất kính trọng) Vĩ tố kết thúc câu thể hiện sự thuyết minh động tác, trạng thái hay sự việc ở hiện tại một cách trịnh trọng.

• **못 (phó từ)** : 동사가 나타내는 동작을 할 수 없게.
không… được
Không thể thực hiện được động tác mà động từ thể hiện.

• **짖다 (động từ)** : 개가 크게 소리를 내다.
sủa
Chó kêu tiếng lớn.

• **-도록 하다** : 남에게 어떤 행동을 하도록 시키거나 물건이 어떤 작동을 하게 만듦을 나타내는 표현.
sai, bắt, làm cho
Cấu trúc thể hiện sự sai khiến người khác thực hiện hành động nào đó hoặc làm cho đồ vật có tác động nào đó.

- -는데도 : 앞에 오는 말이 나타내는 상황에 상관없이 뒤에 오는 말이 나타내는 상황이 일어남을 나타내는 표현.

   mặc dù... cũng..., mặc dù... nhưng...

   Cấu trúc thể hiện tình huống mà vế sau diễn đạt xảy ra không liên quan tới tình huống mà vế trước diễn đạt.

- 그것 (đại từ) : 앞에서 이미 이야기한 대상을 가리키는 말.

   cái đó, việc đó

   Từ dùng để chỉ đối tượng đã nói đến ở phía trước.

- 이 : 어떤 상태나 상황의 대상이나 동작의 주체를 나타내는 조사.

   Không có từ tương ứng

   Trợ từ (tiểu từ) thể hiện chủ thể của động tác hoặc đối tượng của trạng thái hay tình huống nào đó.

- 쉽다 (Tính từ) : 하기에 힘들거나 어렵지 않다.

   dễ

   Không vất vả hay khó làm.

- -지 않다 : 앞의 말이 나타내는 행위나 상태를 부정하는 뜻을 나타내는 표현.

   không, chẳng

   Cấu trúc thể hiện nghĩa phủ định trạng thái hay hành vi mà từ ngữ phía trước diễn đạt.

- 가 : 앞의 말을 강조하는 뜻을 나타내는 조사.

   Không có từ tương ứng

   Trợ từ (tiểu từ) thể hiện nghĩa nhấn mạnh từ ngữ phía trước.

- -네요 : (두루높임으로) 말하는 사람이 직접 경험하여 새롭게 알게 된 사실에 대해 감탄함을 나타낼 때 쓰는 표현.

   đấy, lắm, quá

   (cách nói kính trọng phổ biến) Cấu trúc dùng khi thể hiện sự cảm thán đối với sự việc mà người nói mới biết được do trực tiếp trải nghiệm.

< 대화(sự đối thoại) > - 63

메일 보냈습니다. 확인 좀 부탁 드립니다.
메일 보냂씀니다. 화긴 좀 부탁 드림니다.
meil bonaetseumnida. hwagin jom butak deurimnida.

네. 보내 주신 자료를 검토하고 다시 연락 드리도록 하겠습니다.
네. 보내 주신 자료를 검토하고 다시 열락 드리도록 하겔씀니다.
ne. bonae jusin jaryoreul geomtohago dasi yeollak deuridorok hagetseumnida.

< 설명(việc giải thích) / 번역(việc biên dịch) >

메일 <u>보내+었+습니다</u>.
　　　　보냈습니다

확인 좀 부탁 <u>드리+ㅂ니다</u>.
　　　　　　　드립니다

- **메일 (danh từ)** : 인터넷이나 통신망으로 주고받는 편지.
  mail, thư điện tử
  Thư trao đổi bằng mạng thông tin hay internet.

- **보내다 (động từ)** : 내용이 전달되게 하다.
  chuyển, chuyển tải
  Làm cho nội dung được truyền đạt.

- **-었-** : 어떤 사건이 과거에 완료되었거나 그 사건의 결과가 현재까지 지속되는 상황을 나타내는 어미.
  đã
  Vĩ tố thể hiện tình huống mà sự kiện nào đó đã hoàn thành trong quá khứ hoặc kết quả của sự kiện đó được tiếp tục đến hiện tại.

- **-습니다** : (아주높임으로) 현재의 동작이나 상태, 사실을 정중하게 설명함을 나타내는 종결 어미.
  Không có từ tương ứng
  (cách nói rất kính trọng) Vĩ tố kết thúc câu thể hiện sự thuyết minh động tác, trạng thái hay sự việc ở hiện tại một cách trịnh trọng.

• 확인 (danh từ) : 틀림없이 그러한지를 알아보거나 인정함.
sự xác nhận
Việc nhìn nhận hoặc nhận định chính xác là như vậy.

• 좀 (phó từ) : 주로 부탁이나 동의를 구할 때 부드러운 느낌을 주기 위해 넣는 말.
làm ơn
Từ thêm vào để mang lại cảm giác nhẹ nhàng chủ yếu khi nhờ vả hoặc tìm kiếm sự đồng ý.

• 부탁 (danh từ) : 어떤 일을 해 달라고 하거나 맡김.
sự nhờ cậy, sự nhờ vả
Nhờ hay giao phó làm việc nào đó.

• 드리다 (động từ) : 윗사람에게 어떤 말을 하거나 인사를 하다.
thưa chuyện, hỏi thăm, chào hỏi
Nói chuyện hay chào người trên.

• -ㅂ니다 : (아주높임으로) 현재의 동작이나 상태, 사실을 정중하게 설명함을 나타내는 종결 어미.
Không có từ tương ứng
(cách nói rất kính trọng) Vĩ tố kết thúc câu thể hiện sự thuyết minh động tác, trạng thái hay sự việc ở hiện tại một cách trịnh trọng.

네.

보내+[(어) 주]+시+ㄴ 자료+를 검토하+고 다시 연락 드리+[도록 하]+겠+습니다.
보내 주신

• 네 (từ cảm thán) : 윗사람의 물음이나 명령 등에 긍정하여 대답할 때 쓰는 말.
vâng, dạ
Từ dùng khi trả lời một cách khẳng định đối với câu hỏi hay mệnh lệnh của người trên.

• 보내다 (động từ) : 내용이 전달되게 하다.
chuyển, chuyển tải
Làm cho nội dung được truyền đạt.

• -어 주다 : 남을 위해 앞의 말이 나타내는 행동을 함을 나타내는 표현.
giúp, hộ, giùm
Cấu trúc thể hiện việc thực hiện hành động mà từ ngữ phía trước thể hiện vì người khác.

• -시- : 어떤 동작이나 상태의 주체를 높이는 뜻을 나타내는 어미.
Không có từ tương ứng
Vĩ tố thể hiện nghĩa kính trọng chủ thể của động tác hay trạng thái nào đó.

• -ㄴ : 앞의 말이 관형어의 기능을 하게 만들고 사건이나 동작이 완료되어 그 상태가 유지되고 있음을
  나타내는 어미.
  Không có từ tương ứng
  Vĩ tố làm cho từ ngữ phía trước có chức năng định ngữ và thể hiện sự kiện hay động tác
  đã hoàn thành và trạng thái đó đang được duy trì.

• **자료 (danh từ)** : 연구나 조사를 하는 데 기본이 되는 재료.
  tài liệu
  Tư liệu cơ bản trong nghiên cứu hay điều tra.

• 를 : 동작이 직접적으로 영향을 미치는 대상을 나타내는 조사.
  Không có từ tương ứng
  Trợ từ (tiểu từ) thể hiện đối tượng mà động tác gây ảnh hưởng trực tiếp.

• **검토하다 (động từ)** : 어떤 사실이나 내용을 자세히 따져서 조사하고 분석하다.
  kiểm tra kỹ, xem xét lại
  Xem xét kỹ rồi kiểm tra và phân tích một sự thật hay một nội dung nào đó.

• -고 : 앞의 말과 뒤의 말이 차례대로 일어남을 나타내는 연결 어미.
  rồi
  Vĩ tố liên kết thể hiện vế trước và vế sau lần lượt xảy ra.

• **다시 (phó từ)** : 다음에 또.
  lại
  Tiếp diễn sau đó.

• **연락 (danh từ)** : 어떤 사실을 전하여 알림.
  sự liên lạc
  Việc chuyển cho biết một sự thật nào đó.

• **드리다 (động từ)** : 윗사람에게 어떤 말을 하거나 인사를 하다.
  thưa chuyện, hỏi thăm, chào hỏi
  Nói chuyện hay chào người trên.

• -도록 하다 : 말하는 사람이 어떤 행위를 할 것이라는 의지나 다짐을 나타내는 표현.
  sẽ
  Cấu trúc thể hiện sự chắc chắn hoặc ý chí rằng người nói sẽ thực hiện hành động nào
  đó.

• -겠- : 완곡하게 말하는 태도를 나타내는 어미.
  chắc là, được không
  Vĩ tố thể hiện thái độ nói quanh co.

• -습니다 : (아주높임으로) 현재의 동작이나 상태, 사실을 정중하게 설명함을 나타내는 종결 어미.
Không có từ tương ứng
(cách nói rất kính trọng) Vĩ tố kết thúc câu thể hiện sự thuyết minh động tác, trạng thái hay sự việc ở hiện tại một cách trịnh trọng.

< 대화(sự đối thoại) > - 64

이제 아홉 신데 벌써 자려고?
이제 아홉 신데 벌써 자려고?
ije ahop sinde beolsseo jaryeogo?

시험 기간에 도서관 자리 잡기가 어려워서 내일 일찍 일어나려고요.
시험 기가네 도서관 자리 잡끼가 어려워서 내일 일찍 이러나려고요.
siheom gigane doseogwan jari japgiga eoryeowoseo naeil iljjik ireonaryeogoyo.

< 설명(việc giải thích) / 번역(việc biên dịch) >

이제 아홉 <u>시+(이)+ㄴ데</u> 벌써 자+려고?
신데

- **이제 (phó từ)** : 말하고 있는 바로 이때에.
  bây giờ
  Ngay lúc đang nói.

- **아홉 (định từ)** : 여덟에 하나를 더한 수의.
  chín
  Số do thêm một vào tám.

- **시 (danh từ)** : 하루를 스물넷으로 나누었을 때 그 하나를 나타내는 시간의 단위.
  giờ
  Đơn vị thời gian thể hiện một phần khi chia một ngày thành hai mươi bốn phần.

- **이다** : 주어가 지시하는 대상의 속성이나 부류를 지정하는 뜻을 나타내는 서술격 조사.
  nào là
  Trợ từ vị cách thể hiện sự liệt kê các sự vật đồng thời liên kết theo quan hệ đẳng lập.

- **-ㄴ데** : 뒤의 말을 하기 위하여 그 대상과 관련이 있는 상황을 미리 말함을 나타내는 연결 어미.
  Không có từ tương ứng
  Vĩ tố liên kết thể hiện việc nói trước tình huống có liên quan đến đối tượng nhằm thực hiện điều phía sau

- **벌써 (phó từ)** : 생각보다 빠르게.
  đã
  Một cách nhanh hơn suy nghĩ.

• **자다 (động từ)** : 눈을 감고 몸과 정신의 활동을 멈추고 한동안 쉬는 상태가 되다.

ngủ

Nhắm mắt, ngừng hoạt động của cơ thể và tinh thần, ở vào trạng thái nghỉ ngơi trong một thời gian.

• **-려고** : (두루낮춤으로) 어떤 주어진 상황에 대하여 의심이나 반문을 나타내는 종결 어미.

định

(cách nói hạ thấp phổ biến) Vĩ tố kết thúc câu thể hiện sự nghi ngờ hay hỏi ngược lại về tình huống cho sẵn nào đó.

시험 기간+에 도서관 자리 잡+기+가 <u>어렵(어려우)+어서</u>
어려워서

내일 일찍 일어나+려고요.

• **시험 (danh từ)** : 문제, 질문, 실제의 행동 등의 일정한 절차에 따라 지식이나 능력을 검사하고 평가하는 일.

sự thi cử, sự kiểm tra, sự sát hạch

Việc kiểm tra và đánh giá kiến thức hay năng lực theo trình tự nhất định qua đề thi, câu hỏi, hành động thực tế...

• **기간 (danh từ)** : 어느 일정한 때부터 다른 일정한 때까지의 동안.

thời gian, khoảng thời gian

Khoảng cách từ thời kỳ nhất định nào đó tới thời kỳ nhất định nào đó khác.

• **에** : 앞말이 시간이나 때임을 나타내는 조사.

vào lúc

Trợ từ (tiểu từ) thể hiện từ ngữ phía trước là thời gian hoặc thời điểm.

• **도서관 (danh từ)** : 책과 자료 등을 많이 모아 두고 사람들이 빌려 읽거나 공부를 할 수 있게 마련한 시설.

thư viện

Cơ sở vật chất được trang bị với nhiều sách và tài liệu để người ta có thể đến mượn đọc và học tập.

• **자리 (danh từ)** : 사람이 앉을 수 있도록 만들어 놓은 곳.

chỗ ngồi

Chỗ được làm sẵn để con người có thể ngồi.

• **잡다 (động từ)** : 자리, 방향, 시기 등을 정하다.

lấy

Định ra vị trí, phương hướng, ngày giờ...

- -기 : 앞의 말이 명사의 기능을 하게 하는 어미.

  sự, việc

  Vĩ tố làm cho từ ngữ ở trước có chức năng của danh từ.

- 가 : 어떤 상태나 상황에 놓인 대상이나 동작의 주체를 나타내는 조사.

  Không có từ tương ứng

  Trợ từ (tiểu từ) thể hiện chủ thể của động tác hoặc đối tượng được đặt trong trạng thái hay tình huống nào đó.

- **어렵다 (Tính từ)** : 하기가 복잡하거나 힘이 들다.

  khó, khó khăn

  Làm phức tạp hoặc vất vả.

- -어서 : 이유나 근거를 나타내는 연결 어미.

  nên

  Vĩ tố liên kết thể hiện lý do hay căn cứ.

- **내일 (phó từ)** : 오늘의 다음 날에.

  ngày mai

  Ngày sau hôm nay.

- **일찍 (phó từ)** : 정해진 시간보다 빠르게.

  sớm

  Nhanh hơn thời gian đã định.

- **일어나다 (động từ)** : 잠에서 깨어나다.

  thức dậy

  Tỉnh giấc ngủ.

- -려고요 : (두루높임으로) 어떤 행동을 할 의도나 욕망을 가지고 있음을 나타내는 표현.

  định

  (cách nói kính trọng phổ biến) Cấu trúc thể hiện việc có ý định hay mong muốn sẽ thực hiện hành động nào đó.

< 대화(sự đối thoại) > - 65

나 지금 마트에 가려고 하는데 혹시 필요한 거 있니?
나 지금 마트에 가려고 하는데 혹씨 피료한 거 인니?
na jigeum mateue garyeogo haneunde hoksi piryohan geo inni?

그럼 오는 길에 휴지 좀 사다 줄래?
그럼 오는 기레 휴지 좀 사다 줄래?
geureom oneun gire hyuji jom sada jullae?

< 설명(việc giải thích) / 번역(việc biên dịch) >

나 지금 마트+에 가+[려고 하]+는데 혹시 **필요하**+[ㄴ 것(거)] 있+니?
필요한 거

- **나 (đại từ)** : 말하는 사람이 친구나 아랫사람에게 자기를 가리키는 말.
  tôi, mình, anh, chị...
  Từ mà người nói dùng để chỉ bản thân mình khi nói với người dưới hoặc bạn bè.

- **지금 (phó từ)** : 말을 하고 있는 바로 이때에. 또는 그 즉시에.
  bây giờ
  Vào chính lúc đang nói. Hoặc ngay lúc đó.

- **마트 (danh từ)** : 각종 생활용품을 판매하는 대형 매장.
  siêu thị
  Điểm bán hàng lớn, bán các loại đồ dùng sinh hoạt.

- **에** : 앞말이 목적지이거나 어떤 행위의 진행 방향임을 나타내는 조사.
  đến, tới
  Trợ từ (tiểu từ) thể hiện từ ngữ phía trước là đích đến hoặc là hướng diễn tiến của hành động nào đó.

- **가다 (động từ)** : 한 곳에서 다른 곳으로 장소를 이동하다.
  đi
  Di chuyển địa điểm từ một nơi sang nơi khác.

• -려고 하다 : 앞의 말이 나타내는 행동을 할 의도나 의향이 있음을 나타내는 표현.
định
Cấu trúc thể hiện việc có ý định hay ý đhướng sẽ thực hiện hành động mà từ ngữ phía trước thể hiện.

• -는데 : 뒤의 말을 하기 위하여 그 대상과 관련이 있는 상황을 미리 말함을 나타내는 연결 어미.
Không có từ tương ứng
Vĩ tố liên kết thể hiện việc nói trước tình huống có liên quan đến đối tượng để nói tiếp lời phía sau.

• 혹시 (phó từ) : 그러리라 생각하지만 분명하지 않아 말하기를 망설일 때 쓰는 말.
hình như
Từ dùng khi nghĩ là như thế nhưng không rõ ràng và ngập ngừng khi nói.

• 필요하다 (Tính từ) : 꼭 있어야 하다.
tất yếu, thiết yếu, cần thiết
Nhất thiết phải có.

• -ㄴ 것 : 명사가 아닌 것을 문장에서 명사처럼 쓰이게 하거나 '이다' 앞에 쓰일 수 있게 할 때 쓰는 표현.
cái, thứ, điều, việc
Cấu trúc dùng cho yếu tố không phải là danh từ có thể được dùng như danh từ trong câu, hoặc làm cho yếu tố đó có thể đứng trước '이다'.

• 있다 (Tính từ) : 사람, 동물, 물체 등이 존재하는 상태이다.
có
Trạng thái con người, động vật, vật thể… tồn tại.

• -니 : (아주낮춤으로) 물음을 나타내는 종결 어미.
…hả?
(cách nói rất hạ thấp) Vĩ tố kết thúc câu thể hiện câu hỏi.

그럼 오+[는 길에] 휴지 좀 사+(아)다 주+ㄹ래?
사다   줄래

• 그럼 (phó từ) : 앞의 내용을 받아들이거나 그 내용을 바탕으로 하여 새로운 주장을 할 때 쓰는 말.
vậy thì
Từ dùng khi tiếp nhận nội dung phía trước hoặc lấy nội dung ấy làm nền tảng cho chủ trương mới.

• 오다 (động từ) : 무엇이 다른 곳에서 이곳으로 움직이다.
đến
Cái gì đó di chuyển từ nơi khác đến nơi này.

• -는 길에 : 어떤 일을 하는 도중이나 기회임을 나타내는 표현.
đang trên đường, nhân dịp
Cấu trúc thể hiện cơ hội hoặc đang thực hiện việc nào đó.

• 휴지 (danh từ) : 더러운 것을 닦는 데 쓰는 얇은 종이.
khăn giấy, giấy lau
Giấy mỏng dùng lau thứ bẩn.

• 좀 (phó từ) : 주로 부탁이나 동의를 구할 때 부드러운 느낌을 주기 위해 넣는 말.
làm ơn
Từ thêm vào để mang lại cảm giác nhẹ nhàng chủ yếu khi nhờ vả hoặc tìm kiếm sự đồng ý.

• 사다 (động từ) : 돈을 주고 어떤 물건이나 권리 등을 자기 것으로 만들다.
mua
Trao tiền và biến đồ vật hay quyền lợi... nào đó thành cái của mình.

• -아다 : 어떤 행동을 한 뒤 그 행동의 결과를 가지고 뒤의 말이 나타내는 행동을 이어 함을 나타내는 연결 어미.
rồi
Vĩ tố liên kết thể hiện sau khi thực hiện hành động nào đó rồi lấy kết quả của hành động đó thực hiện tiếp hành động mà vế sau diễn đạt.

• 주다 (động từ) : 물건 등을 남에게 건네어 가지거나 쓰게 하다.
cho
Chuyển cho người khác những cái như đồ vật khiến họ mang đi hoặc sử dụng.

• -ㄹ래 : (두루낮춤으로) 앞으로 어떤 일을 하려고 하는 자신의 의사를 나타내거나 그 일에 대하여 듣는 사람의 의사를 물어봄을 나타내는 종결 어미.
nhé, chứ
(cách nói hạ thấp phổ biến) Vĩ tố kết thúc câu thể hiện ý của bản thân định làm việc nào đó sắp tới hoặc hỏi ý của người nghe về việc đó.

< 대화(sự đối thoại) > - 66

오늘 회의 몇 시부터 시작하지?
오늘 회이 몇 시부터 시자카지?
oneul hoei myeot sibuteo sijakaji?

지금 시작하려고 하니까 빨리 준비하고 와.
지금 시자카려고 하니까 빨리 준비하고 와.
jigeum sijakaryeogo hanikka ppalli junbihago wa.

< 설명(việc giải thích) / 번역(việc biên dịch) >

오늘 회의 몇 시+부터 시작하+지?

- **오늘 (danh từ)** : 지금 지나가고 있는 이날.
  ngày hôm nay, hôm nay
  Ngày đang trải qua bây giờ.

- **회의 (danh từ)** : 여럿이 모여 의논함. 또는 그런 모임.
  sự hội ý, sự bàn bạc, cuộc họp
  Việc nhiều người tụ tập lại và thảo luận. Hoặc tổ cuộc gặp gỡ như vậy.

- **몇 (định từ)** : 잘 모르는 수를 물을 때 쓰는 말.
  mấy
  Từ dùng khi hỏi số mà mình không rõ.

- **시 (danh từ)** : 하루를 스물넷으로 나누었을 때 그 하나를 나타내는 시간의 단위.
  giờ
  Đơn vị thời gian thể hiện một phần khi chia một ngày thành hai mươi bốn phần.

- **부터** : 어떤 일의 시작이나 처음을 나타내는 조사.
  từ
  Trợ từ thể hiện sự bắt đầu hay khởi đầu của một việc nào đó.

- **시작하다 (động từ)** : 어떤 일이나 행동의 처음 단계를 이루거나 이루게 하다.
  bắt đầu
  Thực hiện hay cho thực hiện giai đoạn đầu của một việc hay hành động nào đó.

• -지 : (두루낮춤으로) 말하는 사람이 듣는 사람에게 친근함을 나타내며 물을 때 쓰는 종결 어미.
nhỉ?
(cách nói hạ thấp phổ biến) Vĩ tố kết thúc câu dùng khi người nói hỏi và thể hiện sự thân mật với người nghe.

지금 시작하+[려고 하]+니까 빨리 준비하+고 오+아.
와

• **지금 (phó từ)** : 말을 하고 있는 바로 이때에. 또는 그 즉시에.
bây giờ
Vào chính lúc đang nói. Hoặc ngay lúc đó.

• **시작하다 (động từ)** : 어떤 일이나 행동의 처음 단계를 이루거나 이루게 하다.
bắt đầu
Thực hiện hay cho thực hiện giai đoạn đầu của một việc hay hành động nào đó.

• **-려고 하다** : 앞의 말이 나타내는 일이 곧 일어날 것 같거나 시작될 것임을 나타내는 표현.
sắp
Cấu trúc thể hiện việc mà từ ngữ phía trước thể hiện dường như sắp xảy ra hoặc sẽ được bắt đầu.

• **-니까** : 뒤에 오는 말에 대하여 앞에 오는 말이 원인이나 근거, 전제가 됨을 강조하여 나타내는 연결 어미.
bởi vì, tại vì, vì
Vĩ tố liên kết thể hiện nhấn mạnh vế trước trở thành nguyên nhân hay căn cứ, tiền đề đối với vế sau.

• **빨리 (phó từ)** : 걸리는 시간이 짧게.
nhanh
Một cách tốn ít thời gian.

• **준비하다 (động từ)** : 미리 마련하여 갖추다.
chuẩn bị
Trù bị, thu xếp trước.

• **-고** : 앞의 말과 뒤의 말이 차례대로 일어남을 나타내는 연결 어미.
rồi
Vĩ tố liên kết thể hiện vế trước và vế sau lần lượt xảy ra.

• **오다 (động từ)** : 무엇이 다른 곳에서 이곳으로 움직이다.
đến
Cái gì đó di chuyển từ nơi khác đến nơi này.

• -아 : (두루낮춤으로) 어떤 사실을 서술하거나 물음, 명령, 권유를 나타내는 종결 어미.
하?, đi, ta hãy
(cách nói hạ thấp phổ biến) Vĩ tố kết thúc câu thể hiện sự tường thuật sự việc nào đó, nghi vấn, mệnh lệnh, đề nghị. **<sự ra lệnh>**

< 대화(sự đối thoại) > - 67

장마도 끝났으니 이제 정말 더워지려나 봐.
장마도 끈나쓰니 이제 정말 더워지려나 봐.
jangmado kkeunnasseuni ije jeongmal deowojiryeona bwa.

맞아. 오늘 아침에 걸어오는데 땀이 줄줄 나더라.
마자. 오늘 아치메 거러오는데 따미 줄줄 나더라.
maja. oneul achime georeooneunde ttami juljul nadeora.

< 설명(việc giải thích) / 번역(việc biên dịch) >

장마+도 끝나+았+으니 이제 정말 더워지+[려나 보]+아.
　　　　끝났으니　　　　　　　　더워지려나 봐

- **장마 (danh từ)** : 여름철에 여러 날 계속해서 비가 오는 현상이나 날씨. 또는 그 비.
  mưa dai dẳng, mùa mưa
  Thời tiết hay hiện tượng mưa liên tục nhiều ngày vào mùa hè. Hoặc mưa như vậy.

- **도** : 이미 있는 어떤 것에 다른 것을 더하거나 포함함을 나타내는 조사.
  cũng
  Trợ từ thể hiện sự thêm vào hoặc bao gồm cái khác vào cái nào đó đã có sẵn.

- **끝나다 (động từ)** : 정해진 기간이 모두 지나가다.
  hết, đi qua
  Thời hạn đã định đi qua hết.

- **-았-** : 어떤 사건이 과거에 완료되었거나 그 사건의 결과가 현재까지 지속되는 상황을 나타내는 어미.
  đã
  Vĩ tố thể hiện tình huống mà sự kiện nào đó đã hoàn thành trong quá khứ hoặc kết quả của sự kiện đó được tiếp tục đến hiện tại.

- **-으니** : 뒤에 오는 말에 대하여 앞에 오는 말이 원인이나 근거, 전제가 됨을 나타내는 연결 어미.
  vì··· nên···
  Vĩ tố liên kết thể hiện vế trước trở thành nguyên nhân, căn cứ hay tiền đề đối với vế sau.

- **이제 (phó từ)** : 지금부터 앞으로.
  giờ đây, từ giờ trở đi
  Từ bây giờ về sau.

- **정말 (phó từ)** : 거짓이 없이 진짜로.
  thật sự, thực sự
  Một cách chân thật không có sự giả dối.

- **더워지다 (động từ)** : 온도가 올라가다. 또는 그로 인해 더위나 뜨거움을 느끼다.
  nóng lên, trở nên nóng
  Nhiệt độ tăng lên. Hoặc cảm thấy nóng bức do điều đó.

- **-려나 보다** : 앞의 말이 나타내는 일이 일어날 것이라고 추측함을 나타내는 표현.
  hình như định..., dường như sẽ…
  Cấu trúc thể hiện sự suy đoán việc mà từ ngữ phía trước thể hiện sẽ xảy ra.

- **-아** : (두루낮춤으로) 어떤 사실을 서술하거나 물음, 명령, 권유를 나타내는 종결 어미.
  hả?, đi, ta hãy
  (cách nói hạ thấp phổ biến) Vĩ tố kết thúc câu thể hiện sự tường thuật sự việc nào đó, nghi vấn, mệnh lệnh, đề nghị. <sự tường thuật>

맞+아.

오늘 아침+에 걸어오+는데 땀+이 줄줄 나+더라.

- **맞다 (động từ)** : 그렇거나 옳다.
  đúng, đúng vậy, đúng thế
  Như thế hoặc đúng đắn.

- **-아** : (두루낮춤으로) 어떤 사실을 서술하거나 물음, 명령, 권유를 나타내는 종결 어미.
  hả?, đi, ta hãy
  (cách nói hạ thấp phổ biến) Vĩ tố kết thúc câu thể hiện sự tường thuật sự việc nào đó, nghi vấn, mệnh lệnh, đề nghị. <sự tường thuật>

- **오늘 (danh từ)** : 지금 지나가고 있는 이날.
  ngày hôm nay, hôm nay
  Ngày đang trải qua bây giờ.

- **아침 (danh từ)** : 날이 밝아올 때부터 해가 떠올라 하루의 일이 시작될 때쯤까지의 시간.
  sáng sớm
  Khoảng thời gian từ lúc trời hửng sáng cho đến khi mặt trời mọc và công việc của một ngày được bắt đầu.

- **에** : 앞말이 시간이나 때임을 나타내는 조사.
  vào lúc
  Trợ từ (tiểu từ) thể hiện từ ngữ phía trước là thời gian hoặc thời điểm.

- 걸어오다 (động từ) : 목적지를 향하여 다리를 움직여서 이동하여 오다.
  bước đến
  Di chuyển bằng chân, hướng tới đích cần đến.

- -는데 : 뒤의 말을 하기 위하여 그 대상과 관련이 있는 상황을 미리 말함을 나타내는 연결 어미.
  Không có từ tương ứng
  Vĩ tố liên kết thể hiện việc nói trước tình huống có liên quan đến đối tượng để nói tiếp lời phía sau.

- 땀 (danh từ) : 덥거나 몸이 아프거나 긴장을 했을 때 피부를 통해 나오는 짭짤한 맑은 액체.
  mồ hôi
  Chất lỏng trong suốt hơi mặn thoát ra ngoài qua làn da khi nóng hay cơ thể bị ốm hoặc căng thẳng.

- 이 : 어떤 상태나 상황의 대상이나 동작의 주체를 나타내는 조사.
  Không có từ tương ứng
  Trợ từ (tiểu từ) thể hiện chủ thể của động tác hoặc đối tượng của trạng thái hay tình huống nào đó.

- 줄줄 (phó từ) : 굵은 물줄기 등이 계속 흐르는 소리. 또는 그 모양.
  tong tỏng, lòng ròng, ròng ròng, thò lò, lã chã
  Âm thanh mà dòng nước lớn... liên tục chảy. Hoặc hình ảnh đó.

- 나다 (động từ) : 몸에서 땀, 피, 눈물 등이 흐르다.
  chảy, rỉ, vã
  Mồ hôi, máu, nước mắt... được tiết ra từ cơ thể.

- -더라 : (아주낮춤으로) 말하는 이가 직접 경험하여 새롭게 알게 된 사실을 지금 전달함을 나타내는 종결 어미.
  đấy, đó nhé
  (cách nói rất hạ thấp) Vĩ tố kết thúc câu thể hiện người nói truyền đạt lại sự việc mới được biết do trực tiếp trải nghiệm thực tế.

< 대화(sự đối thoại) > - 68

나는 아내를 위해서 대신 죽을 수도 있을 것 같아.
나는 아내를 위해서 대신 주글 쑤도 이쓸 껃 가타.
naneun anaereul wihaeseo daesin jugeul sudo isseul geot gata.

네가 아내를 정말 사랑하는구나.
네가 아내를 정말 사랑하는구나.
nega anaereul jeongmal saranghaneunguna.

< 설명(việc giải thích) / 번역(việc biên dịch) >

나+는 아내+[를 위해서] 대신 죽+[을 수+도 있]+[을 것 같]+아.

• 나 (đại từ) : 말하는 사람이 친구나 아랫사람에게 자기를 가리키는 말.
  tôi, mình, anh, chị...
  Từ mà người nói dùng để chỉ bản thân mình khi nói với người dưới hoặc bạn bè.

• 는 : 문장 속에서 어떤 대상이 화제임을 나타내는 조사.
  Không có từ tương ứng
  Trợ từ (tiểu từ) thể hiện việc đối tượng nào đó là chủ đề câu chuyện trong câu.

• 아내 (danh từ) : 결혼하여 남자의 짝이 된 여자.
  vợ
  Phụ nữ đã kết hôn và trở thành một nửa của đàn ông.

• 를 위해서 : 어떤 대상에게 이롭게 하거나 어떤 목표나 목적을 이루려고 함을 나타내는 표현.
  dành cho, để, vì
  Cấu trúc thể hiện việc làm lợi cho đối tượng nào đó hoặc định thực hiện mục tiêu hay mục đích nào đó.

• 대신 (danh từ) : 어떤 대상이 맡던 구실을 다른 대상이 새로 맡음. 또는 그렇게 새로 맡은 대상.
  sự thay thế
  Việc đối tượng khác đảm nhận mới vai trò mà đối tượng nào đó từng đảm nhận. Hoặc đối tượng đảm nhận như thê.

• 죽다 (động từ) : 생물이 생명을 잃다.
  chết
  Sinh vật mất mạng sống.

• -을 수 있다 : 어떤 행동이나 상태가 가능함을 나타내는 표현.
Không có từ tương ứng
Cụm ngữ pháp thể hiện hành động hoặc trạng thái nào đó có thể xảy ra.

• 도 : 극단적인 경우를 들어 다른 경우는 말할 것도 없음을 나타내는 조사.
(ngay cả, thậm chí) cũng
Trợ từ thể hiện việc nêu lên trường hợp mang tính cực đoan, không cần phải nói tới trường hợp khác.

• -을 것 같다 : 추측을 나타내는 표현.
có lẽ
Cấu trúc thể hiện sự suy đoán.

• -아 : (두루낮춤으로) 어떤 사실을 서술하거나 물음, 명령, 권유를 나타내는 종결 어미.
hả?, đi, ta hãy
(cách nói hạ thấp phổ biến) Vĩ tố kết thúc câu thể hiện sự tường thuật sự việc nào đó, nghi vấn, mệnh lệnh, đề nghị. **<sự tường thuật>**

네+가 아내+를 정말 사랑하+는구나.

• **네 (đại từ)** : '너'에 조사 '가'가 붙을 때의 형태.
bạn, mày, em, con, cháu
Hình thái khi gắn trợ từ 가 vào 너.

• 가 : 어떤 상태나 상황에 놓인 대상이나 동작의 주체를 나타내는 조사.
Không có từ tương ứng
Trợ từ (tiểu từ) thể hiện chủ thể của động tác hoặc đối tượng được đặt trong trạng thái hay tình huống nào đó.

• **아내 (danh từ)** : 결혼하여 남자의 짝이 된 여자.
vợ
Phụ nữ đã kết hôn và trở thành một nửa của đàn ông.

• 를 : 동작이 직접적으로 영향을 미치는 대상을 나타내는 조사.
Không có từ tương ứng
Trợ từ (tiểu từ) thể hiện đối tượng mà động tác gây ảnh hưởng trực tiếp.

• **정말 (phó từ)** : 거짓이 없이 진짜로.
thật sự, thực sự
Một cách chân thật không có sự giả dối.

• **사랑하다 (động từ)** : 상대에게 성적으로 매력을 느껴 열렬히 좋아하다.

yêu

Cảm nhận sức hấp dẫn về tình dục và thích đối tượng một cách mãnh liệt.

• -는구나 : (아주낮춤으로) 새롭게 알게 된 사실에 어떤 느낌을 실어 말함을 나타내는 종결 어미.

thì ra, hóa ra

(cách nói rất hạ thấp) Vĩ tố kết thúc câu thể hiện việc nói có cảm xúc nào đó về sự việc mới biết được.

< 대화(sự đối thoại) > - 69

이 약은 하루에 몇 번이나 먹어야 하나요?
이 야근 하루에 몃 버니나 머거야 하나요?
i yageun harue myeot beonina meogeoya hanayo?

아침저녁으로 두 번만 드시면 됩니다.
아침저녀그로 두 번만 드시면 됩니다.
achimjeonyeogeuro du beonman deusimyeon doemnida.

< 설명(việc giải thích) / 번역(việc biên dịch) >

이 약+은 하루+에 몇 번+이나 먹+[어야 하]+나요?

• 이 (định từ) : 말하는 사람에게 가까이 있거나 말하는 사람이 생각하고 있는 대상을 가리킬 때 쓰는 말.
  này
  Từ dùng khi chỉ đối tượng ở gần người nói hoặc đối tượng người nói đang nghĩ đến.

• 약 (danh từ) : 병이나 상처 등을 낫게 하거나 예방하기 위하여 먹거나 바르거나 주사하는 물질.
  thuốc
  Chất để uống, bôi hoặc tiêm nhằm làm thuyên giảm hoặc phòng chống bệnh tật hay vết thương...

• 은 : 문장 속에서 어떤 대상이 화제임을 나타내는 조사.
  Không có từ tương ứng
  Trợ từ (tiểu từ) thể hiện việc đối tượng nào đó là chủ đề câu chuyện trong câu.

• 하루 (danh từ) : 밤 열두 시부터 다음 날 밤 열두 시까지의 스물네 시간.
  một ngày
  Hai mươi bốn giờ từ mười hai giờ đêm đến mười hai giờ đêm ngày hôm sau.

• 에 : 앞말이 기준이 되는 대상이나 단위임을 나타내는 조사.
  Không có từ tương ứng
  Trợ từ (tiểu từ) thể hiện từ ngữ phía trước là đơn vị hoặc đối tượng được lấy làm tiêu chuẩn.

• **몇 (định từ)** : 잘 모르는 수를 물을 때 쓰는 말.
mấy
Từ dùng khi hỏi số mà mình không rõ.

• **번 (danh từ)** : 일의 횟수를 세는 단위.
lần
Đơn vị đếm số lần của công việc.

• **이나** : 수량이나 정도를 대강 짐작할 때 쓰는 조사.
chừng, cỡ, tầm
Trợ từ (tiểu từ) dùng khi phỏng đoán đại khái về số lượng hay mức độ.

• **먹다 (động từ)** : 약을 입에 넣어 삼키다.
uống (thuốc)
Cho thuốc vào miệng và nuốt.

• **-어야 하다** : 앞에 오는 말이 어떤 일을 하거나 어떤 상황에 이르기 위한 의무적인 행동이거나 필수적인 조건임을 나타내는 표현.
phải
Cấu trúc thể hiện từ ngữ phía trước là hành động mang tính nghĩa vụ hoặc là điều kiện mang tính bắt buộc để làm việc nào đó hoặc đạt tới tình trạng nào đó.

• **-나요** : (두루높임으로) 앞의 내용에 대해 상대방에게 물어볼 때 쓰는 표현.
à
(cách nói kính trọng phổ biến) Cấu trúc dùng khi hỏi đối phương về nội dung ở trước.

아침저녁+으로 두 번+만 들(드)+시+[면 되]+ㅂ니다.
드시면 됩니다

• **아침저녁 (danh từ)** : 아침과 저녁.
sớm tối, từ sáng sớm đến tối, cả ngày
Sáng sớm và chiều tối.

• **으로** : 시간을 나타내는 조사.
Không có từ tương ứng
Trợ từ thể hiện thời gian.

• **두 (định từ)** : 둘의.
hai
Hai.

· 번 (danh từ) : 일의 횟수를 세는 단위.
lần
Đơn vị đếm số lần của công việc.

· 만 : 다른 것은 제외하고 어느 것을 한정함을 나타내는 조사.
chỉ
Trợ từ thể hiện sự loại trừ cái khác và hạn định cái nào đó.

· 들다 (động từ) : (높임말로) 먹다.
dùng
(cách nói kính trọng) Ăn

· -시- : 어떤 동작이나 상태의 주체를 높이는 뜻을 나타내는 어미.
Không có từ tương ứng
Vĩ tố thể hiện nghĩa kính trọng chủ thể của động tác hay trạng thái nào đó.

· -면 되다 : 조건이 되는 어떤 행동을 하거나 어떤 상태만 갖추어지면 문제가 없거나 충분함을 나타내는
표현.
chỉ cần... là được, ···là được, nếu··· là ổn
Cấu trúc thể hiện nếu có được trạng thái nào đó hoặc thực hiện hành động nào đó trở
thành điều kiện thì sẽ đủ hoặc không có vấn đề gì.

· -ㅂ니다 : (아주높임으로) 현재의 동작이나 상태, 사실을 정중하게 설명함을 나타내는 종결 어미.
Không có từ tương ứng
(cách nói rất kính trọng) Vĩ tố kết thúc câu thể hiện sự thuyết minh động tác, trạng thái
hay sự việc ở hiện tại một cách trịnh trọng.

< 대화(sự đối thoại) > - 70

다음부터는 수업 시간에 떠들면 안 돼.
다음부터는 수업 시가네 떠들면 안 돼.
daeumbuteoneun sueop sigane tteodeulmyeon an dwae.

네, 선생님. 다음부터는 절대 떠들지 않을게요.
네, 선생님. 다음부터는 절대 떠들지 아늘께요.
ne, seonsaengnim. daeumbuteoneun jeoldae tteodeulji aneulgeyo.

< 설명(việc giải thích) / 번역(việc biên dịch) >

다음+부터+는 수업 시간+에 **떠들**+[**면 안 되**]+**어**.
떠들면 안 돼

- **다음 (danh từ)** : 이번 차례의 바로 뒤.
  tiếp theo, kế tiếp
  Ngay sau lượt này.

- **부터** : 어떤 일의 시작이나 처음을 나타내는 조사.
  từ
  Trợ từ thể hiện sự bắt đầu hay khởi đầu của một việc nào đó.

- **는** : 어떤 대상이 다른 것과 대조됨을 나타내는 조사.
  Không có từ tương ứng
  Trợ từ (tiểu từ) thể hiện việc đối tượng nào đó được đối chiếu với đôi tượng khác.

- **수업 (danh từ)** : 교사가 학생에게 지식이나 기술을 가르쳐 줌.
  sự dạy học, sự giảng dạy
  Việc giảng viên dạy kiến thức hay kỹ thuật cho học sinh.

- **시간 (danh từ)** : 어떤 일이 시작되어 끝날 때까지의 동안.
  giờ, thời gian
  Suốt từ khi việc nào đó được bắt đầu tới khi kết thúc.

- **에** : 앞말이 시간이나 때임을 나타내는 조사.
  vào lúc
  Trợ từ (tiểu từ) thể hiện từ ngữ phía trước là thời gian hoặc thời điểm.

• 떠들다 (động từ) : 큰 소리로 시끄럽게 말하다.
làm ồn, gây ồn
Nói lớn tiếng một cách ồn ào.

• -면 안 되다 : 어떤 행동이나 상태를 금지하거나 제한함을 나타내는 표현.
nếu... thì không được, không được...
Cấu trúc thể hiện sự hạn chế hoặc cấm hành động hay trạng thái nào đó.

• -어 : (두루낮춤으로) 어떤 사실을 서술하거나 물음, 명령, 권유를 나타내는 종결 어미.
hả?, đi, ta hãy
(cách nói hạ thấp phổ biến) Vĩ tố kết thúc câu thể hiện sự tường thuật sự việc nào đó,
nghi vấn, mệnh lệnh, khuyên nhủ. **<sự ra lệnh>**

네, 선생님.

다음+부터+는 절대 떠들+[지 않]+을게요.

• 네 (từ cảm thán) : 윗사람의 물음이나 명령 등에 긍정하여 대답할 때 쓰는 말.
vâng, dạ
Từ dùng khi trả lời một cách khẳng định đối với câu hỏi hay mệnh lệnh của người trên.

• 선생님 (danh từ) : (높이는 말로) 학생을 가르치는 사람.
thầy giáo, cô giáo
(cách nói kính trọng) Người dạy học sinh.

• 다음 (danh từ) : 이번 차례의 바로 뒤.
tiếp theo, kế tiếp
Ngay sau lượt này.

• 부터 : 어떤 일의 시작이나 처음을 나타내는 조사.
từ
Trợ từ thể hiện sự bắt đầu hay khởi đầu của một việc nào đó.

• 는 : 어떤 대상이 다른 것과 대조됨을 나타내는 조사.
Không có từ tương ứng
Trợ từ (tiểu từ) thể hiện việc đối tượng nào đó được đối chiếu với đối tượng khác.

• 절대 (phó từ) : 어떤 경우라도 반드시.
tuyệt đối
Dù là trường hợp như thế nào cũng nhất thiết.

· **떠들다 (động từ)** : 큰 소리로 시끄럽게 말하다.
  làm ồn, gây ồn
  Nói lớn tiếng một cách ồn ào.

· -지 않다 : 앞의 말이 나타내는 행위나 상태를 부정하는 뜻을 나타내는 표현.
  không, chẳng
  Cấu trúc thể hiện nghĩa phủ định trạng thái hay hành vi mà từ ngữ phía trước diễn đạt.

· -을게요 : (두루높임으로) 말하는 사람이 어떤 행동을 할 것을 듣는 사람에게 약속하거나 의지를 나타내
  는 표현.
  sẽ
  (cách nói kính trọng phổ biến) Cấu trúc mà người nói thể hiện ý định hoặc hứa hẹn với
  người nghe sẽ thực hiện hành động nào đó.

< 대화(sự đối thoại) > - 71

엄마, 할머니 댁은 아직 멀었어요?
엄마, 할머니 대근 아직 머러써요?
eomma, halmeoni daegeun ajik meoreosseoyo?

아냐. 다 와 가. 삼십 분만 더 가면 되니까 조금만 참아.
아냐. 다 와 가. 삼십 분만 더 가면 되니까 조금만 차마.
anya. da wa ga. samsip bunman deo gamyeon doenikka jogeumman chama.

< 설명(việc giải thích) / 번역(việc biên dịch) >

엄마, 할머니 댁+은 아직 멀+었+어요?

• **엄마 (danh từ)** : 격식을 갖추지 않아도 되는 상황에서 어머니를 이르거나 부르는 말.
  mẹ, má
  Từ chỉ hoặc gọi mẹ trong tình huống không trang trọng.

• **할머니 (danh từ)** : 아버지의 어머니, 또는 어머니의 어머니를 이르거나 부르는 말.
  bà nội, bà
  Từ dùng để chỉ hoặc gọi mẹ của cha hoặc mẹ của mẹ.

• **댁 (danh từ)** : (높이는 말로) 남의 집이나 가정.
  nhà
  (cách nói kính trọng) Nhà hay gia đình của người khác.

• **은** : 문장 속에서 어떤 대상이 화제임을 나타내는 조사.
  Không có từ tương ứng
  Trợ từ (tiểu từ) thể hiện việc đối tượng nào đó là chủ đề câu chuyện trong câu.

• **아직 (phó từ)** : 어떤 일이나 상태 또는 어떻게 되기까지 시간이 더 지나야 함을 나타내거나, 어떤 일이나 상태가 끝나지 않고 계속 이어지고 있음을 나타내는 말.
  chưa, vẫn
  Từ biểu thị việc phải thêm thời gian cho tới khi công việc hay trạng thái nào đó hoặc thành ra thế nào đó, hoặc công việc hay trạng thái nào đó chưa kết thúc mà vẫn được tiếp nối.

· 멀다 (Tính từ) : 지금으로부터 시간이 많이 남아 있다. 오랜 시간이 필요하다.

còn lâu

Thời gian còn nhiều tính từ thời điểm bây giờ, cần thời gian dài.

· -었- : 어떤 사건이 과거에 완료되었거나 그 사건의 결과가 현재까지 지속되는 상황을 나타내는 어미.

đã

Vĩ tố thể hiện tình huống mà sự kiện nào đó đã hoàn thành trong quá khứ hoặc kết quả của sự kiện đó được tiếp tục đến hiện tại.

· -어요 : (두루높임으로) 어떤 사실을 서술하거나 질문, 명령, 권유함을 나타내는 종결 어미.

không?, hãy, hãy cùng

(cách nói kính trọng phổ biến) Vĩ tố kết thúc câu thể hiện sự tường thuật sự việc nào đó hay nghi vấn, mệnh lệnh, đề nghị. <việc hỏi>

아냐.

다 오+[아 가]+(아).
　　　와 가

삼십 분+만 더 가+[면 되]+니까 조금+만 참+아.

· 아냐 (từ cảm thán) : 묻는 말에 대하여 강조하며, 또는 단호하게 부정하며 대답할 때 쓰는 말.

không phải, không đâu

Từ dùng khi trả lời một cách nhấn mạnh hoặc phủ định một cách quyết đoán đối với câu hỏi.

· 다 (phó từ) : 행동이나 상태의 정도가 한정된 정도에 거의 가깝게.

gần, sắp, hầu như

Mức độ của hành động hay trạng thái hầu như gần với mức độ hạn định.

· 오다 (động từ) : 가고자 하는 곳에 이르다.

đến nơi

Đạt tới nơi định đi tới.

· -아 가다 : 앞의 말이 나타내는 행동이나 상태가 계속 진행됨을 나타내는 표현.

đang, trở nên

Cấu trúc thể hiện hành động hay trạng thái mà từ ngữ phía trước thể hiện được tiếp tục tiến hành.

• -아 : (두루낮춤으로) 어떤 사실을 서술하거나 물음, 명령, 권유를 나타내는 종결 어미.
hả?, đi, ta hãy
(cách nói hạ thấp phổ biến) Vĩ tố kết thúc câu thể hiện sự tường thuật sự việc nào đó, nghi vấn, mệnh lệnh, đề nghị. <sự tường thuật>

• **삼십 (định từ)** : 서른의.
ba mươi
Thuộc ba mươi

• **분 (danh từ)** : 한 시간의 60분의 1을 나타내는 시간의 단위.
phút
Đơn vị thời gian thể hiện một phần sáu mươi của một giờ đồng hồ.

• 만 : 앞의 말이 어떤 것에 대한 조건임을 나타내는 조사.
chỉ
Trợ từ thể hiện từ ngữ phía trước là điều kiện đối với cái nào đó.

• **더 (phó từ)** : 보태어 계속해서.
thêm nữa, hơn nữa
Tiếp tục thêm vào.

• **가다 (động từ)** : 한 곳에서 다른 곳으로 장소를 이동하다.
đi
Di chuyển địa điểm từ một nơi sang nơi khác.

• -면 되다 : 조건이 되는 어떤 행동을 하거나 어떤 상태만 갖추어지면 문제가 없거나 충분함을 나타내는 표현.
chỉ cần... là được, ...là được, nếu... là ổn
Cấu trúc thể hiện nếu có được trạng thái nào đó hoặc thực hiện hành động nào đó trở thành điều kiện thì sẽ đủ hoặc không có vấn đề gì.

• -니까 : 뒤에 오는 말에 대하여 앞에 오는 말이 원인이나 근거, 전제가 됨을 강조하여 나타내는 연결 어미.
bởi vì, tại vì, vì
Vĩ tố liên kết thể hiện nhấn mạnh vế trước trở thành nguyên nhân hay căn cứ, tiền đề đối với vế sau.

• **조금 (danh từ)** : 짧은 시간 동안.
một chốc, một lát
Trong khoảng thời gian ngắn.

• 만 : 말하는 사람이 기대하는 최소의 선을 나타내는 조사.
chỉ
Trợ từ thể hiện giới hạn tối thiểu mà người nói kì vọng.

• **참다 (động từ)** : 어떤 시간 동안을 견디고 기다리다.
cam chịu, chịu đựng
Chịu đựng và chờ đợi trong suốt thời gian nào đó.

• **-아** : (두루낮춤으로) 어떤 사실을 서술하거나 물음, 명령, 권유를 나타내는 종결 어미.
hả?, đi, ta hãy
(cách nói hạ thấp phổ biến) Vĩ tố kết thúc câu thể hiện sự tường thuật sự việc nào đó, nghi vấn, mệnh lệnh, đề nghị. <sự ra lệnh>

< 대화(sự đối thoại) > - 72

부산까지는 시간이 꽤 오래 걸리니까 번갈아 가면서 운전하는 게 어때?
부산까지는 시가니 꽤 오래 걸리니까 번가라 가면서 운전하는 게 어때?
busankkajineun sigani kkwae orae geollinikka beongara gamyeonseo unjeonhaneun ge eottae?

그래. 그게 좋겠다.
그래. 그게 조켇따.
geurae. geuge joketda.

< 설명(việc giải thích) / 번역(việc biên dịch) >

부산+까지+는 시간+이 꽤 오래 걸리+니까 번갈+[아 가]+면서

운전하+[는 것(거)]+이 어떻+어?
    운전하는 게   어때

- **부산 (danh từ)** : 경상남도 동남부에 있는 광역시. 서울에 다음가는 대도시이며 한국 최대의 무역항이
                    있다.
  Busan
  Thành phố lớn ở Đông Nam tỉnh Gyeongsangnam. Là đô thị lớn chỉ sau Seoul và có
  thương cảng lớn nhất Hàn Quốc.

- **까지** : 어떤 범위의 끝임을 나타내는 조사.
  tới
  Trợ từ thể hiện sự kết thúc của phạm vi nào đó.

- **는** : 문장 속에서 어떤 대상이 화제임을 나타내는 조사.
  Không có từ tương ứng
  Trợ từ (tiểu từ) thể hiện việc đối tượng nào đó là chủ đề câu chuyện trong câu.

- **시간 (danh từ)** : 어떤 때에서 다른 때까지의 동안.
  thời gian
  Suốt từ lúc nào đó đến lúc khác.

• 이 : 어떤 상태나 상황의 대상이나 동작의 주체를 나타내는 조사.
Không có từ tương ứng
Trợ từ (tiểu từ) thể hiện chủ thể của động tác hoặc đối tượng của trạng thái hay tình huống nào đó.

• 꽤 (phó từ) : 예상이나 기대 이상으로 상당히.
khá, tương đối, đáng kể
Trên mức dự tính hay mong đợi khá nhiều.

• 오래 (phó từ) : 긴 시간 동안.
lâu
Trong thời gian dài.

• 걸리다 (động từ) : 시간이 들다.
tốn (thời gian)
Tốn thời gian.

• -니까 : 뒤에 오는 말에 대하여 앞에 오는 말이 원인이나 근거, 전제가 됨을 강조하여 나타내는 연결 어미.
bởi vì, tại vì, vì
Vĩ tố liên kết thể hiện nhấn mạnh vế trước trở thành nguyên nhân hay căn cứ, tiền đề đối với vế sau.

• 번갈다 (động từ) : 여럿이 어떤 일을 할 때, 일정한 시간 동안 한 사람씩 차례를 바꾸다.
thay phiên, thay ca
Khi nhiều người làm một công việc nào đó, trong một khoảng thời gian nhất định, thay đổi luân phiên từng người một.

• -아 가다 : 앞의 말이 나타내는 행동을 이따금 반복함과 동시에 또 다른 행동을 이어 함을 나타내는 표현.
cứ
Cấu trúc thể hiện thỉnh thoảng lặp đi lặp lại hành động mà từ ngữ phía trước thể hiện đồng thời thực hiện tiếp hành động khác nữa.

• -면서 : 두 가지 이상의 동작이나 상태가 함께 일어남을 나타내는 연결 어미.
vừa...vừa
Vĩ tố liên kết thể hiện hai động tác hay trạng thái trở lên cùng xảy ra.

• 운전하다 (động từ) : 기계나 자동차를 움직이고 조종하다.
lái xe
Khởi động rồi điều khiển máy móc hoặc ô tô.

• -는 것 : 명사가 아닌 것을 문장에서 명사처럼 쓰이게 하거나 '이다' 앞에 쓰일 수 있게 할 때 쓰는 표현.

cái, thứ, điều, việc

Cấu trúc dùng khi làm cho yếu tố không phải là danh từ được dùng như danh từ trong câu, hoặc làm cho có thể được dùng trước '이다'.

• 이 : 어떤 상태나 상황의 대상이나 동작의 주체를 나타내는 조사.

Không có từ tương ứng

Trợ từ (tiểu từ) thể hiện chủ thể của động tác hoặc đối tượng của trạng thái hay tình huống nào đó.

• 어떻다 (Tính từ) : 생각, 느낌, 상태, 형편 등이 어찌 되어 있다.

thế nào, ra sao

Suy nghĩ, cảm giác, trạng thái, tình hình... trở nên như thế nào đó.

• -여 : (두루낮춤으로) 어떤 사실을 서술하거나 물음, 명령, 권유를 나타내는 종결 어미.

hả?, đi, ta hãy

(cách nói hạ thấp phổ biến) Vĩ tố kết thúc câu thể hiện sự tường thuật sự việc nào đó, nghi vấn, mệnh lệnh, đề nghị. <sự hỏi>

그래.

그것(그거)+이 좋+겠+다.
그게

• 그래 (từ cảm thán) : '그렇게 하겠다, 그렇다, 알았다' 등 긍정하는 뜻으로, 대답할 때 쓰는 말.

vậy nhé, đúng vậy, vậy đấy

Từ dùng khi trả lời, với nghĩa khẳng định như là 'sẽ làm như thế, đúng thê, biết rồi'.

• 그것 (đại từ) : 앞에서 이미 이야기한 대상을 가리키는 말.

cái đó, việc đó

Từ dùng để chỉ đối tượng đã nói đến ở phía trước.

• 이 : 어떤 상태나 상황의 대상이나 동작의 주체를 나타내는 조사.

Không có từ tương ứng

Trợ từ (tiểu từ) thể hiện chủ thể của động tác hoặc đối tượng của trạng thái hay tình huống nào đó.

• 좋다 (Tính từ) : 어떤 일이나 대상이 마음에 들고 만족스럽다.

tốt

Đối tượng hay việc nào đó vừa lòng hay mãn nguyện.

• -겠- : 미래의 일이나 추측을 나타내는 어미.

sẽ, chắc là

Vĩ tố thể hiện sự việc tương lai hay suy đoán.

• -다 : (아주낮춤으로) 어떤 사건이나 사실, 상태를 서술함을 나타내는 종결 어미.

Không có từ tương ứng

(cách nói rất hạ thấp) Vĩ tố kết thúc câu thể hiện sự trần thuật sự kiện, sự việc hay trạng thái nào đó.

< 대화(sự đối thoại) > - 73

처음 해 보는 일에 새롭게 도전하는 것이 두렵지 않으세요?
처음 해 보는 이레 새롭께 도전하는 거시 두렵찌 아느세요?
cheoeum hae boneun ire saeropge dojeonhaneun geosi duryeopji aneuseyo?

아니요. 더디지만 하나씩 알아 나가는 재미가 있어요.
아니요. 더디지만 하나씩 아라 나가는 재미가 이써요.
aniyo. deodijiman hanassik ara naganeun jaemiga isseoyo.

< 설명(việc giải thích) / 번역(việc biên dịch) >

처음 하+[여 보]+는 일+에 새롭+게 도전하+[는 것]+이 두렵+[지 않]+으세요?
　　　　해 보는

• **처음 (danh từ)** : 차례나 시간상으로 맨 앞.
đầu tiên; lần đầu tiên
Trước hết về thứ tự hay thời gian.

• **하다 (động từ)** : 어떤 행동이나 동작, 활동 등을 행하다.
làm, tiến hành
Thực hiện hành động hay động tác, hoạt động nào đó.

• **-여 보다** : 앞의 말이 나타내는 행동을 시험 삼아 함을 나타내는 표현.
thử
Cấu trúc thể hiện việc lấy hành động mà từ ngữ phía trước thể hiện làm thí điểm.

• **-는** : 앞의 말이 관형어의 기능을 하게 만들고 사건이나 동작이 현재 일어남을 나타내는 어미.
mà
Vĩ tố làm cho từ ngữ phía trước có chức năng định ngữ và thể hiện sự kiện hay động tác xảy ra ở hiện tại.

• **일 (danh từ)** : 무엇을 이루려고 몸이나 정신을 사용하는 활동. 또는 그 활동의 대상.
việc, công việc
Hoạt động sử dụng cơ thể hay tinh thần để thực hiện điều gì đó. Hoặc đối tượng của hoạt động đó.

- 에 : 앞말이 어떤 행위나 감정 등의 대상임을 나타내는 조사.

  đối với, về

  Trợ từ (tiểu từ) thể hiện từ ngữ phía trước là đối tượng của hành vi hay tình cảm... nào đó.

- 새롭다 (Tính từ) : 지금까지의 것과 다르거나 있은 적이 없다.

  mới

  Khác với cái trước giờ hoặc chưa từng có.

- -게 : 앞의 말이 뒤에서 가리키는 일의 목적이나 결과, 방식, 정도 등이 됨을 나타내는 연결 어미.

  để, nhằm

  Vĩ tố liên kết thể hiện vế trước trở thành mục đích hay kết quả, phương thức, mức độ của sự việc chỉ ra ở sau. <phương thức>

- 도전하다 (động từ) : (비유적으로) 가치 있는 것이나 목표한 것을 얻기 위해 어려움에 맞서다.

  tranh đấu

  (cách nói ẩn dụ) Đối đầu với khó khăn để đạt được cái có giá trị hay mục tiêu.

- -는 것 : 명사가 아닌 것을 문장에서 명사처럼 쓰이게 하거나 '이다' 앞에 쓰일 수 있게 할 때 쓰는 표현.

  cái, thứ, điều, việc

  Cấu trúc dùng khi làm cho yếu tố không phải là danh từ được dùng như danh từ trong câu, hoặc làm cho có thể được dùng trước "이다".

- 이 : 어떤 상태나 상황의 대상이나 동작의 주체를 나타내는 조사.

  Không có từ tương ứng

  Trợ từ (tiểu từ) thể hiện chủ thể của động tác hoặc đối tượng của trạng thái hay tình huống nào đó.

- 두렵다 (Tính từ) : 걱정되고 불안하다.

  lo sợ

  Lo lắng và bất an.

- -지 않다 : 앞의 말이 나타내는 행위나 상태를 부정하는 뜻을 나타내는 표현.

  không, chẳng

  Cấu trúc thể hiện nghĩa phủ định trạng thái hay hành vi mà từ ngữ phía trước diễn đạt.

- -으세요 : (두루높임으로) 설명, 의문, 명령, 요청의 뜻을 나타내는 종결 어미.

  không?, hãy, xin hãy

  (cách nói kính trọng phổ biến) Vĩ tố kết thúc câu thể hiện nghĩa giải thích, nghi vấn, mệnh lệnh, yêu cầu. <việc hỏi>

아니요.

더디+지만 하나+씩 알+[아 나가]+는 재미+가 있+어요.

- **아니요 (từ cảm thán)** : 윗사람이 묻는 말에 대하여 부정하며 대답할 때 쓰는 말.
  không, không phải
  Từ dùng khi trả lời phủ định đối với câu hỏi của người trên.

- **더디다 (Tính từ)** : 속도가 느려 무엇을 하는 데 걸리는 시간이 길다.
  chậm rãi
  Tộc độ chậm nên mất nhiều thời gian để làm điều gì đó.

- **-지만** : 앞에 오는 말을 인정하면서 그와 반대되거나 다른 사실을 덧붙일 때 쓰는 연결 어미.
  nhưng
  Vĩ tố liên kết dùng khi công nhận vế trước đồng thời thêm vào sự việc đối lập hoặc khác với điều đó.

- **하나 (số từ)** : 숫자를 셀 때 맨 처음의 수.
  một
  Số đầu tiên khi đếm số.

- **씩** : '그 수량이나 크기로 나눔'의 뜻을 더하는 접미사.
  mỗi, từng
  Hậu tố thêm nghĩa 'sự chia ra theo số lượng hay kích cỡ đó'.

- **알다 (động từ)** : 교육이나 경험, 생각 등을 통해 사물이나 상황에 대한 정보 또는 지식을 갖추다.
  biết
  Có thông tin hay kiến thức về sự vật hay tình huống thông qua giáo dục, kinh nghiệm hay suy nghĩ...

- **-아 나가다** : 앞의 말이 나타내는 행동을 계속 진행함을 나타내는 표현.
  rồi, đang, cứ
  Cấu trúc thể hiện việc tiếp tục thực hiện hành động mà từ ngữ phía trước thể hiện.

- **-는** : 앞의 말이 관형어의 기능을 하게 만들고 사건이나 동작이 현재 일어남을 나타내는 어미.
  mà
  Vĩ tố làm cho từ ngữ phía trước có chức năng định ngữ và thể hiện sự kiện hay động tác xảy ra ở hiện tại.

- **재미 (danh từ)** : 어떤 것이 주는 즐거운 기분이나 느낌.
  sự thú vị
  Cảm giác hay tâm trạng vui vẻ mà điều gì đó mang lại.

- 가 : 어떤 상태나 상황에 놓인 대상이나 동작의 주체를 나타내는 조사.

  Không có từ tương ứng

  Trợ từ (tiểu từ) thể hiện chủ thể của động tác hoặc đối tượng được đặt trong trạng thái hay tình huống nào đó.

- 있다 (**Tính từ**) : 사실이나 현상이 존재하다.

  có

  Hiện tượng hay sự thật tồn tại.

- -어요 : (두루높임으로) 어떤 사실을 서술하거나 질문, 명령, 권유함을 나타내는 종결 어미.

  không?, hãy, hãy cùng

  (cách nói kính trọng phổ biến) Vĩ tố kết thúc câu thể hiện sự tường thuật sự việc nào đó hay nghi vấn, mệnh lệnh, đề nghị. **<sự tường thuật>**

< 대화(sự đối thoại) > - 74

너 지우랑 화해했니?
너 지우랑 화해핸니?
neo jiurang hwahaehaenni?

아니. 난 지우한테 먼저 사과를 받아 낼 거야.
아니. 난 지우한테 먼저 사과를 바다 낼 꺼야.
ani. nan jiuhante meonjeo sagwareul bada nael geoya.

< 설명(việc giải thích) / 번역(việc biên dịch) >

너 지우+랑 <u>화해하+였+니</u>?
화해했니

- 너 (đại từ) : 듣는 사람이 친구나 아랫사람일 때, 그 사람을 가리키는 말.
  bạn, cậu, mày
  Từ chỉ người nghe khi người đó là bạn bè hay người dưới.

- 지우 (danh từ) : tên người

- 랑 : 누군가를 상대로 하여 어떤 일을 할 때 그 상대임을 나타내는 조사.
  với, cùng với
  Trợ từ thể hiện việc lấy ai đó làm đối tượng và thể hiện là đối tượng đó khi làm việc nào đó.

- 화해하다 (động từ) : 싸움을 멈추고 서로 가지고 있던 안 좋은 감정을 풀어 없애다.
  hòa giải, làm lành, làm hòa
  Ngừng gây gỗ đồng thời giải tỏa và xóa bỏ tình cảm vốn không tốt về nhau.

- -였- : 어떤 사건이 과거에 완료되었거나 그 사건의 결과가 현재까지 지속되는 상황을 나타내는 어미.
  đã
  Vĩ tố thể hiện tình huống mà sự kiện nào đó đã hoàn thành trong quá khứ hoặc kết quả của sự kiện đó được tiếp tục đến hiện tại.

- -니 : (아주낮춤으로) 물음을 나타내는 종결 어미.
  …hả?
  (cách nói rất hạ thấp) Vĩ tố kết thúc câu thể hiện câu hỏi.

아니.

나+는 지우+한테 먼저 사과+를 받+[아 내]+[ㄹ 것(거)]+(이)+야.
　난　　　　　　　　　　　　　　받아 낼 거야

- **아니 (từ cảm thán)** : 아랫사람이나 나이나 지위 등이 비슷한 사람이 물어보는 말에 대해 부정하여 대답할 때 쓰는 말.

  không

  Từ dùng khi người dưới hoặc người có tuổi tác hay địa vị... tương tự trả lời phủ định đối với câu hỏi.

- **나 (đại từ)** : 말하는 사람이 친구나 아랫사람에게 자기를 가리키는 말.

  tôi, mình, anh, chị...

  Từ mà người nói dùng để chỉ bản thân mình khi nói với người dưới hoặc bạn bè.

- **는** : 문장 속에서 어떤 대상이 화제임을 나타내는 조사.

  Không có từ tương ứng

  Trợ từ (tiểu từ) thể hiện việc đối tượng nào đó là chủ đề câu chuyện trong câu.

- **지우 (danh từ)** : tên người

- **한테** : 어떤 행동의 주체이거나 비롯되는 대상임을 나타내는 조사.

  từ

  Trợ từ thể hiện chủ thể của hành động nào đó hoặc đối tượng bắt nguồn.

- **먼저 (phó từ)** : 시간이나 순서에서 앞서.

  trước

  Trước về thời gian hay thứ tự.

- **사과 (danh từ)** : 자신의 잘못을 인정하며 용서해 달라고 빎.

  sự xin lỗi, sự cáo lỗi

  Việc công nhận lỗi lầm của bản thân và cầu mong sự tha thứ.

- **를** : 동작이 직접적으로 영향을 미치는 대상을 나타내는 조사.

  Không có từ tương ứng

  Trợ từ (tiểu từ) thể hiện đối tượng mà động tác gây ảnh hưởng trực tiếp.

- **받다 (động từ)** : 요구나 신청, 질문, 공격, 신호 등과 같은 작용을 당하거나 그에 응하다.

  nhận, được, bị

  Gặp phải và ứng phó với những tác động như yêu cầu, đề nghị, chất vấn, tấn công, tín hiệu...

• -아 내다 : 앞의 말이 나타내는 행동을 스스로의 힘으로 끝내 이룸을 나타내는 표현.

xong, được

Cấu trúc thể hiện rốt cuộc thực hiện được hành động mà từ ngữ phía trước thể hiện bằng sức mình.

• -ㄹ 것 : 명사가 아닌 것을 문장에서 명사처럼 쓰이게 하거나 '이다' 앞에 쓰일 수 있게 할 때 쓰는 표현.

Không có từ tương ứng

Cấu trúc dùng khi làm cho yếu tố không phải là danh từ được dùng như danh từ trong câu, hoặc làm cho có thể được dùng trước '이다'

• 이다 : 주어가 지시하는 대상의 속성이나 부류를 지정하는 뜻을 나타내는 서술격 조사.

nào là

Trợ từ vị cách thể hiện sự liệt kê các sự vật đồng thời liên kết theo quan hệ đẳng lập.

• -야 : (두루낮춤으로) 어떤 사실에 대하여 서술하거나 물음을 나타내는 종결 어미.

à, ư

(cách nói hạ thấp phổ biến) Vĩ tố kết thúc câu thể hiện sự tường thuật hay hỏi về sự việc nào đó. <sự tường thuật>

< 대화(sự đối thoại) > - 75

왜 교실에 안 들어가고 밖에 서 있어?
왜 교시레 안 드러가고 바께 서 이써?
wae gyosire an deureogago bakke seo isseo?

누가 문을 잠가 놓았는지 문이 안 열려요.
누가 무늘 잠가 노안는지 무니 안 열려요.
nuga muneul jamga noanneunji muni an yeollyeoyo.

< 설명(việc giải thích) / 번역(việc biên dịch) >

왜 교실+에 안 들어가+고 밖+에 서+[(어) 있]+어?
서 있어

• **왜 (phó từ)** : 무슨 이유로. 또는 어째서.
  tại sao, vì sao
  Với lý do gì. Hoặc làm sao chứ.

• **교실 (danh từ)** : 유치원, 초등학교, 중학교, 고등학교에서 교사가 학생들을 가르치는 방.
  phòng học, lớp học
  Phòng mà giáo viên dạy các học sinh ở trường mẫu giáo, trường tiểu học, trường trung học cơ sở, trung học phổ thông v.v...

• **에** : 앞말이 목적지이거나 어떤 행위의 진행 방향임을 나타내는 조사.
  đến, tới
  Trợ từ (tiểu từ) thể hiện từ ngữ phía trước là đích đến hoặc là hướng diễn tiến của hành động nào đó.

• **안 (phó từ)** : 부정이나 반대의 뜻을 나타내는 말.
  không
  Từ thể hiện nghĩa phủ định hay phản đối.

• **들어가다 (động từ)** : 밖에서 안으로 향하여 가다.
  đi vào, bước vào
  Đi theo hướng từ ngoài vào trong.

• -고 : 앞의 말이 나타내는 행동이나 그 결과가 뒤에 오는 행동이 일어나는 동안에 그대로 지속됨을 나타내는 연결 어미.

mà, rồi

Vĩ tố liên kết thể hiện hành động mà vế trước thể hiện hay kết quả đó được liên tục như thế trong suốt thời gian hành động ở sau xảy ra.

• 밖 (danh từ) : 선이나 경계를 넘어선 쪽.

phía ngoài

Phía vượt qua đường thẳng hay ranh giới.

• 에 : 앞말이 어떤 장소나 자리임을 나타내는 조사.

ở, tại

Trợ từ (tiểu từ) thể hiện từ ngữ phía trước là địa điểm hay chỗ nào đó.

• 서다 (động từ) : 사람이나 동물이 바닥에 발을 대고 몸을 곧게 하다.

đứng

Người hay động vật đặt chân trên nền và làm cơ thể thẳng đứng.

• -어 있다 : 앞의 말이 나타내는 상태가 계속됨을 나타내는 표현.

đang

Cấu trúc diễn đạt việc tiếp diễn của trạng thái xuất hiện ở vế trước.

• -어 : (두루낮춤으로) 어떤 사실을 서술하거나 물음, 명령, 권유를 나타내는 종결 어미.

hả?, đi, ta hãy

(cách nói hạ thấp phổ biến) Vĩ tố kết thúc câu thể hiện sự tường thuật sự việc nào đó, nghi vấn, mệnh lệnh, khuyên nhủ. <việc hỏi>

누(구)+가 문+을 잠그(잠ㄱ)+[아 놓]+았+는지 문+이 안 열리+어요.
누가　　　　　　　　　잠가 놓았는지　　　　　　　　　열려요

• 누구 (đại từ) : 모르는 사람을 가리키는 말.

ai

Từ chỉ người mà mình không biết.

• 가 : 어떤 상태나 상황에 놓인 대상이나 동작의 주체를 나타내는 조사.

Không có từ tương ứng

Trợ từ (tiểu từ) thể hiện chủ thể của động tác hoặc đối tượng được đặt trong trạng thái hay tình huống nào đó.

• 문 (danh từ) : 사람이 안과 밖을 드나들거나 물건을 넣고 꺼낼 수 있게 하기 위해 열고 닫을 수 있도록 만든 시설.

cửa

Thiết bị có thể đóng mở để con người có thể vào trong và ra ngoài hay đặt vào và lấy ra đồ đạc.

• 을 : 동작이 직접적으로 영향을 미치는 대상을 나타내는 조사.

Không có từ tương ứng

Trợ từ (tiểu từ) thể hiện đối tượng mà động tác trực tiếp ảnh hưởng đến.

• 잠그다 (động từ) : 문 등을 자물쇠나 고리로 남이 열 수 없게 채우다.

khóa

Không cho người khác mở cửa bằng cách dùng dây khóa hay ổ khóa.

• -아 놓다 : 앞의 말이 나타내는 행동을 끝내고 그 결과를 유지함을 나타내는 표현.

sẵn, đâu vào đấy

Cấu trúc thể hiện việc kết thúc hành động mà từ ngữ phía trước thể hiện và duy trì kết quả ấy.

• -았- : 어떤 사건이 과거에 완료되었거나 그 사건의 결과가 현재까지 지속되는 상황을 나타내는 어미.

đã

Vĩ tố thể hiện tình huống mà sự kiện nào đó đã hoàn thành trong quá khứ hoặc kết quả của sự kiện đó được tiếp tục đến hiện tại.

• -는지 : 뒤에 오는 말의 내용에 대한 막연한 이유나 판단을 나타내는 연결 어미.

có hay không

Vĩ tố liên kết thể hiện lí do hay phán đoán mặc nhiên về nội dung của lời nói ở sau.

• 문 (danh từ) : 사람이 안과 밖을 드나들거나 물건을 넣고 꺼낼 수 있게 하기 위해 열고 닫을 수 있도록 만든 시설.

cửa

Thiết bị có thể đóng mở để con người có thể vào trong và ra ngoài hay đặt vào và lấy ra đồ đạc.

• 이 : 어떤 상태나 상황의 대상이나 동작의 주체를 나타내는 조사.

Không có từ tương ứng

Trợ từ (tiểu từ) thể hiện chủ thể của động tác hoặc đối tượng của trạng thái hay tình huống nào đó.

• 안 (phó từ) : 부정이나 반대의 뜻을 나타내는 말.

không

Từ thể hiện nghĩa phủ định hay phản đối.

• **열리다 (động từ)** : 닫히거나 잠겨 있던 것이 트이거나 풀리다.

　được mở ra

　Những thứ vốn bị đóng hay khóa lại được mở hay tháo ra.

• **-어요** : (두루높임으로) 어떤 사실을 서술하거나 질문, 명령, 권유함을 나타내는 종결 어미.

　không?, hãy, hãy cùng

　(cách nói kính trọng phổ biến) Vĩ tố kết thúc câu thể hiện sự tường thuật sự việc nào đó hay nghi vấn, mệnh lệnh, đề nghị. **<sự tường thuật>**

< 대화(sự đối thoại) > - 76

오늘 행사는 아홉 시부터 시작인데 왜 벌써 가?
오늘 행사는 아홉 시부터 시자긴데 왜 벌써 가?
oneul haengsaneun ahop sibuteo sijaginde wae beolsseo ga?

준비할 게 많으니까 조금 일찍 와 달라는 부탁을 받았어.
준비할 께 마느니까 조금 일찍 와 달라는 부타글 바다써.
junbihal ge maneunikka jogeum iljjik wa dallaneun butageul badasseo.

< 설명(việc giải thích) / 번역(việc biên dịch) >

오늘 행사+는 아홉 시+부터 <u>시작+이+ㄴ데</u> 왜 벌써 <u>가+(아)</u>?
　　　　　　　　　　　　　시작인데　　　　　　　가

• 오늘 (danh từ) : 지금 지나가고 있는 이날.
  ngày hôm nay, hôm nay
  Ngày đang trải qua bây giờ.

• 행사 (danh từ) : 목적이나 계획을 가지고 절차에 따라서 어떤 일을 시행함. 또는 그 일.
  sự kiện, buổi lễ, việc tổ chức sự kiện
  Sự thực hiện việc nào đó theo trình tự thủ tục và có kế hoạch hay mục tiêu. Hoặc việc đó.

• 는 : 문장 속에서 어떤 대상이 화제임을 나타내는 조사.
  Không có từ tương ứng
  Trợ từ (tiểu từ) thể hiện việc đối tượng nào đó là chủ đề câu chuyện trong câu.

• 아홉 (định từ) : 여덟에 하나를 더한 수의.
  chín
  Số do thêm một vào tám.

• 시 (danh từ) : 하루를 스물넷으로 나누었을 때 그 하나를 나타내는 시간의 단위.
  giờ
  Đơn vị thời gian thể hiện một phần khi chia một ngày thành hai mươi bốn phần.

• 부터 : 어떤 일의 시작이나 처음을 나타내는 조사.
  từ
  Trợ từ thể hiện sự bắt đầu hay khởi đầu của một việc nào đó.

- **시작 (danh từ)** : 어떤 일이나 행동의 처음 단계를 이루거나 이루게 함. 또는 그런 단계.
  sự bắt đầu, bước đầu
  Việc thực hiện hay cho thực hiện giai đoạn đầu của một việc hay hành động nào đó. Hoặc giai đoạn như vậy.

- **이다** : 주어가 지시하는 대상의 속성이나 부류를 지정하는 뜻을 나타내는 서술격 조사.
  nào là
  Trợ từ vị cách thể hiện sự liệt kê các sự vật đồng thời liên kết theo quan hệ đẳng lập.

- **-ㄴ데** : 뒤의 말을 하기 위하여 그 대상과 관련이 있는 상황을 미리 말함을 나타내는 연결 어미.
  Không có từ tương ứng
  Vĩ tố liên kết thể hiện việc nói trước tình huống có liên quan đến đối tượng nhằm thực hiện điều phía sau

- **왜 (phó từ)** : 무슨 이유로. 또는 어째서.
  tại sao, vì sao
  Với lý do gì. Hoặc làm sao chứ.

- **벌써 (phó từ)** : 생각보다 빠르게.
  đã
  Một cách nhanh hơn suy nghĩ.

- **가다 (động từ)** : 한 곳에서 다른 곳으로 장소를 이동하다.
  đi
  Di chuyển địa điểm từ một nơi sang nơi khác.

- **-아** : (두루낮춤으로) 어떤 사실을 서술하거나 물음, 명령, 권유를 나타내는 종결 어미.
  há?, đi, ta hãy
  (cách nói hạ thấp phổ biến) Vĩ tố kết thúc câu thể hiện sự tường thuật sự việc nào đó, nghi vấn, mệnh lệnh, đề nghị. <việc hỏi>

준비하+[ㄹ 것(거)]+이 많+으니까
    준비할 게

조금 일찍 오+[아 달]+라는 부탁+을 받+았+어.
      와 달라는

- **준비하다 (động từ)** : 미리 마련하여 갖추다.
  chuẩn bị
  Trù bị, thu xếp trước.

• -ㄹ 것 : 명사가 아닌 것을 문장에서 명사처럼 쓰이게 하거나 '이다' 앞에 쓰일 수 있게 할 때 쓰는 표현.

Không có từ tương ứng

Cấu trúc dùng khi làm cho yếu tố không phải là danh từ được dùng như danh từ trong câu, hoặc làm cho có thể được dùng trước '이다'.

• 이 : 어떤 상태나 상황의 대상이나 동작의 주체를 나타내는 조사.

Không có từ tương ứng

Trợ từ (tiểu từ) thể hiện chủ thể của động tác hoặc đối tượng của trạng thái hay tình huống nào đó.

• 많다 (Tính từ) : 수나 양, 정도 등이 일정한 기준을 넘다.

nhiều

Số, lượng hay mức độ vượt quá tiêu chuẩn nhất định.

• -으니까 : 뒤에 오는 말에 대하여 앞에 오는 말이 원인이나 근거, 전제가 됨을 강조하여 나타내는 연결 어미.

bởi vì… nên…, tại vì… nên…

Vĩ tố liên kết thể hiện nhấn mạnh đặc biệt về trước trở thành nguyên nhân, căn cứ hay tiền đề đối với vế sau.

• 조금 (phó từ) : 시간이 짧게.

chốc lát

Thời gian ngắn.

• 일찍 (phó từ) : 정해진 시간보다 빠르게.

sớm

Nhanh hơn thời gian đã định.

• 오다 (động từ) : 무엇이 다른 곳에서 이곳으로 움직이다.

đến

Cái gì đó di chuyển từ nơi khác đến nơi này.

• -아 달다 : 앞의 말이 나타내는 행동을 해 줄 것을 요구함을 나타내는 표현.

giúp, hộ, giùm

Cấu trúc thể hiện sự yêu cầu thực hiện giúp hành động mà từ ngữ phía trước thể hiện.

• -라는 : 명령이나 요청 등의 말을 인용하여 전달하면서 그 뒤에 오는 명사를 꾸며 줄 때 쓰는 표현.

rằng hãy

Cấu trúc dùng khi dẫn và truyền đạt những lời như mệnh lệnh hay yêu cầu, đồng thời bổ nghĩa cho danh từ đứng sau.

• 부탁 (danh từ) : 어떤 일을 해 달라고 하거나 맡김.

sự nhờ cậy, sự nhờ vả

Nhờ hay giao phó làm việc nào đó.

• 을 : 동작이 직접적으로 영향을 미치는 대상을 나타내는 조사.

Không có từ tương ứng

Trợ từ (tiểu từ) thể hiện đối tượng mà động tác trực tiếp ảnh hưởng đến.

• 받다 (동사) : 요구나 신청, 질문, 공격, 신호 등과 같은 작용을 당하거나 그에 응하다.

nhận, được, bị

Gặp phải và ứng phó với những tác động như yêu cầu, đề nghị, chất vấn, tấn công, tín hiệu...

• -았- : 어떤 사건이 과거에 완료되었거나 그 사건의 결과가 현재까지 지속되는 상황을 나타내는 어미.

đã

Vĩ tố thể hiện tình huống mà sự kiện nào đó đã hoàn thành trong quá khứ hoặc kết quả của sự kiện đó được tiếp tục đến hiện tại.

• -어 : (두루낮춤으로) 어떤 사실을 서술하거나 물음, 명령, 권유를 나타내는 종결 어미.

hả?, đi, ta hãy

(cách nói hạ thấp phổ biến) Vĩ tố kết thúc câu thể hiện sự tường thuật sự việc nào đó, nghi vấn, mệnh lệnh, khuyên nhủ. **<sự tường thuật>**

< 대화(sự đối thoại) > - 77

이 옷 한번 입어 봐도 되죠?
이 옫 한번 이버 봐도 되죠?
i ot hanbeon ibeo bwado doejyo?

그럼요, 손님. 탈의실은 이쪽입니다.
그러묘, 손님. 타리시른 이쪼김니다.
geureomyo, sonnim. tarisireun ijjogimnida.

< 설명(việc giải thích) / 번역(việc biên dịch) >

이 옷 한번 입+[어 보]+[아도 되]+죠?
입어 봐도 되죠

• **이 (định từ)** : 말하는 사람에게 가까이 있거나 말하는 사람이 생각하고 있는 대상을 가리킬 때 쓰는 말.
  này
  Từ dùng khi chỉ đối tượng ở gần người nói hoặc đối tượng người nói đang nghĩ đến.

• **옷 (danh từ)** : 사람의 몸을 가리고 더위나 추위 등으로부터 보호하며 멋을 내기 위하여 입는 것.
  quần áo
  Thứ được mặc lên người để bảo vệ cơ thể khỏi nóng hay lạnh và để làm đẹp.

• **한번 (phó từ)** : 어떤 일을 시험 삼아 시도함을 나타내는 말.
  một lần
  Từ thể hiện việc làm thử sự việc nào đó.

• **입다 (động từ)** : 옷을 몸에 걸치거나 두르다.
  mặc
  Khoác hoặc che quần áo lên cơ thể.

• **-어 보다** : 앞의 말이 나타내는 행동을 시험 삼아 함을 나타내는 표현.
  thử
  Cấu trúc thể hiện việc lấy hành động mà từ ngữ phía trước thể hiện làm thí điểm.

• **-아도 되다** : 어떤 행동에 대한 허락이나 허용을 나타낼 때 쓰는 표현.
  ...cũng được, được phép
  Cấu trúc dùng khi thể hiện sự cho phép hay chấp nhận hành động nào đó.

• -죠 : (두루높임으로) 말하는 사람이 듣는 사람에게 친근함을 나타내며 물을 때 쓰는 종결 어미.
nhỉ?
(cách nói kính trọng phổ biến) Vĩ tố kết thúc câu dùng khi người nói hỏi và thể hiện sự thân mật với người nghe.

그럼+요, 손님.

탈의실+은 이쪽+이+ㅂ니다.
이쪽입니다

• 그럼 (từ cảm thán) : 말할 것도 없이 당연하다는 뜻으로 대답할 때 쓰는 말.
tất nhiên rồi, chứ còn gì nữa
Từ dùng khi trả lời với nghĩa là đương nhiên, không cần phải nói gì.

• 요 : 높임의 대상인 상대방에게 존대의 뜻을 나타내는 조사.
ạ
Trợ từ thể hiện ý nghĩa kính trọng đối với đối phương là đối tượng cần kính trọng.

• 손님 (danh từ) : (높임말로) 여관이나 음식점 등의 가게에 찾아온 사람.
vị khách
(cách nói kính trọng) Người tìm đến quán trọ hay hàng quán như tiệm ăn...

• 탈의실 (danh từ) : 옷을 벗거나 갈아입는 방.
phòng thay đồ
Phòng cởi hoặc thay quần áo.

• 은 : 문장 속에서 어떤 대상이 화제임을 나타내는 조사.
Không có từ tương ứng
Trợ từ (tiểu từ) thể hiện việc đối tượng nào đó là chủ đề câu chuyện trong câu.

• 이쪽 (đại từ) : 말하는 사람에게 가까운 곳이나 방향을 가리키는 말.
bên này, phía này
Từ chỉ nơi chốn hay phương hướng gần với người nói.

• 이다 : 주어가 지시하는 대상의 속성이나 부류를 지정하는 뜻을 나타내는 서술격 조사.
nào là
Trợ từ vị cách thể hiện sự liệt kê các sự vật đồng thời liên kết theo quan hệ đẳng lập.

• -ㅂ니다 : (아주높임으로) 현재의 동작이나 상태, 사실을 정중하게 설명함을 나타내는 종결 어미.
Không có từ tương ứng
(cách nói rất kính trọng) Vĩ tố kết thúc câu thể hiện sự thuyết minh động tác, trạng thái hay sự việc ở hiện tại một cách trịnh trọng.

< 대화(sự đối thoại) > - 78

많이 취하신 거 같아요. 제가 택시 잡아 드릴게요.
마니 취하신 거 가타요. 제가 택씨 자바 드릴께요.
mani chwihasin geo gatayo. jega taeksi jaba deurilgeyo.

괜찮아요. 좀 걷다가 지하철 타고 가면 됩니다.
괜차나요. 좀 걷따가 지하철 타고 가면 됩니다.
gwaenchanayo. jom geotdaga jihacheol tago gamyeon doemnida.

< 설명(việc giải thích) / 번역(việc biên dịch) >

많이 <u>취하</u>+시+[<u>ㄴ 것(거) 같</u>]+아요.
취하신 거 같아요

제+가 택시 <u>잡</u>+[<u>아 드리</u>]+ㄹ게요.
잡아 드릴게요

• **많이 (phó từ)** : 수나 양, 정도 등이 일정한 기준보다 넘게.
nhiều
Số, lượng hay mức độ vượt tiêu chuẩn nhất định.

• **취하다 (động từ)** : 술이나 약 등의 기운으로 정신이 흐려지고 몸을 제대로 움직일 수 없게 되다.
say, chuếch choáng
Do rượu hoặc thuốc mà tinh thần lơ mờ và cơ thể thì không thể di chuyển bình thường được.

• **-시-** : 어떤 동작이나 상태의 주체를 높이는 뜻을 나타내는 어미.
Không có từ tương ứng
Vĩ tố thể hiện nghĩa kính trọng chủ thể của động tác hay trạng thái nào đó.

• **-ㄴ 것 같다** : 추측을 나타내는 표현.
chắc là, có lẽ
Cấu trúc thể hiện sự suy đoán.

- -아요 : (두루높임으로) 어떤 사실을 서술하거나 질문, 명령, 권유함을 나타내는 종결 어미.
  không?, hãy, hãy cùng
  (cách nói kính trọng phổ biến) Vĩ tố kết thúc câu thể hiện sự tường thuật sự việc nào đó hoặc nghi vấn, mệnh lệnh, khuyến nghị. <sự tường thuật>

- 제 (đại từ) : 말하는 사람이 자신을 낮추어 가리키는 말인 '저'에 조사 '가'가 붙을 때의 형태.
  tôi, em, con, cháu
  Hình thái khi gắn trợ từ 가 vào 저 là từ chỉ người nói hạ thấp mình.

- 가 : 어떤 상태나 상황에 놓인 대상이나 동작의 주체를 나타내는 조사.
  Không có từ tương ứng
  Trợ từ (tiểu từ) thể hiện chủ thể của động tác hoặc đối tượng được đặt trong trạng thái hay tình huống nào đó.

- 택시 (danh từ) : 돈을 받고 손님이 원하는 곳까지 태워 주는 일을 하는 승용차.
  xe tắc-xi
  Xe ô tô con làm việc chở khách đến nơi khách yêu cầu và nhận tiền.

- 잡다 (động từ) : 자동차 등을 타기 위하여 세우다.
  bắt (xe...)
  Dừng xe ô tô…. lại để đi.

- -아 드리다 : (높임말로) 남을 위해 앞의 말이 나타내는 행동을 함을 나타내는 표현.
  ...cho, giúp, hộ, giùm
  (cách nói kính trọng) Cấu trúc thể hiện việc thực hiện hành động mà từ ngữ phía trước thể hiện vì người khác.

- -ㄹ게요 : (두루높임으로) 말하는 사람이 어떤 행동을 할 것을 듣는 사람에게 약속하거나 의지를 나타내는 표현.
  sẽ
  (cách nói kính trọng phổ biến) Cấu trúc mà người nói thể hiện ý định hoặc hứa hẹn với người nghe sẽ thực hiện hành động nào đó.

괜찮+아요.

좀 걷+다가 지하철 타+고 가+[면 되]+ㅂ니다.
가면 됩니다

- 괜찮다 (Tính từ) : 별 문제가 없다.
  không sao, không vấn đề gì
  Không có vấn đề gì đặc biệt.

• -아요 : (두루높임으로) 어떤 사실을 서술하거나 질문, 명령, 권유함을 나타내는 종결 어미.
không?, hãy, hãy cùng
(cách nói kính trọng phổ biến) Vĩ tố kết thúc câu thể hiện sự tường thuật sự việc nào đó hoặc nghi vấn, mệnh lệnh, khuyến nghị. <sự tường thuật>

• 좀 (phó từ) : 시간이 짧게.
một chút, một tý
Thời gian ngắn ngủi.

• 걷다 (động từ) : 바닥에서 발을 번갈아 떼어 옮기면서 움직여 위치를 옮기다.
bước đi, đi bộ
Nhấc thay phiên (hai) chân lên khỏi mặt đất để vừa di chuyển vừa dịch chuyển vị trí.

• -다가 : 어떤 행동이나 상태 등이 중단되고 다른 행동이나 상태로 바뀜을 나타내는 연결 어미.
đang… thì...
Vĩ tố liên kết thể hiện hành động hay trạng thái nào đó bị đứt đoạn và được chuyển sang hành động hay trạng thái khác.

• 지하철 (danh từ) : 지하 철도로 다니는 전동차.
xe điện ngầm, tàu điện ngầm
Xe điện chạy bằng đường ray dưới đất.

• 타다 (động từ) : 탈것이나 탈것으로 이용하는 짐승의 몸 위에 오르다.
đáp, cưỡi
Lên phương tiện đi lại hay trên mình của loài thú sử dụng làm phương tiện đi lại

• -고 : 앞의 말이 나타내는 행동이나 그 결과가 뒤에 오는 행동이 일어나는 동안에 그대로 지속됨을 나타내는 연결 어미.
mà, rồi
Vĩ tố liên kết thể hiện hành động mà vế trước thể hiện hay kết quả đó được liên tục như thế trong suốt thời gian hành động ở sau xảy ra.

• 가다 (động từ) : 한 곳에서 다른 곳으로 장소를 이동하다.
đi
Di chuyển địa điểm từ một nơi sang nơi khác.

• -면 되다 : 조건이 되는 어떤 행동을 하거나 어떤 상태만 갖추어지면 문제가 없거나 충분함을 나타내는 표현.
chỉ cần... là được, …là được, nếu… là ổn
Cấu trúc thể hiện nếu có được trạng thái nào đó hoặc thực hiện hành động nào đó trở thành điều kiện thì sẽ đủ hoặc không có vấn đề gì.

• -ㅂ니다 : (아주높임으로) 현재의 동작이나 상태, 사실을 정중하게 설명함을 나타내는 종결 어미.

Không có từ tương ứng

(cách nói rất kính trọng) Vĩ tố kết thúc câu thể hiện sự thuyết minh động tác, trạng thái hay sự việc ở hiện tại một cách trịnh trọng.

< 대화(sự đối thoại) > - 79

책상 위에 있는 쓰레기 같은 것들은 좀 치워 버려라.
책쌍 위에 인는 쓰레기 가튼 걷뜨른 좀 치워 버려라.
chaeksang wie inneun sseuregi gateun geotdeureun jom chiwo beoryeora.

아냐. 다 필요한 것들이니까 버리면 안 돼.
아냐. 다 피료한 걷뜨리니까 버리면 안 돼.
anya. da piryohan geotdeurinikka beorimyeon an dwae.

< 설명(việc giải thích) / 번역(việc biên dịch) >

책상 위+에 있+는 쓰레기 같+[은 것]+들+은 좀 치우+[어 버리]+어라.
치워 버려라

- **책상 (danh từ)** : 책을 읽거나 글을 쓰거나 사무를 볼 때 앞에 놓고 쓰는 상.
  bàn học, bàn làm việc
  Bàn đặt ở trước và dùng khi đọc sách, viết chữ hay làm việc văn phòng.

- **위 (danh từ)** : 어떤 것의 겉면이나 평평한 표면.
  trên
  Bề mặt bằng phẳng hay lớp vỏ của sự vật.

- **에** : 앞말이 어떤 장소나 자리임을 나타내는 조사.
  ở, tại
  Trợ từ (tiểu từ) thể hiện từ ngữ phía trước là địa điểm hay chỗ nào đó.

- **있다 (Tính từ)** : 무엇이 어떤 곳에 자리나 공간을 차지하고 존재하는 상태이다.
  có
  Trạng thái cái gì đó đang tồn tại và chiếm không gian hay vị trí ở nơi nào đó.

- **-는** : 앞의 말이 관형어의 기능을 하게 만들고 사건이나 동작이 현재 일어남을 나타내는 어미.
  mà
  Vĩ tố làm cho từ ngữ phía trước có chức năng định ngữ và thể hiện sự kiện hay động tác xảy ra ở hiện tại.

- **쓰레기 (danh từ)** : 쓸어 낸 먼지, 또는 못 쓰게 되어 내다 버릴 물건이나 내다 버린 물건.
  rác
  Bụi bẩn do quét mà ra hoặc đồ vật sẽ bỏ đi hay đồ vật đã bỏ đi vì không dùng được nữa.

• **같다 (Tính từ)** : 무엇과 비슷한 종류에 속해 있음을 나타내는 말.

   tựa như

Từ thể hiện việc thuộc về chủng loại tương tự với cái gì đó.

• **-은 것** : 명사가 아닌 것을 문장에서 명사처럼 쓰이게 하거나 '이다' 앞에 쓰일 수 있게 할 때 쓰는 표현.

   sự, điều, việc

Cấu trúc dùng khi làm cho yếu tố không phải là danh từ được dùng như danh từ trong câu, hoặc làm cho có thể được dùng trước '이다'.

• **들** : '복수'의 뜻을 더하는 접미사.

   những, các

Hậu tố thêm nghĩa 'số nhiều'.

• **은** : 문장 속에서 어떤 대상이 화제임을 나타내는 조사.

   Không có từ tương ứng

Trợ từ (tiểu từ) thể hiện việc đối tượng nào đó là chủ đề câu chuyện trong câu.

• **좀 (phó từ)** : 주로 부탁이나 동의를 구할 때 부드러운 느낌을 주기 위해 넣는 말.

   làm ơn

Từ thêm vào để mang lại cảm giác nhẹ nhàng chủ yếu khi nhờ vả hoặc tìm kiếm sự đồng ý.

• **치우다 (động từ)** : 청소하거나 정리하다.

   thu dọn

Dọn dẹp hay sắp xếp.

• **-어 버리다** : 앞의 말이 나타내는 행동이 완전히 끝났음을 나타내는 표현.

   ....mất, ...hết

Cấu trúc thể hiện hành động mà từ ngữ phía trước thể hiện đã kết thúc hoàn toàn.

• **-어라** : (아주낮춤으로) 명령을 나타내는 종결 어미.

   hãy

(cách nói rất hạ thấp) Vĩ tố kết thúc câu thể hiện mệnh lệnh.

<u>아니야</u>.
아냐

다 <u>필요하</u>+[ㄴ 것]+들+이+<u>니까</u> <u>버리</u>+[면 안 되]+어.
　　필요한 것들이니까　　　버리면 안 돼

- **아니야 (từ cảm thán)** : 묻는 말에 대하여 강조하며, 또는 단호하게 부정하며 대답할 때 쓰는 말.
  không, không phải
  Từ dùng khi trả lời một cách nhấn mạnh hoặc phủ định một cách quyết đoán đối với câu hỏi.

- **다 (phó từ)** : 남거나 빠진 것이 없이 모두.
  hết, tất cả
  Mọi thứ không sót hay để lại gì cả.

- **필요하다 (Tính từ)** : 꼭 있어야 하다.
  tất yếu, thiết yếu, cần thiết
  Nhất thiết phải có.

- **-ㄴ 것** : 명사가 아닌 것을 문장에서 명사처럼 쓰이게 하거나 '이다' 앞에 쓰일 수 있게 할 때 쓰는 표현.
  cái, thứ, điều, việc
  Cấu trúc dùng cho yếu tố không phải là danh từ có thể được dùng như danh từ trong câu, hoặc làm cho yếu tố đó có thể đứng trước '이다'.

- **들** : '복수'의 뜻을 더하는 접미사.
  những, các
  Hậu tố thêm nghĩa 'số nhiều'.

- **이다** : 주어가 지시하는 대상의 속성이나 부류를 지정하는 뜻을 나타내는 서술격 조사.
  nào là
  Trợ từ vị cách thể hiện sự liệt kê các sự vật đồng thời liên kết theo quan hệ đẳng lập.

- **-니까** : 뒤에 오는 말에 대하여 앞에 오는 말이 원인이나 근거, 전제가 됨을 강조하여 나타내는 연결 어미.
  bởi vì, tại vì, vì
  Vĩ tố liên kết thể hiện nhấn mạnh vế trước trở thành nguyên nhân hay căn cứ, tiền đề đối với vế sau.

- **버리다 (động từ)** : 가지고 있을 필요가 없는 물건을 내던지거나 쏟거나 하다.
  bỏ, vứt, quảng
  Vứt hay đổ đi đồ vật không cần có.

• **-면 안 되다** : 어떤 행동이나 상태를 금지하거나 제한함을 나타내는 표현.
nếu... thì không được, không được...
Cấu trúc thể hiện sự hạn chế hoặc cấm hành động hay trạng thái nào đó.

• **-어** : (두루낮춤으로) 어떤 사실을 서술하거나 물음, 명령, 권유를 나타내는 종결 어미.
hả?, đi, ta hãy
(cách nói hạ thấp phổ biến) Vĩ tố kết thúc câu thể hiện sự tường thuật sự việc nào đó, nghi vấn, mệnh lệnh, khuyên nhủ. **<sự tường thuật>**

< 대화(sự đối thoại) > - 80

좋은 일 있었나 봐? 기분이 좋아 보이네.
조은 일 이썬나 봐? 기부니 조아 보이네.
joeun il isseonna bwa? gibuni joa boine.

아, 어제 남자 친구한테 반지를 선물로 받았거든요.
아, 어제 남자 친구한테 반지를 선물로 바닫꺼드뇨.
a, eoje namja chinguhante banjireul seonmullo badatgeodeunyo.

< 설명(việc giải thích) / 번역(việc biên dịch) >

좋+은 일 있+었+[나 보]+아?
있었나 봐

기분+이 좋+[아 보이]+네.

- 좋다 (Tính từ) : 어떤 일이나 대상이 마음에 들고 만족스럽다.
  tốt
  Đối tượng hay việc nào đó vừa lòng hay mãn nguyện.

- -은 : 앞의 말이 관형어의 기능을 하게 만들고 현재의 상태를 나타내는 어미.
  đã
  Vĩ tố làm cho từ ngữ phía trước có chức năng định ngữ và thể hiện trạng thái hiện tại.

- 일 (danh từ) : 어떤 내용을 가진 상황이나 사실.
  việc, chuyện
  Tình huống hay sự việc có nội dung nào đó.

- 있다 (Tính từ) : 어떤 사람에게 무슨 일이 생긴 상태이다.
  gặp phải, ở trong
  Trạng thái phát sinh việc gì đó đối với người nào đó.

- -었- : 사건이 과거에 일어났음을 나타내는 어미.
  đã
  Vĩ tố thể hiện sự kiện đã xảy ra trong quá khứ.

• -나 보다 : 앞의 말이 나타내는 사실을 추측함을 나타내는 표현.

hình như, dường như, có lẽ

Cấu trúc thể hiện sự suy đoán sự việc mà từ ngữ phía trước thể hiện.

• -아 : (두루낮춤으로) 어떤 사실을 서술하거나 물음, 명령, 권유를 나타내는 종결 어미.

hả?, đi, ta hãy

(cách nói hạ thấp phổ biến) Vĩ tố kết thúc câu thể hiện sự tường thuật sự việc nào đó, nghi vấn, mệnh lệnh, đề nghị. <việc hỏi>

• 기분 (danh từ) : 불쾌, 유쾌, 우울, 분노 등의 감정 상태.

tâm trạng

Trạng thái tình cảm như khó chịu, vui vẻ, buồn bực, phẫn nộ.

• 이 : 어떤 상태나 상황의 대상이나 동작의 주체를 나타내는 조사.

Không có từ tương ứng

Trợ từ (tiểu từ) thể hiện chủ thể của động tác hoặc đối tượng của trạng thái hay tình huống nào đó.

• 좋다 (Tính từ) : 감정 등이 기쁘고 흐뭇하다.

dễ chịu

Tình cảm... vui và thoải mái.

• -아 보이다 : 겉으로 볼 때 앞의 말이 나타내는 것처럼 느껴지거나 추측됨을 나타내는 표현.

trông, trông có vẻ

Cấu trúc thể hiện việc được suy đoán hay được cảm thấy như điều mà từ ngữ phía trước thể hiện khi quan sát bề ngoài.

• -네 : (아주낮춤으로) 지금 깨달은 일에 대하여 말함을 나타내는 종결 어미.

hóa ra, thì ra

(cách nói rất hạ thấp) Vĩ tố kết thúc câu thể hiện sự nói về việc mà bây giờ mới nhận ra.

아, 어제 남자 친구+한테 반지+를 선물+로 받+았+거든요.

• 아 (từ cảm thán) : 기쁨이나 감동의 느낌을 나타낼 때 내는 소리.

a, ồ, ôi

Âm thanh phát ra khi thể hiện cảm giác vui hay cảm động.

• 어제 (phó từ) : 오늘의 하루 전날에.

hôm qua

Vào ngày trước của ngày hôm nay.

- **남자 친구 (danh từ)** : 여자가 사랑하는 감정을 가지고 사귀는 남자.
  bạn trai
  Người nam mà người nữ quen và có tình cảm yêu thương.

- **한테** : 어떤 행동의 주체이거나 비롯되는 대상임을 나타내는 조사.
  từ
  Trợ từ thể hiện chủ thể của hành động nào đó hoặc đối tượng bắt nguồn.

- **반지 (danh từ)** : 손가락에 끼는 동그란 장신구.
  nhẫn
  Đồ trang sức hình tròn, được đeo vào ngón tay.

- **를** : 동작이 직접적으로 영향을 미치는 대상을 나타내는 조사.
  Không có từ tương ứng
  Trợ từ (tiểu từ) thể hiện đối tượng mà động tác gây ảnh hưởng trực tiếp.

- **선물 (danh từ)** : 고마움을 표현하거나 어떤 일을 축하하기 위해 다른 사람에게 물건을 줌. 또는 그 물건.
  việc tặng quà, món quà
  Việc đưa một món đồ cho người khác để thể hiện lòng biết ơn hay chúc mừng. Hay là món đồ đó.

- **로** : 신분이나 자격을 나타내는 조사.
  Không có từ tương ứng
  Trợ từ thể hiện thân phận hay tư cách.

- **받다 (động từ)** : 다른 사람이 주거나 보내온 것을 가지다.
  nhận
  Lấy cái mà người khác cho hoặc gửi đến.

- **-았-** : 사건이 과거에 일어났음을 나타내는 어미.
  đã
  Vĩ tố thể hiện sự kiện đã xảy ra trong quá khứ.

- **-거든요** : (두루높임으로) 앞의 내용에 대해 말하는 사람이 생각한 이유나 원인, 근거를 나타내는 표현.
  vì, bởi
  (cách nói kính trọng phổ biến) Cấu trúc thể hiện lí do, nguyên nhân hay căn cứ mà người nói suy nghĩ đối với nội dung ở trước.

< 대화(sự đối thoại) > - 81

저는 한국에 온 지 일 년쯤 됐어요.
저는 한구게 온 지 일 년쯤 돼써요.
jeoneun hanguge on ji il nyeonjjeum dwaesseoyo.

일 년밖에 안 됐는데도 한국어를 정말 잘하시네요.
일 년바께 안 됀는데도 한구거를 정말 잘하시네요.
il nyeonbakke an dwaenneundedo hangugeoreul jeongmal jalhasineyo.

< 설명(việc giải thích) / 번역(việc biên dịch) >

저+는 한국+에 <u>오+[ㄴ 지]</u> 일 년+쯤 <u>되+었+어요</u>.
            온 지   **됐어요**

• **저 (đại từ)** : 말하는 사람이 듣는 사람에게 자신을 낮추어 가리키는 말.
  em, con, cháu
  Cách người nói hạ mình để xưng hô với người nghe.

• **는** : 문장 속에서 어떤 대상이 화제임을 나타내는 조사.
  Không có từ tương ứng
  Trợ từ (tiểu từ) thể hiện việc đối tượng nào đó là chủ đề câu chuyện trong câu.

• **한국 (danh từ)** : 아시아 대륙의 동쪽에 있는 나라. 한반도와 그 부속 섬들로 이루어져 있으며, 대한민
  국이라고도 부른다. 1950년에 일어난 육이오 전쟁 이후 휴전선을 사이에 두고 국토가
  둘로 나뉘었다. 언어는 한국어이고, 수도는 서울이다.
  Hàn Quốc
  Quốc gia ở phía Đông của đại lục châu Á, được hình thành bởi bán đảo Hàn và các đảo
  trực thuộc, gọi là Đại Hàn Dân Quốc. Sau chiến tranh 25.6 xảy ra năm 1950, lãnh thổ bị
  chia đôi theo đường đình chiến. Ngôn ngữ là tiếng Hàn và thủ đô là Seoul.

• **에** : 앞말이 목적지이거나 어떤 행위의 진행 방향임을 나타내는 조사.
  đến, tới
  Trợ từ (tiểu từ) thể hiện từ ngữ phía trước là đích đến hoặc là hướng diễn tiến của hành
  động nào đó.

• **오다 (động từ)** : 무엇이 다른 곳에서 이곳으로 움직이다.
  đến
  Cái gì đó di chuyển từ nơi khác đến nơi này.

- -ㄴ 지 : 앞의 말이 나타내는 행동을 한 후 시간이 얼마나 지났는지를 나타내는 표현.

  từ lúc, kể từ lúc… (được…)

  Cấu trúc thể hiện thời gian đã qua bao lâu sau khi thực hiện hành động mà vế trước thể hiện.

- 일 (định từ) : 하나의.

  một

  Thuộc một

- 년 (danh từ) : 한 해를 세는 단위.

  năm

  Đơn vị đếm một năm.

- 쯤 : '정도'의 뜻을 더하는 접미사.

  khoảng, chừng

  Hậu tố thêm nghĩa "khoảng chừng".

- 되다 (động từ) : 어떤 때나 시기, 상태에 이르다.

  đến, hết

  Đến lúc, thời kì hay trạng thái nào đó.

- -었- : 어떤 사건이 과거에 완료되었거나 그 사건의 결과가 현재까지 지속되는 상황을 나타내는 어미.

  đã

  Vĩ tố thể hiện tình huống mà sự kiện nào đó đã hoàn thành trong quá khứ hoặc kết quả của sự kiện đó được tiếp tục đến hiện tại.

- -어요 : (두루높임으로) 어떤 사실을 서술하거나 질문, 명령, 권유함을 나타내는 종결 어미.

  không?, hãy, hãy cùng

  (cách nói kính trọng phổ biến) Vĩ tố kết thúc câu thể hiện sự tường thuật sự việc nào đó hay nghi vấn, mệnh lệnh, đề nghị. **<sự tường thuật>**

일 년+밖에 안 <u>되+었+는데도</u> 한국어+를 정말 잘하+시+네요.
됐는데도

- 일 (định từ) : 하나의.

  một

  Thuộc một

- 년 (danh từ) : 한 해를 세는 단위.

  năm

  Đơn vị đếm một năm.

• 밖에 : '그것을 제외하고는', '그것 말고는'의 뜻을 나타내는 조사.
  ngoài, chỉ
  Trợ từ thể hiện nghĩa 'ngoại trừ điều đó ra', 'ngoài điều đó'.

• 안 (phó từ) : 부정이나 반대의 뜻을 나타내는 말.
  không
  Từ thể hiện nghĩa phủ định hay phản đối.

• 되다 (động từ) : 어떤 때나 시기, 상태에 이르다.
  đến, hết
  Đến lúc, thời kì hay trạng thái nào đó.

• -었- : 어떤 사건이 과거에 완료되었거나 그 사건의 결과가 현재까지 지속되는 상황을 나타내는 어미.
  đã
  Vĩ tố thể hiện tình huống mà sự kiện nào đó đã hoàn thành trong quá khứ hoặc kết quả
  của sự kiện đó được tiếp tục đến hiện tại.

• -는데도 : 앞에 오는 말이 나타내는 상황에 상관없이 뒤에 오는 말이 나타내는 상황이 일어남을 나타내
  는 표현.
  mặc dù... cũng..., mặc dù... nhưng...
  Cấu trúc thể hiện tình huống mà vế sau diễn đạt xảy ra không liên quan tới tình huống
  mà vế trước diễn đạt.

• 한국어 (danh từ) : 한국에서 사용하는 말.
  Hàn ngữ, tiếng Hàn Quốc
  Tiếng nói sử dụng ở Hàn Quốc.

• 를 : 동작이 직접적으로 영향을 미치는 대상을 나타내는 조사.
  Không có từ tương ứng
  Trợ từ (tiểu từ) thể hiện đối tượng mà động tác gây ảnh hưởng trực tiếp.

• 정말 (phó từ) : 거짓이 없이 진짜로.
  thật sự, thực sự
  Một cách chân thật không có sự giả dối.

• 잘하다 (động từ) : 익숙하고 솜씨가 있게 하다.
  giỏi, tốt
  Làm một cách quen thuộc và khéo léo.

• -시- : 어떤 동작이나 상태의 주체를 높이는 뜻을 나타내는 어미.
  Không có từ tương ứng
  Vĩ tố thể hiện nghĩa kính trọng chủ thể của động tác hay trạng thái nào đó.

• -네요 : (두루높임으로) 말하는 사람이 직접 경험하여 새롭게 알게 된 사실에 대해 감탄함을 나타낼 때
　　 쓰는 표현.

đấy, lắm, quá

(cách nói kính trọng phổ biến) Cấu trúc dùng khi thể hiện sự cảm thán đối với sự việc mà
người nói mới biết được do trực tiếp trải nghiệm.

< 대화(sự đối thoại) > - 82

지우가 결혼하더니 많이 밝아졌지?
지우가 결혼하더니 마니 발가젇찌?
jiuga gyeolhonhadeoni mani balgajeotji?

맞아. 지우를 십 년 동안 봐 왔지만 요새처럼 행복해 보일 때가 없었어.
마자. 지우를 십 년 동안 봐 왙찌만 요새처럼 행보캐 보일 때가 업써써.
maja. jiureul sip nyeon dongan bwa watjiman yosaecheoreom haengbokae boil ttaega
eopseosseo.

< 설명(việc giải thích) / 번역(việc biên dịch) >

지우+가 결혼하+더니 많이 <u>밝아지+었+지</u>?
밝아졌지

• **지우 (danh từ)** : tên người

• **가** : 어떤 상태나 상황에 놓인 대상이나 동작의 주체를 나타내는 조사.
  Không có từ tương ứng
  Trợ từ (tiểu từ) thể hiện chủ thể của động tác hoặc đối tượng được đặt trong trạng thái
  hay tình huống nào đó.

• **결혼하다 (động từ)** : 남자와 여자가 법적으로 부부가 되다.
  kết hôn, thành hôn, lập gia đình
  Người nam và người nữ trở thành vợ chồng một cách hợp pháp.

• **-더니** : 과거의 사실이나 상황에 뒤이어 어떤 사실이나 상황이 일어남을 나타내는 연결 어미.
  rồi, nên
  Vĩ tố liên kết thể hiện sự việc hay tình huống nào đó diễn ra tiếp theo sau sự việc hay
  tình huống quá khứ.

• **많이 (phó từ)** : 수나 양, 정도 등이 일정한 기준보다 넘게.
  nhiều
  Số, lượng hay mức độ vượt tiêu chuẩn nhất định.

• **밝아지다 (động từ)** : 밝게 되다.
  sáng lên, trở nên sáng, trở nên sáng tỏ
  Trở nên sáng.

• -었- : 어떤 사건이 과거에 완료되었거나 그 사건의 결과가 현재까지 지속되는 상황을 나타내는 어미.
đã
Vĩ tố thể hiện tình huống mà sự kiện nào đó đã hoàn thành trong quá khứ hoặc kết quả của sự kiện đó được tiếp tục đến hiện tại.

• -지 : (두루낮춤으로) 이미 알고 있는 것을 다시 확인하듯이 물을 때 쓰는 종결 어미.
phải không?
(cách nói hạ thấp phổ biến) Vĩ tố kết thúc câu dùng khi hỏi như thể xác nhận lại điều đã biết.

맞+아.

지우+를 십 년 동안 보+[아 오]+았+지만
봐 왔지만

요새+처럼 행복하+[여 보이]+[ㄹ 때]+가 없+었+어.
행복해 보일 때가

• **맞다 (động từ)** : 그렇거나 옳다.
đúng, đúng vậy, đúng thế
Như thế hoặc đúng đắn.

• -아 : (두루낮춤으로) 어떤 사실을 서술하거나 물음, 명령, 권유를 나타내는 종결 어미.
hả?, đi, ta hãy
(cách nói hạ thấp phổ biến) Vĩ tố kết thúc câu thể hiện sự tường thuật sự việc nào đó, nghi vấn, mệnh lệnh, đề nghị. <sự tường thuật>

• **지우 (danh từ)** : tên người

• 를 : 동작이 간접적인 영향을 미치는 대상이나 목적임을 나타내는 조사.
Không có từ tương ứng
Trợ từ (tiểu từ) thể hiện đối tượng hay mục đích mà động tác gây ảnh hưởng gián tiếp.

• **십 (định từ)** : 열의.
mười
Thuộc mười.

• **년 (danh từ)** : 한 해를 세는 단위.
năm
Đơn vị đếm một năm.

• **동안 (danh từ)** : 한때에서 다른 때까지의 시간의 길이.
trong, trong suốt, trong khoảng
Chiều dài của thời gian từ một lúc tới lúc khác.

• **보다 (động từ)** : 사람을 만나다.
gặp
Gặp người.

• **-아 오다** : 앞의 말이 나타내는 행동이나 상태가 어떤 기준점으로 가까워지면서 계속 진행됨을 나타내는 표현.
đang dần, đang
Cấu trúc thể hiện hành động hay trạng thái mà từ ngữ phía trước thể hiện trở nên gần điểm chuẩn nào đó đồng thời tiếp tục được tiến hành.

• **-았-** : 어떤 사건이 과거에 완료되었거나 그 사건의 결과가 현재까지 지속되는 상황을 나타내는 어미.
đã
Vĩ tố thể hiện tình huống mà sự kiện nào đó đã hoàn thành trong quá khứ hoặc kết quả của sự kiện đó được tiếp tục đến hiện tại.

• **-지만** : 앞에 오는 말을 인정하면서 그와 반대되거나 다른 사실을 덧붙일 때 쓰는 연결 어미.
nhưng
Vĩ tố liên kết dùng khi công nhận vế trước đồng thời thêm vào sự việc đối lập hoặc khác với điều đó.

• **요새 (danh từ)** : 얼마 전부터 이제까지의 매우 짧은 동안.
dạo này
Trong khoảng rất ngắn từ trước đó không bao lâu cho tới thời điểm bây giờ.

• **처럼** : 모양이나 정도가 서로 비슷하거나 같음을 나타내는 조사.
như
Trợ từ thể hiện hình dáng hay mức độ tương tự hay giống nhau.

• **행복하다 (Tính từ)** : 삶에서 충분한 만족과 기쁨을 느껴 흐뭇하다.
hạnh phúc
Hài lòng, cảm thấy niềm vui và thỏa mãn đầy đủ trong cuộc sống.

• **-여 보이다** : 겉으로 볼 때 앞의 말이 나타내는 것처럼 느껴지거나 추측됨을 나타내는 표현.
trông..., trông có vẻ…
Cấu trúc thể hiện việc được suy đoán hay được cảm thấy như điều mà từ ngữ phía trước thể hiện khi quan sát bề ngoài.

• -ㄹ 때 : 어떤 행동이나 상황이 일어나는 동안이나 그 시기 또는 그러한 일이 일어난 경우를 나타내는
　　　　표현.

　khi, lúc, hồi

　Cấu trúc thể hiện khoảng thời gian hay thời kì mà hành động hay tình huống nào đó xảy
　ra hoặc trường hợp mà việc như vậy xảy ra.

• 가 : 어떤 행동이나 상황이 일어나는 동안이나 그 시기 또는 그러한 일이 일어난 경우를 나타내는 표현.

　Không có từ tương ứng

　Trợ từ (tiểu từ) thể hiện chủ thể của động tác hoặc đối tượng được đặt trong trạng thái
　hay tình huống nào đó.

• 없다 (Tính từ) : 어떤 사실이나 현상이 현실로 존재하지 않는 상태이다.

　không có

　Là trạng thái mà sự việc hay hiện tượng nào đó không tồn tại trong hiện thực.

• -었- : 사건이 과거에 일어났음을 나타내는 어미.

　đã

　Vĩ tố thể hiện sự kiện đã xảy ra trong quá khứ.

• -어 : (두루낮춤으로) 어떤 사실을 서술하거나 물음, 명령, 권유를 나타내는 종결 어미.

　hả?, đi, ta hãy

　(cách nói hạ thấp phổ biến) Vĩ tố kết thúc câu thể hiện sự tường thuật sự việc nào đó,
　nghi vấn, mệnh lệnh, khuyên nhủ. **<sự tường thuật>**

< 대화(sự đối thoại) > - 83

나는 먼저 가 있을 테니까 너도 빨리 와.
나는 먼저 가 이쓸 테니까 너도 **빨리** 와.
naneun meonjeo ga isseul tenikka neodo ppalli wa.

응. 알았어. 금방 따라갈게.
응. 아라써. 금방 **따라갈께.**
eung. arasseo. geumbang ttaragalge.

< 설명(việc giải thích) / 번역(việc biên dịch) >

나+는 먼저 <u>가</u>+[(아) 있]+[을 테니까] 너+도 빨리 <u>오</u>+아.
　　　　　　　가 있을 테니까　　　　　　　　　　　와

• 나 (đại từ) : 말하는 사람이 친구나 아랫사람에게 자기를 가리키는 말.
  tôi, mình, anh, chị...
  Từ mà người nói dùng để chỉ bản thân mình khi nói với người dưới hoặc bạn bè.

• 는 : 어떤 대상이 다른 것과 대조됨을 나타내는 조사.
  Không có từ tương ứng
  Trợ từ (tiểu từ) thể hiện việc đối tượng nào đó được đối chiếu với đối tượng khác.

• 먼저 (phó từ) : 시간이나 순서에서 앞서.
  trước
  Trước về thời gian hay thứ tự.

• 가다 (động từ) : 한 곳에서 다른 곳으로 장소를 이동하다.
  đi
  Di chuyển địa điểm từ một nơi sang nơi khác.

• -아 있다 : 앞의 말이 나타내는 상태가 계속됨을 나타내는 표현.
  đang
  Cấu trúc thể hiện trạng thái mà từ ngữ phía trước diễn đạt được tiếp tục.

• -을 테니까 : 뒤에 오는 말에 대한 조건임을 강조하여 앞에 오는 말에 대한 말하는 사람의 의지를 나타내는 표현.
  sẽ... nên...
  Cấu trúc nhấn mạnh điều kiện đối với vế sau và thể hiện ý định của người nói đối với vế trước.

• 너 (đại từ) : 듣는 사람이 친구나 아랫사람일 때, 그 사람을 가리키는 말.
  bạn, cậu, mày
  Từ chỉ người nghe khi người đó là bạn bè hay người dưới.

• 도 : 이미 있는 어떤 것에 다른 것을 더하거나 포함함을 나타내는 조사.
  cũng
  Trợ từ thể hiện sự thêm vào hoặc bao gồm cái khác vào cái nào đó đã có sẵn.

• 빨리 (phó từ) : 걸리는 시간이 짧게.
  nhanh
  Một cách tốn ít thời gian.

• 오다 (động từ) : 무엇이 다른 곳에서 이곳으로 움직이다.
  đến
  Cái gì đó di chuyển từ nơi khác đến nơi này.

• -아 : (두루낮춤으로) 어떤 사실을 서술하거나 물음, 명령, 권유를 나타내는 종결 어미.
  hả?, đi, ta hãy
  (cách nói hạ thấp phổ biến) Vĩ tố kết thúc câu thể hiện sự tường thuật sự việc nào đó, nghi vấn, mệnh lệnh, đề nghị. <sự ra lệnh>

응.

알+았+어.

금방 따라가+ㄹ게.
    따라갈게

• 응 (từ cảm thán) : 상대방의 물음이나 명령 등에 긍정하여 대답할 때 쓰는 말.
  ừ
  Từ dùng khi trả lời có tính khẳng định đối với câu hỏi hay mệnh lệnh... của đối phương.

• **알다 (động từ)** : 상대방의 어떤 명령이나 요청에 대해 그대로 하겠다는 동의의 뜻을 나타내는 말.

ra điều đã hiểu, ra ý đã hiểu rồi

Từ thể hiện nghĩa đồng ý rằng sẽ làm đúng theo mệnh lệnh hay yêu cầu nào đó của đối tượng.

• **-았-** : 어떤 사건이 과거에 완료되었거나 그 사건의 결과가 현재까지 지속되는 상황을 나타내는 어미.

đã

Vĩ tố thể hiện tình huống mà sự kiện nào đó đã hoàn thành trong quá khứ hoặc kết quả của sự kiện đó được tiếp tục đến hiện tại.

• **-어** : (두루낮춤으로) 어떤 사실을 서술하거나 물음, 명령, 권유를 나타내는 종결 어미.

hả?, đi, ta hãy

(cách nói hạ thấp phổ biến) Vĩ tố kết thúc câu thể hiện sự tường thuật sự việc nào đó, nghi vấn, mệnh lệnh, khuyên nhủ. **<sự tường thuật>**

• **금방 (phó từ)** : 시간이 얼마 지나지 않아 곧바로.

tức thời, ngay

Thời gian trôi qua không lâu và sắp tới.

• **따라가다 (động từ)** : 앞에서 가는 것을 뒤에서 그대로 쫓아가다.

đi theo

Đuổi theo ngay phía sau người hay động vật đi đằng trước.

• **-ㄹ게** : (두루낮춤으로) 말하는 사람이 어떤 행동을 할 것을 듣는 사람에게 약속하거나 의지를 나타내는 종결 어미.

sẽ

(cách nói hạ thấp phổ biến) Vĩ tố kết thúc câu thể hiện người nói cho biết hay hứa với người nghe sẽ thực hiện hành động nào đó.

< 대화(sự đối thoại) > - 84

오늘 정말 잘 먹고 갑니다. 초대해 주셔서 감사합니다.
오늘 정말 잘 먹꼬 감니다. 초대해 주셔서 감사함니다.
oneul jeongmal jal meokgo gamnida. chodaehae jusyeoseo gamsahamnida.

아니에요. 바쁜데 이렇게 먼 곳까지 와 줘서 고마워요.
아니에요. 바쁜데 이러케 먼 곧까지 와 줘서 고마워요.
anieyo. bappeunde ireoke meon gotkkaji wa jwoseo gomawoyo.

< 설명(việc giải thích) / 번역(việc biên dịch) >

오늘 정말 잘 먹+고 가+ㅂ니다.
갑니다

초대하+[여 주]+시+어서 감사하+ㅂ니다.
초대해 주셔서   감사합니다

- 오늘 (phó từ) : 지금 지나가고 있는 이날에.
  hôm nay, vào ngày hôm nay
  Vào ngày bây giờ đang diễn ra.

- 정말 (phó từ) : 거짓이 없이 진짜로.
  thật sự, thực sự
  Một cách chân thật không có sự giả dối.

- 잘 (phó từ) : 충분히 만족스럽게.
  một cách thoải mái, một cách xả láng
  Một cách đủ hài lòng.

- 먹다 (động từ) : 음식 등을 입을 통하여 배 속에 들여보내다.
  ăn
  Cho thức ăn… vào trong bụng qua đường miệng.

- -고 : 앞의 말과 뒤의 말이 차례대로 일어남을 나타내는 연결 어미.
  rồi
  Vĩ tố liên kết thể hiện vế trước và vế sau lần lượt xảy ra.

- 가다 (động từ) : 한 곳에서 다른 곳으로 장소를 이동하다.
  đi
  Di chuyển địa điểm từ một nơi sang nơi khác.

- -ㅂ니다 : (아주높임으로) 현재의 동작이나 상태, 사실을 정중하게 설명함을 나타내는 종결 어미.
  Không có từ tương ứng
  (cách nói rất kính trọng) Vĩ tố kết thúc câu thể hiện sự thuyết minh động tác, trạng thái hay sự việc ở hiện tại một cách trịnh trọng.

- 초대하다 (động từ) : 다른 사람에게 어떤 자리, 모임, 행사 등에 와 달라고 요청하다.
  mời
  Thỉnh cầu người khác đến địa điểm, cuộc họp hay sự kiện... nào đó.

- -여 주다 : 남을 위해 앞의 말이 나타내는 행동을 함을 나타내는 표현.
  giúp, hộ, giùm
  Cấu trúc thể hiện việc thực hiện hành động mà từ ngữ phía trước thể hiện vì người khác.

- -시- : 어떤 동작이나 상태의 주체를 높이는 뜻을 나타내는 어미.
  Không có từ tương ứng
  Vĩ tố thể hiện nghĩa kính trọng chủ thể của động tác hay trạng thái nào đó.

- -어서 : 이유나 근거를 나타내는 연결 어미.
  nên
  Vĩ tố liên kết thể hiện lý do hay căn cứ.

- 감사하다 (động từ) : 고맙게 여기다.
  cảm tạ
  Cảm thấy biết ơn.

- -ㅂ니다 : (아주높임으로) 현재의 동작이나 상태, 사실을 정중하게 설명함을 나타내는 종결 어미.
  Không có từ tương ứng
  (cách nói rất kính trọng) Vĩ tố kết thúc câu thể hiện sự thuyết minh động tác, trạng thái hay sự việc ở hiện tại một cách trịnh trọng.

아니+에요.

바쁘+ㄴ데 이렇+게 멀+ㄴ 곳+까지 오+[아 주]+어서 고맙(고마우)+어요.
바쁜데　　　　　　**먼**　　　　　**와 줘서**　　　　**고마워요**

- 아니다 (Tính từ) : 어떤 사실이나 내용을 부정하는 뜻을 나타내는 말.
  không
  Từ thể hiện nghĩa phủ định sự việc hay nội dung nào đó.

- -에요 : (두루높임으로) 어떤 사실을 서술하거나 질문함을 나타내는 종결 어미.

  phải không?, là

  (cách nói kính trọng phổ biến) Vĩ tố kết thúc câu diễn đạt sự nghi vấn hay trần thuật sự việc nào đó. <sự tường thuật>

- **바쁘다 (Tính từ)** : 할 일이 많거나 시간이 없어서 다른 것을 할 여유가 없다.

  bận

  Có nhiều việc phải làm hoặc không có thời gian nên không rảnh để làm cái khác.

- -ㄴ데 : 뒤의 말을 하기 위하여 그 대상과 관련이 있는 상황을 미리 말함을 나타내는 연결 어미.

  Không có từ tương ứng

  Vĩ tố liên kết thể hiện việc nói trước tình huống có liên quan đến đối tượng nhằm thực hiện điều phía sau

- **이렇다 (Tính từ)** : 상태, 모양, 성질 등이 이와 같다.

  như thế này

  Trạng thái, hình dạng, tính chất… giống như điều này.

- -게 : 앞의 말이 뒤에서 가리키는 일의 목적이나 결과, 방식, 정도 등이 됨을 나타내는 연결 어미.

  để, nhằm

  Vĩ tố liên kết thể hiện vế trước trở thành mục đích hay kết quả, phương thức, mức độ của sự việc chỉ ra ở sau.

- **멀다 (Tính từ)** : 두 곳 사이의 떨어진 거리가 길다.

  xa

  Khoảng cách lớn giữa hai địa điểm.

- -ㄴ : 앞의 말이 관형어의 기능을 하게 만들고 현재의 상태를 나타내는 어미.

  mà

  Vĩ tố khiến cho từ ngữ phía trước có chức năng định ngữ và thể hiện sự kiện hay động tác được hoàn thành thì trạng thái đó vẫn đang được duy trì.

- **곳 (danh từ)** : 일정한 장소나 위치.

  nơi, chốn

  Địa điểm hay vị trí nhất định.

- 까지 : 어떤 범위의 끝임을 나타내는 조사.

  tới

  Trợ từ thể hiện sự kết thúc của phạm vi nào đó.

- **오다 (động từ)** : 무엇이 다른 곳에서 이곳으로 움직이다.

  đến

  Cái gì đó di chuyển từ nơi khác đến nơi này.

• -아 주다 : 남을 위해 앞의 말이 나타내는 행동을 함을 나타내는 표현.

giúp, hộ, giùm

Cấu trúc thể hiện việc thực hiện hành động mà từ ngữ phía trước thể hiện vì người khác.

• -어서 : 이유나 근거를 나타내는 연결 어미.

nên

Vĩ tố liên kết thể hiện lý do hay căn cứ.

• **고맙다 (Tính từ)** : 남이 자신을 위해 무엇을 해주어서 마음이 흐뭇하고 보답하고 싶다.

cảm ơn, biết ơn

Hài lòng và muốn báo đáp vì người khác đã làm giúp mình điều gì đó.

• -어요 : (두루높임으로) 어떤 사실을 서술하거나 질문, 명령, 권유함을 나타내는 종결 어미.

không?, hãy, hãy cùng

(cách nói kính trọng phổ biến) Vĩ tố kết thúc câu thể hiện sự tường thuật sự việc nào đó hay nghi vấn, mệnh lệnh, đề nghị. **<sự tường thuật>**

< 대화(sự đối thoại) > - 85

백화점에는 왜 다시 가려고?
배콰저메는 왜 다시 가려고?
baekwajeomeneun wae dasi garyeogo?

어제 산 옷이 맞는 줄 알았더니 작아서 교환해야 해.
어제 산 오시 만는 줄 아랄떠니 자가서 교환해야 해.
eoje san osi manneun jul aratdeoni jagaseo gyohwanhaeya hae.

< 설명(việc giải thích) / 번역(việc biên dịch) >

백화점+에+는 왜 다시 가+려고?

• **백화점 (danh từ)** : 한 건물 안에 온갖 상품을 종류에 따라 나누어 벌여 놓고 판매하는 큰 상점.
cửa hàng bách hóa tổng hợp
Là một nơi bán rất nhiều loại hàng hóa khác nhau nằm trong một tòa nhà.

• 에 : 앞말이 목적지이거나 어떤 행위의 진행 방향임을 나타내는 조사.
đến, tới
Trợ từ (tiểu từ) thể hiện từ ngữ phía trước là đích đến hoặc là hướng diễn tiến của hành động nào đó.

• 는 : 문장 속에서 어떤 대상이 화제임을 나타내는 조사.
Không có từ tương ứng
Trợ từ (tiểu từ) thể hiện việc đối tượng nào đó là chủ đề câu chuyện trong câu.

• **왜 (phó từ)** : 무슨 이유로. 또는 어째서.
tại sao, vì sao
Với lý do gì. Hoặc làm sao chứ.

• **다시 (phó từ)** : 같은 말이나 행동을 반복해서 또.
lại
Lập đi lập lại cùng lời nói hay hành động.

• **가다 (động từ)** : 한 곳에서 다른 곳으로 장소를 이동하다.
đi
Di chuyển địa điểm từ một nơi sang nơi khác.

• -려고 : (두루낮춤으로) 어떤 주어진 상황에 대하여 의심이나 반문을 나타내는 종결 어미.
định
(cách nói hạ thấp phổ biến) Vĩ tố kết thúc câu thể hiện sự nghi ngờ hay hỏi ngược lại về tình huống cho sẵn nào đó.

어제 <u>사</u>+ㄴ 옷+이 맞+[는 줄] 알+았더니 작+아서 <u>교환하</u>+[여야 하]+여.
산   교환해야 해

• 어제 (phó từ) : 오늘의 하루 전날에.
hôm qua
Vào ngày trước của ngày hôm nay.

• 사다 (động từ) : 돈을 주고 어떤 물건이나 권리 등을 자기 것으로 만들다.
mua
Trao tiền và biến đồ vật hay quyền lợi... nào đó thành cái của mình.

• -ㄴ : 앞의 말이 관형어의 기능을 하게 만들고 사건이나 동작이 과거에 일어났음을 나타내는 어미.
mà đã
Vĩ tố làm cho từ ngữ phía trước có chức năng định ngữ và thể hiện sự kiện hay động tác đã xảy ra trong quá khứ.

• 옷 (danh từ) : 사람의 몸을 가리고 더위나 추위 등으로부터 보호하며 멋을 내기 위하여 입는 것.
quần áo
Thứ được mặc lên người để bảo vệ cơ thể khỏi nóng hay lạnh và để làm đẹp.

• 이 : 어떤 상태나 상황의 대상이나 동작의 주체를 나타내는 조사.
Không có từ tương ứng
Trợ từ (tiểu từ) thể hiện chủ thể của động tác hoặc đối tượng của trạng thái hay tình huống nào đó.

• 맞다 (động từ) : 크기나 규격 등이 어떤 것과 일치하다.
khớp, vừa vặn
Kích cỡ hay quy cách trùng khớp với cái gì đó.

• -는 줄 : 어떤 사실이나 상태에 대해 알고 있거나 모르고 있음을 나타내는 표현.
(biết, không biết) rằng
Cấu trúc thể hiện việc biết hoặc không biết về sự việc hay trạng thái nào đó.

• 알다 (động từ) : 어떤 사실을 그러하다고 여기거나 생각하다.
tưởng
Suy nghĩ hoặc coi sự việc nào đó là như vậy.

- **-았더니** : 과거의 사실이나 상황과 다른 새로운 사실이나 상황이 있음을 나타내는 표현.

  mà

  Cấu trúc thể hiện có sự việc hay tình huống mới khác với sự việc hay tình huống trong quá khứ.

- **작다 (Tính từ)** : 정해진 크기에 모자라서 맞지 아니하다.

  chật, nhỏ

  Thiếu hụt nên không hợp với độ lớn đã định.

- **-아서** : 이유나 근거를 나타내는 연결 어미.

  nên

  Vĩ tố liên kết thể hiện lý do hay căn cứ.

- **교환하다 (động từ)** : 무엇을 다른 것으로 바꾸다.

  đổi, hoán đổi

  Đổi cái gì đó thành một cái khác.

- **-여야 하다** : 앞에 오는 말이 어떤 일을 하거나 어떤 상황에 이르기 위한 의무적인 행동이거나 필수적인 조건임을 나타내는 표현.

  phải

  Cấu trúc thể hiện từ ngữ phía trước là hành động mang tính nghĩa vụ hoặc là điều kiện mang tính bắt buộc để làm việc nào đó hoặc đạt tới tình trạng nào đó.

- **-여** : (두루낮춤으로) 어떤 사실을 서술하거나 물음, 명령, 권유를 나타내는 종결 어미.

  hả?, đi, ta hãy

  (cách nói hạ thấp phổ biến) Vĩ tố kết thúc câu thể hiện sự tường thuật sự việc nào đó, nghi vấn, mệnh lệnh, đề nghị. **<sự tường thuật>**

< 대화(sự đối thoại) > - 86

물을 계속 틀어 놓은 채 설거지를 하지 마세요.
무를 계속 트러 노은 채 설거지를 하지 마세요.
mureul gesok teureo noeun chae seolgeojireul haji maseyo.

방금 잠갔어요. 앞으로는 헹굴 때만 물을 틀어 놓을게요.
방금 잠가써요. 아프로는 헹굴 때만 무를 트러 노을께요.
banggeum jamgasseoyo. apeuroneun henggul ttaeman mureul teureo noeulgeyo.

< 설명(việc giải thích) / 번역(việc biên dịch) >

물+을 계속 틀+[어 놓]+[은 채] 설거지+를 <u>하+[지 말(마)]+세요</u>.
하지 마세요

- **물 (danh từ)** : 강, 호수, 바다, 지하수 등에 있으며 순수한 것은 빛깔, 냄새, 맛이 없고 투명한 액체.
  nước
  Chất lỏng trong suốt, không màu, không mùi, không vị có ở sông, hồ, biển, nước ngầm...

- **을** : 동작이 직접적으로 영향을 미치는 대상을 나타내는 조사.
  Không có từ tương ứng
  Trợ từ (tiểu từ) thể hiện đối tượng mà động tác trực tiếp ảnh hưởng đến.

- **계속 (phó từ)** : 끊이지 않고 잇따라.
  liên tục
  Tiếp tục và không bị ngắt quãng.

- **틀다 (động từ)** : 수도와 같은 장치를 작동시켜 물이 나오게 하다.
  mở, vặn
  Tác động vào các chi tiết như vòi nước làm cho nước chảy ra.

- **-어 놓다** : 앞의 말이 나타내는 행동을 끝내고 그 결과를 유지함을 나타내는 표현.
  sẵn, đâu vào đấy
  Cấu trúc thể hiện việc kết thúc hành động mà từ ngữ phía trước thể hiện và duy trì kết quả ấy.

• -은 채 : 앞의 말이 나타내는 어떤 행위를 한 상태 그대로 있음을 나타내는 표현.
trong tình trạng, để nguyên, giữ nguyên
Cấu trúc thể hiện vẫn còn nguyên trạng thái đã thực hiện hành vi nào đó mà vế trước thể hiện.

• 설거지 (danh từ) : 음식을 먹고 난 뒤에 그릇을 씻어서 정리하는 일.
việc rửa chén bát
Việc rửa chén bát và sắp xếp lại sau khi ăn xong.

• 를 : 동작이 직접적으로 영향을 미치는 대상을 나타내는 조사.
Không có từ tương ứng
Trợ từ (tiểu từ) thể hiện đối tượng mà động tác gây ảnh hưởng trực tiếp.

• 하다 (động từ) : 어떤 행동이나 동작, 활동 등을 행하다.
làm, tiến hành
Thực hiện hành động hay động tác, hoạt động nào đó.

• -지 말다 : 앞의 말이 나타내는 행동을 하지 못하게 함을 나타내는 표현.
đừng
Cấu trúc thể hiện việc không cho thực hiện hành động mà từ ngữ phía trước thể hiện.

• -세요 : (두루높임으로) 설명, 의문, 명령, 요청의 뜻을 나타내는 종결 어미.
... không?, hãy
(cách nói kính trọng phổ biến) Vĩ tố kết thúc câu thể hiện nghĩa giải thích, nghi vấn, mệnh lệnh, yêu cầu. <sự ra lệnh>

방금 잠그(잠ㄱ)+았+어요.
잠갔어요

앞+으로+는 헹구+[ㄹ 때]+만 물+을 틀+[어 놓]+을게요.
헹굴 때만

• 방금 (phó từ) : 말하고 있는 시점보다 바로 조금 전에.
vừa mới, vừa nãy, hồi nãy, khi nãy, ban nãy
Ngay trước thời điểm nói một chút.

• 잠그다 (động từ) : 물, 가스 등이 나오지 않도록 하다.
khóa, tắt
Ngưng cung cấp ga, nước hay điện.

• -았- : 어떤 사건이 과거에 완료되었거나 그 사건의 결과가 현재까지 지속되는 상황을 나타내는 어미.
  đã
  Vĩ tố thể hiện tình huống mà sự kiện nào đó đã hoàn thành trong quá khứ hoặc kết quả của sự kiện đó được tiếp tục đến hiện tại.

• -어요 : (두루높임으로) 어떤 사실을 서술하거나 질문, 명령, 권유함을 나타내는 종결 어미.
  không?, hãy, hãy cùng
  (cách nói kính trọng phổ biến) Vĩ tố kết thúc câu thể hiện sự tường thuật sự việc nào đó hay nghi vấn, mệnh lệnh, đề nghị.

• **앞 (danh từ)** : 다가올 시간.
  trước mắt
  Thời gian đang đến gần.

• 으로 : 시간을 나타내는 조사.
  Không có từ tương ứng
  Trợ từ thể hiện thời gian.

• 는 : 어떤 대상이 다른 것과 대조됨을 나타내는 조사.
  Không có từ tương ứng
  Trợ từ (tiểu từ) thể hiện việc đối tượng nào đó được đối chiếu với đôi tượng khác.

• **헹구다 (động từ)** : 깨끗한 물에 넣어 비눗물이나 더러운 때가 빠지도록 흔들어 씻다.
  tráng rửa
  Đặt ở dưới nước sạch, lắc lắc và rửa để cho sạch hết vết bẩn hoặc nước xà phòng.

• -ㄹ 때 : 어떤 행동이나 상황이 일어나는 동안이나 그 시기 또는 그러한 일이 일어난 경우를 나타내는 표현.
  khi, lúc, hồi
  Cấu trúc thể hiện khoảng thời gian hay thời kì mà hành động hay tình huống nào đó xảy ra hoặc trường hợp mà việc như vậy xảy ra.

• 만 : 다른 것은 제외하고 어느 것을 한정함을 나타내는 조사.
  chỉ
  Trợ từ thể hiện sự loại trừ cái khác và hạn định cái nào đó.

• **물 (danh từ)** : 강, 호수, 바다, 지하수 등에 있으며 순수한 것은 빛깔, 냄새, 맛이 없고 투명한 액체.
  nước
  Chất lỏng trong suốt, không màu, không mùi, không vị có ở sông, hồ, biển, nước ngầm...

• 을 : 동작이 직접적으로 영향을 미치는 대상을 나타내는 조사.
  Không có từ tương ứng
  Trợ từ (tiểu từ) thể hiện đối tượng mà động tác trực tiếp ảnh hưởng đến.

• **틀다 (động từ)** : 수도와 같은 장치를 작동시켜 물이 나오게 하다.
mở, vặn
Tác động vào các chi tiết như vòi nước làm cho nước chảy ra.

• **-어 놓다** : 앞의 말이 나타내는 행동을 끝내고 그 결과를 유지함을 나타내는 표현.
sẵn, đâu vào đấy
Cấu trúc thể hiện việc kết thúc hành động mà từ ngữ phía trước thể hiện và duy trì kết quả ấy.

• **-을게요** : (두루높임으로) 말하는 사람이 어떤 행동을 할 것을 듣는 사람에게 약속하거나 의지를 나타내는 표현.
sẽ
(cách nói kính trọng phổ biến) Cấu trúc mà người nói thể hiện ý định hoặc hứa hẹn với người nghe sẽ thực hiện hành động nào đó.

< 대화(sự đối thoại) > - 87

작년에 갔던 그 바닷가에 또 가고 싶다.
장녀네 갇떤 그 바닫까에 또 가고 십따.
jangnyeone gatdeon geu badatgae tto gago sipda.

나도 그래. 그때 우리 참 재밌게 놀았었지.
나도 그래. 그때 우리 참 재믿께 노라썯찌.
nado geurae. geuttae uri cham jaemitge norasseotji.

< 설명(việc giải thích) / 번역(việc biên dịch) >

작년+에 가+았던 그 바닷가+에 또 가+[고 싶]+다.
          갔던

• 작년 (danh từ) : 지금 지나가고 있는 해의 바로 전 해.
  năm trước
  Năm ngay trước năm mà bây giờ đang trôi qua.

• 에 : 앞말이 시간이나 때임을 나타내는 조사.
  vào lúc
  Trợ từ (tiểu từ) thể hiện từ ngữ phía trước là thời gian hoặc thời điểm.

• 가다 (động từ) : 한 곳에서 다른 곳으로 장소를 이동하다.
  đi
  Di chuyển địa điểm từ một nơi sang nơi khác.

• -았던 : 과거의 사건이나 상태를 다시 떠올리거나 그 사건이나 상태가 완료되지 않고 중단되었다는 의
         미를 나타내는 표현.
  đã, từng, vốn
  Cấu trúc thể hiện nghĩa nhớ lại sự kiện hay trạng thái trong quá khứ hoặc sự kiện hay
  trạng thái đó không được hoàn thành và bị chấm dứt giữa chừng.

• 그 (định từ) : 듣는 사람에게 가까이 있거나 듣는 사람이 생각하고 있는 대상을 가리킬 때 쓰는 말.
  đó, đấy
  Từ dùng khi chỉ đối tượng ở gần với người nghe hay đối tượng mà người nghe đang nghĩ
  đến.

• 바닷가 (danh từ) : 바다와 육지가 맞닿은 곳이나 그 근처.
bờ biển
Nơi biển và đất liền chạm sát hay gần đó.

• 에 : 앞말이 목적지이거나 어떤 행위의 진행 방향임을 나타내는 조사.
đến, tới
Trợ từ (tiểu từ) thể hiện từ ngữ phía trước là đích đến hoặc là hướng diễn tiến của hành động nào đó.

• 또 (phó từ) : 어떤 일이나 행동이 다시.
lại
Sự việc hay hành động nào đó lại (như thế nào đó)

• 가다 (động từ) : 한 곳에서 다른 곳으로 장소를 이동하다.
đi
Di chuyển địa điểm từ một nơi sang nơi khác.

• -고 싶다 : 앞의 말이 나타내는 행동을 하기를 원함을 나타내는 표현.
muốn
Cấu trúc thể hiện muốn thực hiện hành động mà từ ngữ phía trước thể hiện.

• -다 : (아주낮춤으로) 어떤 사건이나 사실, 상태를 서술함을 나타내는 종결 어미.
Không có từ tương ứng
(cách nói rất hạ thấp) Vĩ tố kết thúc câu thể hiện sự trần thuật sự kiện, sự việc hay trạng thái nào đó.

나+도 그렇+어.
    그래

그때 우리 참 재밌+게 놀+았었+지.

• 나 (đại từ) : 말하는 사람이 친구나 아랫사람에게 자기를 가리키는 말.
tôi, mình, anh, chị...
Từ mà người nói dùng để chỉ bản thân mình khi nói với người dưới hoặc bạn bè.

• 도 : 이미 있는 어떤 것에 다른 것을 더하거나 포함함을 나타내는 조사.
cũng
Trợ từ thể hiện sự thêm vào hoặc bao gồm cái khác vào cái nào đó đã có sẵn.

• 그렇다 (Tính từ) : 상태, 모양, 성질 등이 그와 같다.
cũng vậy, cũng thế, như vậy, như thế
Trạng thái, hình dạng, tính chất... giống như thế.

• -어 : (두루낮춤으로) 어떤 사실을 서술하거나 물음, 명령, 권유를 나타내는 종결 어미.
　hả?, đi, ta hãy
　(cách nói hạ thấp phổ biến) Vĩ tố kết thúc câu thể hiện sự tường thuật sự việc nào đó,
　nghi vấn, mệnh lệnh, khuyên nhủ. **<sự tường thuật>**

• 그때 **(danh từ)** : 앞에서 이야기한 어떤 때.
　lúc đó, khi đó
　Thời điểm đã được nói đến trước đó.

• 우리 **(đại từ)** : 말하는 사람이 자기와 듣는 사람 또는 이를 포함한 여러 사람들을 가리키는 말.
　chúng ta
　Từ chỉ nhiều người bao gồm cả người nói và người nghe.

• 참 **(phó từ)** : 사실이나 이치에 조금도 어긋남이 없이 정말로.
　thật sự, quả thật, quả thực, quả là, đúng là
　Thực sự không lệch so với sự thật hay lẽ phải chút nào.

• 재밌다 **(Tính từ)** : 즐겁고 유쾌한 느낌이 있다.
　thú vị
　Có cảm giác vui vẻ và sảng khoái.

• -게 : 앞의 말이 뒤에서 가리키는 일의 목적이나 결과, 방식, 정도 등이 됨을 나타내는 연결 어미.
　để, nhằm
　Vĩ tố liên kết thể hiện vế trước trở thành mục đích hay kết quả, phương thức, mức độ của
　sự việc chỉ ra ở sau.

• 놀다 **(động từ)** : 놀이 등을 하면서 재미있고 즐겁게 지내다.
　chơi, chơi đùa
　Chơi trò chơi... một cách vui vẻ thú vị.

• -았었- : 현재와 비교하여 다르거나 현재로 이어지지 않는 과거의 사건을 나타내는 어미.
　đã
　Vĩ tố thể hiện sự kiện trong quá khứ đã khác so với hiện tại hoặc không được tiếp nối
　đến hiện tại.

• -지 : (두루낮춤으로) 말하는 사람이 듣는 사람이 이미 알고 있다고 생각하는 것을 확인하며 말할 때 쓰
　　는 종결 어미.
　nhỉ
　(cách nói hạ thấp phổ biến) Vĩ tố kết thúc câu dùng khi xác nhận điều mà người nói nghĩ
　rằng người nghe đã biết.

< 대화(sự đối thoại) > - 88

계속 돌아다녔더니 배고프다. 점심은 뭘 먹을까?
계속 도라다녇떠니 배고프다. 점시믄 뭘 머글까?
gesok doradanyeotdeoni baegopeuda. jeomsimeun mwol meogeulkka?

전주에 왔으면 비빔밥을 먹어야지.
전주에 와쓰면 비빔빠블 머거야지.
jeonjue wasseumyeon bibimbabeul meogeoyaji.

< 설명(việc giải thích) / 번역(việc biên dịch) >

계속 돌아다니+었더니 배고프+다.
　　　 돌아다녔더니

점심+은 뭐+를 먹+을까?
　　　　 뭘

• 계속 (phó từ) : 끊이지 않고 잇따라.
　liên tục
　Tiếp tục và không bị ngắt quãng.

• 돌아다니다 (động từ) : 여기저기를 두루 다니다.
　đi loanh quanh
　Đi khắp chỗ này chỗ nọ.

• -었더니 : 과거의 사실이나 상황이 뒤에 오는 말의 원인이나 이유가 됨을 나타내는 표현.
　đã··· nên···
　Cấu trúc thể hiện sự việc hay tình huống trong quá khứ trở thành lí do hay nguyên nhân của vế sau.

• 배고프다 (Tính từ) : 배 속이 빈 것을 느껴 음식이 먹고 싶다.
　đói bụng
　Cảm thấy trong bụng trống rỗng nên muốn ăn thức ăn.

• -다 : (아주낮춤으로) 어떤 사건이나 사실, 상태를 서술함을 나타내는 종결 어미.

Không có từ tương ứng

(cách nói rất hạ thấp) Vĩ tố kết thúc câu thể hiện sự trần thuật sự kiện, sự việc hay trạng thái nào đó.

• 점심 (danh từ) : 아침과 저녁 식사 중간에, 낮에 하는 식사.

bữa trưa

Bữa ăn vào ban ngày giữa bữa tối và bữa sáng.

• 은 : 문장 속에서 어떤 대상이 화제임을 나타내는 조사.

Không có từ tương ứng

Trợ từ (tiểu từ) thể hiện việc đối tượng nào đó là chủ đề câu chuyện trong câu.

• 뭐 (đại từ) : 모르는 사실이나 사물을 가리키는 말.

cái gì đó, điều gì đấy

Từ chỉ sự việc hay sự vật không biết được.

• 를 : 동작이 직접적으로 영향을 미치는 대상을 나타내는 조사.

Không có từ tương ứng

Trợ từ (tiểu từ) thể hiện đối tượng mà động tác gây ảnh hưởng trực tiếp.

• 먹다 (động từ) : 음식 등을 입을 통하여 배 속에 들여보내다.

ăn

Cho thức ăn… vào trong bụng qua đường miệng.

• -을까 : (두루낮춤으로) 듣는 사람의 의사를 물을 때 쓰는 종결 어미.

nhé, nhá

(cách nói hạ thấp phổ biến) Vĩ tố kết thúc câu dùng khi hỏi ý kiến của đối phương.

전주+에 오+았으면 비빔밥+을 먹+어야지.
왔으면

• 전주 (danh từ) : 한국의 전라북도 중앙부에 있는 시. 전라북도의 도청 소재지이며, 창호지, 장판지의 생산과 전주비빔밥 등으로 유명하다.

Jeonju

Thành phố ở miền Trung tỉnh Jeol-la-buk-do của Hàn Quốc, nơi đặt trụ sở ủy ban nhân dân tỉnh Jeol-la- buk-do và nổi tiếng về món cơm trộn jeon-ju bi-bim-pap và sản xuất giấy tấm lát nền, giấy dán cửa chang-ho-ji.

• 에 : 앞말이 목적지이거나 어떤 행위의 진행 방향임을 나타내는 조사.

đến, tới

Trợ từ (tiểu từ) thể hiện từ ngữ phía trước là đích đến hoặc là hướng diễn tiến của hành động nào đó.

- 오다 (động từ) : 가고자 하는 곳에 이르다.
  đến nơi
  Đạt tới nơi định đi tới.

- -았으면 : 앞의 말이 나타내는 과거의 상황이 뒤의 내용의 조건이 됨을 나타내는 표현.
  nếu đã... thì...
  Cấu trúc thể hiện tình huống của quá khứ mà vế trước thể hiện trở thành điều kiện của nội dung sau.

- 비빔밥 (danh từ) : 고기, 버섯, 계란, 나물 등에 여러 가지 양념을 넣고 비벼 먹는 밥.
  bibimbap; món cơm trộn
  Cơm cho một số loại gia vị vào thịt, nấm, trứng, rau và trộn ăn.

- 을 : 동작이 직접적으로 영향을 미치는 대상을 나타내는 조사.
  Không có từ tương ứng
  Trợ từ (tiểu từ) thể hiện đối tượng mà động tác trực tiếp ảnh hưởng đến.

- 먹다 (động từ) : 음식 등을 입을 통하여 배 속에 들여보내다.
  ăn
  Cho thức ăn… vào trong bụng qua đường miệng.

- -어야지 : (두루낮춤으로) 말하는 사람의 결심이나 의지를 나타내는 종결 어미.
  phải ... chứ
  (cách nói hạ thấp phổ biến) Vĩ tố kết thúc câu thể hiện quyết tâm hay ý chí của người nói.

< 대화(sự đối thoại) > - 89

내일이 소풍인데 비가 너무 많이 오네.
내이리 소풍인데 비가 너무 마니 오네.
naeiri sopunginde biga neomu mani one.

그러게. 내일은 날씨가 맑았으면 좋겠다.
그러게. 내이른 날씨가 말가쓰면 조켇따.
geureoge. naeireun nalssiga malgasseumyeon joketda.

< 설명(việc giải thích) / 번역(việc biên dịch) >

내일+이 <u>소풍+이+ㄴ데</u> 비+가 너무 많이 오+네.
소풍인데

• **내일 (danh từ)** : 오늘의 다음 날.
ngày mai
Ngày sau hôm nay.

• **이** : 어떤 상태나 상황의 대상이나 동작의 주체를 나타내는 조사.
Không có từ tương ứng
Trợ từ (tiểu từ) thể hiện chủ thể của động tác hoặc đối tượng của trạng thái hay tình huống nào đó.

• **소풍 (danh từ)** : 경치를 즐기거나 놀이를 하기 위하여 야외에 나갔다 오는 일.
cắm trại, dã ngoại
Việc đi dã ngoại để ngắm cảnh hoặc chơi trò chơi.

• **이다** : 주어가 지시하는 대상의 속성이나 부류를 지정하는 뜻을 나타내는 서술격 조사.
nào là
Trợ từ vị cách thể hiện sự liệt kê các sự vật đồng thời liên kết theo quan hệ đẳng lập.

• **-ㄴ데** : 뒤의 말을 하기 위하여 그 대상과 관련이 있는 상황을 미리 말함을 나타내는 연결 어미.
Không có từ tương ứng
Vĩ tố liên kết thể hiện việc nói trước tình huống có liên quan đến đối tượng nhằm thực hiện điều phía sau

- 비 (danh từ) : 높은 곳에서 구름을 이루고 있던 수증기가 식어서 뭉쳐 떨어지는 물방울.
  hạt mưa
  Giọt nước rơi từ trên cao do hơi nước tạo thành mây, nguội đi ngưng tụ lại.

- 가 : 어떤 상태나 상황에 놓인 대상이나 동작의 주체를 나타내는 조사.
  Không có từ tương ứng
  Trợ từ (tiểu từ) thể hiện chủ thể của động tác hoặc đối tượng được đặt trong trạng thái hay tình huống nào đó.

- 너무 (phó từ) : 일정한 정도나 한계를 훨씬 넘어선 상태로.
  quá
  Ở trạng thái vượt giới hạn hay mức độ nhất định rất nhiều.

- 많이 (phó từ) : 수나 양, 정도 등이 일정한 기준보다 넘게.
  nhiều
  Số, lượng hay mức độ vượt tiêu chuẩn nhất định.

- 오다 (động từ) : 비, 눈 등이 내리거나 추위 등이 닥치다.
  rơi, kéo đến
  Hiện tượng thời tiết như mưa hay tuyết xuất hiện hoặc cái lạnh ập đến.

- -네 : (아주낮춤으로) 지금 깨달은 일에 대하여 말함을 나타내는 종결 어미.
  hóa ra, thì ra
  (cách nói rất hạ thấp) Vĩ tố kết thúc câu thể hiện sự nói về việc mà bây giờ mới nhận ra.

그러게.

내일+은 날씨+가 맑+[았으면 좋겠]+다.

- 그러게 (từ cảm thán) : 상대방의 말에 찬성하거나 동의하는 뜻을 나타낼 때 쓰는 말.
  đúng vậy, đúng thế
  Từ dùng khi thể hiện ý đồng ý hay tán thành lời của đối phương.

- 내일 (danh từ) : 오늘의 다음 날.
  ngày mai
  Ngày sau hôm nay.

- 은 : 어떤 대상이 다른 것과 대조됨을 나타내는 조사.
  thì
  Trợ từ (tiểu từ) thể hiện việc đối tượng nào đó được đối chiếu với đối tượng khác.

• 날씨 (danh từ) : 그날그날의 기온이나 공기 중에 비, 구름, 바람, 안개 등이 나타나는 상태.
thời tiết
Trạng thái mà mưa, mây, gió, sương mù xuất hiện trong không khí hay nhiệt độ của ngày hôm đó.

• 가 : 어떤 상태나 상황에 놓인 대상이나 동작의 주체를 나타내는 조사.
Không có từ tương ứng
Trợ từ (tiểu từ) thể hiện chủ thể của động tác hoặc đối tượng được đặt trong trạng thái hay tình huống nào đó.

• 맑다 (Tính từ) : 구름이나 안개가 끼지 않아 날씨가 좋다.
trong xanh, quang đãng
Thời tiết tốt không có mây hay sương mù che phủ.

• -았으면 좋겠다 : 말하는 사람의 소망이나 바람을 나타내거나 현실과 다르게 되기를 바라는 것을 나타내는 표현.
nếu... thì tốt, ước gì...
Cấu trúc thể hiện mong muốn hay nguyện vọng của người nói hoặc mong trở nên khác với hiện thực.

• -다 : (아주낮춤으로) 어떤 사건이나 사실, 상태를 서술함을 나타내는 종결 어미.
Không có từ tương ứng
(cách nói rất hạ thấp) Vĩ tố kết thúc câu thể hiện sự trần thuật sự kiện, sự việc hay trạng thái nào đó.

< 대화(sự đối thoại) > - 90

교수님, 오늘 수업 내용에 대한 질문이 있습니다.
교수님, 오늘 수업 내용에 대한 질무니 읻씀니다.
gyosunim, oneul sueop naeyonge daehan jilmuni itseumnida.

이해가 안 되는 부분이 있으면 편하게 얘기하세요.
이해가 안 되는 부부니 이쓰면 편하게 얘기하세요.
ihaega an doeneun bubuni isseumyeon pyeonhage yaegihaseyo.

< 설명(việc giải thích) / 번역(việc biên dịch) >

교수+님, 오늘 수업 내용+[에 대한] 질문+이 있+습니다.

- 교수 (danh từ) : 대학에서 학문을 연구하고 가르치는 일을 하는 사람. 또는 그 직위.
  giáo sư
  Người làm công tác nghiên cứu khoa học và giảng dạy ở trường đại học. Hoặc chức vụ như thế.

- 님 : '높임'의 뜻을 더하는 접미사.
  ngài
  Hậu tố thêm nghĩa 'kính trọng'.

- 오늘 (danh từ) : 지금 지나가고 있는 이날.
  ngày hôm nay, hôm nay
  Ngày đang trải qua bây giờ.

- 수업 (danh từ) : 교사가 학생에게 지식이나 기술을 가르쳐 줌.
  sự dạy học, sự giảng dạy
  Việc giảng viên dạy kiến thức hay kỹ thuật cho học sinh.

- 내용 (danh từ) : 사물이나 일의 속을 이루는 사정이나 형편.
  nội dung
  Sự tình hay tình hình tạo nên cái bên trong của công việc hay sự vật.

- 에 대한 : 뒤에 오는 명사를 수식하며 앞에 오는 명사를 뒤에 오는 명사의 대상으로 함을 나타내는 표현.

  đối với, về

  Cấu trúc thể hiện việc lấy danh từ đứng trước làm đối tượng của danh từ đứng sau và bổ nghĩa cho danh từ đứng sau.

- 질문 (danh từ) : 모르는 것이나 알고 싶은 것을 물음.

  việc hỏi, việc chất vấn, câu hỏi

  Việc hỏi điều mà mình không biết hay điều muốn biết.

- 이 : 어떤 상태나 상황의 대상이나 동작의 주체를 나타내는 조사.

  Không có từ tương ứng

  Trợ từ (tiểu từ) thể hiện chủ thể của động tác hoặc đối tượng của trạng thái hay tình huống nào đó.

- 있다 (Tính từ) : 사실이나 현상이 존재하다.

  có

  Hiện tượng hay sự thật tồn tại.

- -습니다 : (아주높임으로) 현재의 동작이나 상태, 사실을 정중하게 설명함을 나타내는 종결 어미.

  Không có từ tương ứng

  (cách nói rất kính trọng) Vĩ tố kết thúc câu thể hiện sự thuyết minh động tác, trạng thái hay sự việc ở hiện tại một cách trịnh trọng.

이해+가 안 되+는 부분+이 있+으면 편하+게 얘기하+세요.

- 이해 (danh từ) : 무엇을 깨달아 앎. 또는 잘 알아서 받아들임.

  sự hiểu ra

  Sự nhận ra biết được điều gì đó. Hoặc biết rõ nên tiếp nhận.

- 가 : 바뀌게 되는 대상이나 부정하는 대상임을 나타내는 조사.

  Không có từ tương ứng

  Trợ từ (tiểu từ) thể hiện đối tượng được biến đổi hoặc đối tượng phủ định.

- 안 (phó từ) : 부정이나 반대의 뜻을 나타내는 말.

  không

  Từ thể hiện nghĩa phủ định hay phản đối.

- 되다 (động từ) : 어떠한 심리적인 상태에 있다.

  được, trở nên

  Ở một trạng thái tâm lí nào đó.

- **-는** : 앞의 말이 관형어의 기능을 하게 만들고 사건이나 동작이 현재 일어남을 나타내는 어미.
  mà
  Vĩ tố làm cho từ ngữ phía trước có chức năng định ngữ và thể hiện sự kiện hay động tác xảy ra ở hiện tại.

- **부분 (danh từ)** : 전체를 이루고 있는 작은 범위. 또는 전체를 여러 개로 나눈 것 가운데 하나.
  bộ phận, phần
  Phạm vi nhỏ tạo nên tổng thể. Hoặc một trong tổng thể được chia ra thành nhiều cái.

- **이** : 어떤 상태나 상황의 대상이나 동작의 주체를 나타내는 조사.
  Không có từ tương ứng
  Trợ từ (tiểu từ) thể hiện chủ thể của động tác hoặc đối tượng của trạng thái hay tình huống nào đó.

- **있다 (Tính từ)** : 사실이나 현상이 존재하다.
  có
  Hiện tượng hay sự thật tồn tại.

- **-으면** : 뒤에 오는 말에 대한 근거나 조건이 됨을 나타내는 연결 어미.
  nếu như... thì...
  Vĩ tố liên kết thể hiện trở thành căn cứ hay điều kiện đối với vế sau.

- **편하다 (Tính từ)** : 몸이나 마음이 괴롭지 않고 좋다.
  thoải mái
  Cơ thể hay tâm trạng không phiền toái mà tốt đẹp.

- **-게** : 앞의 말이 뒤에서 가리키는 일의 목적이나 결과, 방식, 정도 등이 됨을 나타내는 연결 어미.
  để, nhằm
  Vĩ tố liên kết thể hiện vế trước trở thành mục đích hay kết quả, phương thức, mức độ của sự việc chỉ ra ở sau.

- **얘기하다 (động từ)** : 어떠한 사실이나 상태, 현상, 경험, 생각 등에 관해 누군가에게 말을 하다.
  nói chuyện, kể chuyện
  Nói cho ai đó về sự việc, trạng thái, hiện tượng, kinh nghiệm hay suy nghĩ…. nào đó.

- **-세요** : (두루높임으로) 설명, 의문, 명령, 요청의 뜻을 나타내는 종결 어미.
  ... không?, hãy
  (cách nói kính trọng phổ biến) Vĩ tố kết thúc câu thể hiện nghĩa giải thích, nghi vấn, mệnh lệnh, yêu cầu. **<sự ra lệnh>**

< 대화(sự đối thoại) > - 91

어디 아프니? 안색이 안 좋아 보여.
어디 아프니? 안새기 안 조아 보여.
어디 아프니? 안색이 안 좋아 보여.

배가 고파서 빵을 급하게 먹었더니 체한 것 같아요.
배가 고파서 빵을 그파게 머걷떠니 체한 걷 가타요.
baega gopaseo ppangeul geupage meogeotdeoni chehan geot gatayo.

< 설명(việc giải thích) / 번역(việc biên dịch) >

어디 아프+니?

안색+이 안 좋+[아 보이]+어.
            좋아 보여

- 어디 (đại từ) : 모르는 곳을 가리키는 말.
  đâu đó
  Từ chỉ nơi không biết.

- 아프다 (Tính từ) : 다치거나 병이 생겨 통증이나 괴로움을 느끼다.
  đau
  Cảm nhận chứng đau hoặc khổ sở vì bị thương hoặc bị bệnh.

- -니 : (아주낮춤으로) 물음을 나타내는 종결 어미.
  …hả?
  (cách nói rất hạ thấp) Vĩ tố kết thúc câu thể hiện câu hỏi.

- 안색 (danh từ) : 얼굴에 나타나는 표정이나 빛깔.
  sắc mặt
  Vẻ mặt hoặc sắc thái thể hiện trên khuôn mặt.

- 이 : 어떤 상태나 상황의 대상이나 동작의 주체를 나타내는 조사.
  Không có từ tương ứng
  Trợ từ (tiểu từ) thể hiện chủ thể của động tác hoặc đối tượng của trạng thái hay tình huống nào đó.

- 안 (phó từ) : 부정이나 반대의 뜻을 나타내는 말.
không
Từ thể hiện nghĩa phủ định hay phản đối.

- 좋다 (Tính từ) : 신체적 조건이나 건강 상태 등이 보통보다 낫다.
tốt, khỏe
Điều kiện cơ thể hay trạng thái sức khỏe... tốt hơn bình thường.

- -아 보이다 : 겉으로 볼 때 앞의 말이 나타내는 것처럼 느껴지거나 추측됨을 나타내는 표현.
trông, trông có vẻ
Cấu trúc thể hiện việc được suy đoán hay được cảm thấy như điều mà từ ngữ phía trước thể hiện khi quan sát bề ngoài.

- -어 : (두루낮춤으로) 어떤 사실을 서술하거나 물음, 명령, 권유를 나타내는 종결 어미.
hả?, đi, ta hãy
(cách nói hạ thấp phổ biến) Vĩ tố kết thúc câu thể hiện sự tường thuật sự việc nào đó, nghi vấn, mệnh lệnh, khuyên nhủ. <sự tường thuật>

배+가 고파(고프)+아서 빵+을 급하+게 먹+었더니 체하+[ㄴ 것 같]+아요.
고파서   체한 것 같아요

- 배 (danh từ) : 사람이나 동물의 몸에서 음식을 소화시키는 위장, 창자 등의 내장이 있는 곳.
bụng, ổ bụng
Nơi có nội tạng để tiêu hóa thức ăn như dạ dày, ruột…, trong cơ thể người hay động vật.

- 가 : 어떤 상태나 상황에 놓인 대상이나 동작의 주체를 나타내는 조사.
Không có từ tương ứng
Trợ từ (tiểu từ) thể hiện chủ thể của động tác hoặc đối tượng được đặt trong trạng thái hay tình huống nào đó.

- 고프다 (Tính từ) : 뱃속이 비어 음식을 먹고 싶다.
đói bụng
Đói bụng và thèm ăn.

- -아서 : 이유나 근거를 나타내는 연결 어미.
nên
Vĩ tố liên kết thể hiện lý do hay căn cứ.

- 빵 (danh từ) : 밀가루를 반죽하여 발효시켜 찌거나 구운 음식.
bánh mì
Thức ăn làm bằng cách nhào bột mì rồi làm lên men và nướng hoặc hấp.

• 을 : 동작이 직접적으로 영향을 미치는 대상을 나타내는 조사.
  Không có từ tương ứng
  Trợ từ (tiểu từ) thể hiện đối tượng mà động tác trực tiếp ảnh hưởng đến.

• **급하다 (Tính từ)** : 시간적 여유 없이 일을 서둘러 매우 빠르다.
  gấp gáp, vội vã
  Vội vã làm việc rất nhanh chóng, không có nhiều thời gian,.

• -게 : 앞의 말이 뒤에서 가리키는 일의 목적이나 결과, 방식, 정도 등이 됨을 나타내는 연결 어미.
  để, nhằm
  Vĩ tố liên kết thể hiện vế trước trở thành mục đích hay kết quả, phương thức, mức độ của sự việc chỉ ra ở sau.

• **먹다 (động từ)** : 음식 등을 입을 통하여 배 속에 들여보내다.
  ăn
  Cho thức ăn… vào trong bụng qua đường miệng.

• -었더니 : 과거의 사실이나 상황이 뒤에 오는 말의 원인이나 이유가 됨을 나타내는 표현.
  đã… nên…
  Cấu trúc thể hiện sự việc hay tình huống trong quá khứ trở thành lí do hay nguyên nhân của vế sau.

• **체하다 (động từ)** : 먹은 음식이 잘 소화되지 않아 배 속에 답답하게 남아 있다.
  đầy bụng, khó tiêu
  Thức ăn đã ăn không tiêu hóa được và gây khó chịu trong dạ dày.

• -ㄴ 것 같다 : 추측을 나타내는 표현.
  chắc là, có lẽ
  Cấu trúc thể hiện sự suy đoán.

• -아요 : (두루높임으로) 어떤 사실을 서술하거나 질문, 명령, 권유함을 나타내는 종결 어미.
  không?, hãy, hãy cùng
  (cách nói kính trọng phổ biến) Vĩ tố kết thúc câu thể hiện sự tường thuật sự việc nào đó hoặc nghi vấn, mệnh lệnh, khuyến nghị. **<sự tường thuật>**

< 대화(sự đối thoại) > - 92

배가 좀 아픈데 우리 잠깐 쉬었다 가자.
배가 좀 아픈데 우리 잠깐 쉬얻따 가자.
baega jom apeunde uri jamkkan swieotda gaja.

음식을 먹은 다음에 바로 운동을 해서 그런가 보다.
음시글 머근 다으메 바로 운동을 해서 그런가 보다.
eumsigeul meogeun daeume baro undongeul haeseo geureonga boda.

< 설명(việc giải thích) / 번역(việc biên dịch) >

배+가 좀 <u>아프+ㄴ데</u> 우리 잠깐 쉬+었+다 가+자.
아픈데

- **배 (danh từ)** : 사람이나 동물의 몸에서 음식을 소화시키는 위장, 창자 등의 내장이 있는 곳.
  bụng, ổ bụng
  Nơi có nội tạng để tiêu hóa thức ăn như dạ dày, ruột…, trong cơ thể người hay động vật.

- **가** : 어떤 상태나 상황에 놓인 대상이나 동작의 주체를 나타내는 조사.
  Không có từ tương ứng
  Trợ từ (tiểu từ) thể hiện chủ thể của động tác hoặc đối tượng được đặt trong trạng thái hay tình huống nào đó.

- **좀 (phó từ)** : 분량이나 정도가 적게.
  một chút, một ít
  Số lượng hay mức độ ít.

- **아프다 (Tính từ)** : 다치거나 병이 생겨 통증이나 괴로움을 느끼다.
  đau
  Cảm nhận chứng đau hoặc khổ sở vì bị thương hoặc bị bệnh.

- **-ㄴ데** : 뒤의 말을 하기 위하여 그 대상과 관련이 있는 상황을 미리 말함을 나타내는 연결 어미.
  Không có từ tương ứng
  Vĩ tố liên kết thể hiện việc nói trước tình huống có liên quan đến đối tượng nhằm thực hiện điều phía sau

• 우리 (đại từ) : 말하는 사람이 자기와 듣는 사람 또는 이를 포함한 여러 사람들을 가리키는 말.
chúng ta
Từ chỉ nhiều người bao gồm cả người nói và người nghe.

• 잠깐 (phó từ) : 아주 짧은 시간 동안에.
trong chốc lát, một chốc, một lát
Trong khoảng thời gian rất ngắn.

• 쉬다 (động từ) : 피로를 없애기 위해 몸을 편안하게 하다.
nghỉ ngơi
Làm cho cơ thể thoải mái để trút bỏ mệt mỏi.

• -었- : 어떤 사건이 과거에 완료되었거나 그 사건의 결과가 현재까지 지속되는 상황을 나타내는 어미.
đã
Vĩ tố thể hiện tình huống mà sự kiện nào đó đã hoàn thành trong quá khứ hoặc kết quả của sự kiện đó được tiếp tục đến hiện tại.

• -다 : 어떤 행동이나 상태 등이 중단되고 다른 행동이나 상태로 바뀜을 나타내는 연결 어미.
đang… thì...
Vĩ tố liên kết thể hiện hành động hay trạng thái nào đó bị đứt đoạn và được chuyển sang hành động hay trạng thái khác.

• 가다 (động từ) : 한 곳에서 다른 곳으로 장소를 이동하다.
đi
Di chuyển địa điểm từ một nơi sang nơi khác.

• -자 : (아주낮춤으로) 어떤 행동을 함께 하자는 뜻을 나타내는 종결 어미.
nào
(cách nói rất hạ thấp) Vĩ tố kết thúc câu thể hiện ý đề nghị cùng thực hiện hành động nào đó.

음식+을 먹+[은 다음에] 바로 운동+을 하+여서 그렇(그러)+[ㄴ가 보]+다.
해서   그런가 보다

• 음식 (danh từ) : 사람이 먹거나 마시는 모든 것.
ẩm thực, thực phẩm
Tất cả những cái mà con người ăn hay uống.

• 을 : 동작이 직접적으로 영향을 미치는 대상을 나타내는 조사.
Không có từ tương ứng
Trợ từ (tiểu từ) thể hiện đối tượng mà động tác trực tiếp ảnh hưởng đến.

• 먹다 (동사) : 음식 등을 입을 통하여 배 속에 들여보내다.
  ăn
  Cho thức ăn… vào trong bụng qua đường miệng.

• -은 다음에 : 앞에 오는 말이 가리키는 일이나 과정이 끝난 뒤임을 나타내는 표현.
  sau khi
  Cấu trúc thể hiện sau khi việc hay quá trình mà vế trước diễn đạt đã kết thúc.

• 바로 (phó từ) : 시간 차를 두지 않고 곧장.
  ngay, tức thì
  Không cách quãng mà ngay lập tức.

• 운동 (danh từ) : 몸을 단련하거나 건강을 위하여 몸을 움직이는 일.
  sự tập luyện thể thao
  Việc rèn luyện thân thể hoặc vận động cơ thể vì mục đích sức khỏe.

• 을 : 동작이 직접적으로 영향을 미치는 대상을 나타내는 조사.
  Không có từ tương ứng
  Trợ từ (tiểu từ) thể hiện đối tượng mà động tác trực tiếp ảnh hưởng đến.

• 하다 (động từ) : 어떤 행동이나 동작, 활동 등을 행하다.
  làm, tiến hành
  Thực hiện hành động hay động tác, hoạt động nào đó.

• -여서 : 이유나 근거를 나타내는 연결 어미.
  nên
  Vĩ tố liên kết thể hiện lý do hay căn cứ.

• 그렇다 (Tính từ) : 상태, 모양, 성질 등이 그와 같다.
  cũng vậy, cũng thế, như vậy, như thế
  Trạng thái, hình dạng, tính chất... giống như thế.

• -ㄴ가 보다 : 앞의 말이 나타내는 사실을 추측함을 나타내는 표현.
  hình như, dường như, có vẻ
  Cấu trúc thể hiện sự suy đoán sự việc mà từ ngữ phía trước thể hiện.

• -다 : (아주낮춤으로) 어떤 사건이나 사실, 상태를 서술함을 나타내는 종결 어미.
  Không có từ tương ứng
  (cách nói rất hạ thấp) Vĩ tố kết thúc câu thể hiện sự trần thuật sự kiện, sự việc hay trạng thái nào đó.

< 대화(sự đối thoại) > - 93

우리 저기 보이는 카페에 가서 같이 커피 마실까요?
우리 저기 보이는 카페에 가서 가치 커피 마실까요?
uri jeogi boineun kapee gaseo gachi keopi masilkkayo?

좋아요. 오늘은 제가 살게요.
조아요. 오느른 제가 살께요.
joayo. oneureun jega salgeyo.

< 설명(việc giải thích) / 번역(việc biên dịch) >

우리 저기 보이+는 카페+에 가+(아)서 같이 커피 마시+ㄹ까요?
　　　　　　　　　　　　　가서　　　　　　　마실까요

• 우리 (đại từ) : 말하는 사람이 자기와 듣는 사람 또는 이를 포함한 여러 사람들을 가리키는 말.
  chúng ta
  Từ chỉ nhiều người bao gồm cả người nói và người nghe.

• 저기 (đại từ) : 말하는 사람이나 듣는 사람으로부터 멀리 떨어져 있는 곳을 가리키는 말.
  đằng kia, chỗ đó, chỗ ấy
  Từ chỉ nơi cách xa người nói hoặc người nghe.

• 보이다 (động từ) : 눈으로 대상의 존재나 겉모습을 알게 되다.
  được thấy, được trông thấy
  Biết được sự tồn tại hay hình thái của đối tượng bằng mắt.

• -는 : 앞의 말이 관형어의 기능을 하게 만들고 사건이나 동작이 현재 일어남을 나타내는 어미.
  mà
  Vĩ tố làm cho từ ngữ phía trước có chức năng định ngữ và thể hiện sự kiện hay động tác xảy ra ở hiện tại.

• 카페 (danh từ) : 주로 커피와 차, 가벼운 간식거리 등을 파는 가게.
  quán cà phê
  Nơi chủ yếu bán những thức ăn nhẹ, trà và cà phê.

- 에 : 앞말이 목적지이거나 어떤 행위의 진행 방향임을 나타내는 조사.
  đến, tới
  Trợ từ (tiểu từ) thể hiện từ ngữ phía trước là đích đến hoặc là hướng diễn tiến của hành động nào đó.

- 가다 (động từ) : 한 곳에서 다른 곳으로 장소를 이동하다.
  đi
  Di chuyển địa điểm từ một nơi sang nơi khác.

- -아서 : 앞의 말과 뒤의 말이 순차적으로 일어남을 나타내는 연결 어미.
  rồi
  Vĩ tố liên kết thể hiện vế trước và vế sau lần lượt xảy ra.

- 같이 (phó từ) : 둘 이상이 함께.
  cùng
  Hai người trở lên cùng nhau.

- 커피 (danh từ) : 독특한 향기가 나고 카페인이 들어 있으며 약간 쓴, 커피나무의 열매로 만든 진한 갈색의 차.
  cà phê
  Trà màu nâu đậm làm bằng hạt của cây cà phê, hơi đắng, có chất cafein và có mùi hương đặc biệt.

- 마시다 (động từ) : 물 등의 액체를 목구멍으로 넘어가게 하다.
  uống
  Làm cho chất lỏng như nước... đi qua cổ họng

- -ㄹ까요 : (두루높임으로) 듣는 사람에게 의견을 묻거나 제안함을 나타내는 표현.
  nhé?
  (cách nói kính trọng phổ biến) Cấu trúc thể hiện sự đề nghị hoặc hỏi ý kiến đối với người nghe.

좋+아요.

오늘+은 제+가 사+ㄹ게요.
살게요

- 좋다 (Tính từ) : 어떤 일이나 대상이 마음에 들고 만족스럽다.
  tốt
  Đối tượng hay việc nào đó vừa lòng hay mãn nguyện.

• -아요 : (두루높임으로) 어떤 사실을 서술하거나 질문, 명령, 권유함을 나타내는 종결 어미.
không?, hãy, hãy cùng
(cách nói kính trọng phổ biến) Vĩ tố kết thúc câu thể hiện sự tường thuật sự việc nào đó hoặc nghi vấn, mệnh lệnh, khuyến nghị. **<sự tường thuật>**

• 오늘 (danh từ) : 지금 지나가고 있는 이날.
ngày hôm nay, hôm nay
Ngày đang trải qua bây giờ.

• 은 : 어떤 대상이 다른 것과 대조됨을 나타내는 조사.
thì
Trợ từ (tiểu từ) thể hiện việc đối tượng nào đó được đối chiếu với đối tượng khác.

• 제 (đại từ) : 말하는 사람이 자신을 낮추어 가리키는 말인 '저'에 조사 '가'가 붙을 때의 형태.
tôi, em, con, cháu
Hình thái khi gắn trợ từ 가 vào 저 là từ chỉ người nói hạ thấp mình.

• 가 : 어떤 상태나 상황에 놓인 대상이나 동작의 주체를 나타내는 조사.
Không có từ tương ứng
Trợ từ (tiểu từ) thể hiện chủ thể của động tác hoặc đối tượng được đặt trong trạng thái hay tình huống nào đó.

• 사다 (động từ) : 다른 사람과 함께 먹은 음식의 값을 치르다.
bao, đãi
Trả tiền thức ăn đã ăn cùng với người khác.

• -ㄹ게요 : (두루높임으로) 말하는 사람이 어떤 행동을 할 것을 듣는 사람에게 약속하거나 의지를 나타내는 표현.
sẽ
(cách nói kính trọng phổ biến) Cấu trúc mà người nói thể hiện ý định hoặc hứa hẹn với người nghe sẽ thực hiện hành động nào đó.

< 대화(sự đối thoại) > - 94

어떻게 공부를 했길래 하나도 안 틀렸어요?
어떠케 공부를 핻낄래 하나도 안 틀려써요?
eotteoke gongbureul haetgillae hanado an teullyeosseoyo?

전 그저 학교에서 배운 것을 빠짐없이 복습했을 뿐이에요.
전 그저 학꾜에서 배운 거슬 빠짐업씨 복쓰패쓸 뿌니에요.
jeon geujeo hakgyoeseo baeun geoseul ppajimeopsi bokseupaesseul ppunieyo.

< 설명(việc giải thích) / 번역(việc biên dịch) >

어떻게 공부+를 <u>하+였+길래</u> 하나+도 안 <u>틀리+었+어요</u>?
했길래   **틀렸어요**

- **어떻게 (phó từ)** : 어떤 방법으로. 또는 어떤 방식으로.
  thế nào mà, sao mà
  Bằng phương pháp nào đó. Hoặc bằng phương thức nào đó.

- **공부 (danh từ)** : 학문이나 기술을 배워서 지식을 얻음.
  việc học, sự học
  Sự thu được tri thức qua việc học hỏi kỹ thuật hay học vấn.

- **를** : 동작이 직접적으로 영향을 미치는 대상을 나타내는 조사.
  Không có từ tương ứng
  Trợ từ (tiểu từ) thể hiện đối tượng mà động tác gây ảnh hưởng trực tiếp.

- **하다 (động từ)** : 어떤 행동이나 동작, 활동 등을 행하다.
  làm, tiến hành
  Thực hiện hành động hay động tác, hoạt động nào đó.

- **-였-** : 어떤 사건이 과거에 완료되었거나 그 사건의 결과가 현재까지 지속되는 상황을 나타내는 어미.
  đã
  Vĩ tố thể hiện tình huống mà sự kiện nào đó đã hoàn thành trong quá khứ hoặc kết quả của sự kiện đó được tiếp tục đến hiện tại.

- **-길래** : 뒤에 오는 말의 원인이나 근거를 나타내는 연결 어미.
  do, vì, bởi vì
  Vĩ tố liên kết thể hiện nguyên nhân hay căn cứ của vế sau.

- 하나 (danh từ) : 전혀, 조금도.
  một chút nào
  Hoàn toàn, một chút cũng (không).

- 도 : 극단적인 경우를 들어 다른 경우는 말할 것도 없음을 나타내는 조사.
  (ngay cả, thậm chí) cũng
  Trợ từ thể hiện việc nêu lên trường hợp mang tính cực đoan, không cần phải nói tới trường hợp khác.

- 안 (phó từ) : 부정이나 반대의 뜻을 나타내는 말.
  không
  Từ thể hiện nghĩa phủ định hay phản đối.

- 틀리다 (động từ) : 계산이나 답, 사실 등이 맞지 않다.
  sai
  Phép tính, lời giải đáp hay sự thật... không đúng.

- -었- : 어떤 사건이 과거에 완료되었거나 그 사건의 결과가 현재까지 지속되는 상황을 나타내는 어미.
  đã
  Vĩ tố thể hiện tình huống mà sự kiện nào đó đã hoàn thành trong quá khứ hoặc kết quả của sự kiện đó được tiếp tục đến hiện tại.

- -어요 : (두루높임으로) 어떤 사실을 서술하거나 질문, 명령, 권유함을 나타내는 종결 어미.
  không?, hãy, hãy cùng
  (cách nói kính trọng phổ biến) Vĩ tố kết thúc câu thể hiện sự tường thuật sự việc nào đó hay nghi vấn, mệnh lệnh, đề nghị. <việc hỏi>

저+는 그저 학교+에서 배우+[ㄴ 것]+을 빠짐없이 복습하+였+[을 뿐이]+에요.
전   배운 것을   복습했을 뿐이에요

- 저 (đại từ) : 말하는 사람이 듣는 사람에게 자신을 낮추어 가리키는 말.
  em, con, cháu
  Cách người nói hạ mình để xưng hô với người nghe.

- 는 : 문장 속에서 어떤 대상이 화제임을 나타내는 조사.
  Không có từ tương ứng
  Trợ từ (tiểu từ) thể hiện việc đối tượng nào đó là chủ đề câu chuyện trong câu.

- 그저 (phó từ) : 다른 일은 하지 않고 그냥.
  chỉ có, chỉ
  Không làm việc khác mà cứ...

- **학교 (danh từ)** : 일정한 목적, 교과 과정, 제도 등에 의하여 교사가 학생을 가르치는 기관.
 trường học
 Cơ quan mà giáo viên dạy học sinh theo chế độ, chương trình giảng dạy, mục đích nhất định.

- **에서** : 앞말이 행동이 이루어지고 있는 장소임을 나타내는 조사.
 ở, tại
 Trợ từ thể hiện lời phía trước là địa điểm mà hành động nào đó được diễn ra.

- **배우다 (động từ)** : 새로운 지식을 얻다.
 học, học tập
 Tiếp nhận tri thức mới.

- **-ㄴ 것** : 명사가 아닌 것을 문장에서 명사처럼 쓰이게 하거나 '이다' 앞에 쓰일 수 있게 할 때 쓰는 표현.
 cái, thứ, điều, việc
 Cấu trúc dùng cho yếu tố không phải là danh từ có thể được dùng như danh từ trong câu, hoặc làm cho yếu tố đó có thể đứng trước '이다'.

- **을** : 동작이 직접적으로 영향을 미치는 대상을 나타내는 조사.
 Không có từ tương ứng
 Trợ từ (tiểu từ) thể hiện đối tượng mà động tác trực tiếp ảnh hưởng đến.

- **빠짐없이 (phó từ)** : 하나도 빠뜨리지 않고 다.
 không sót, không thiếu gì
 Tất cả mà không bỏ sót một cái nào cả.

- **복습하다 (động từ)** : 배운 것을 다시 공부하다.
 ôn tập
 Học lại điều đã học.

- **-였-** : 어떤 사건이 과거에 완료되었거나 그 사건의 결과가 현재까지 지속되는 상황을 나타내는 어미.
 đã
 Vĩ tố thể hiện tình huống mà sự kiện nào đó đã hoàn thành trong quá khứ hoặc kết quả của sự kiện đó được tiếp tục đến hiện tại.

- **-을 뿐이다** : 앞에 오는 말이 나타내는 상태나 상황 이외에 다른 어떤 것도 없음을 나타내는 표현.
 chỉ
 Cấu trúc thể hiện ngoài trạng thái hay tình huống mà từ ngữ phía trước thể hiện thì không có tình huống nào khác.

- **-에요** : (두루높임으로) 어떤 사실을 서술하거나 질문함을 나타내는 종결 어미.
 phải không?, là
 (cách nói kính trọng phổ biến) Vĩ tố kết thúc câu diễn đạt sự nghi vấn hay trần thuật sự việc nào đó. <sự tường thuật>

< 대화(sự đối thoại) > - 95

듣기 좋은 노래 좀 추천해 주세요.
듣끼 조은 노래 좀 추천해 주세요.
deutgi joeun norae jom chucheonhae juseyo.

신나는 노래 위주로 듣는다면 이건 어때요?
신나는 조용한 노래 위주로 든는다면 이건 어때요?
sinnaneun norae wijuro deunneundamyeon igeon eottaeyo?

< 설명(việc giải thích) / 번역(việc biên dịch) >

듣+기 좋+은 노래 좀 추천하+[여 주]+세요.
추천해 주세요

• 듣다 (động từ) : 귀로 소리를 알아차리다.
nghe
Nhận biết âm thanh bằng tai.

• -기 : 앞의 말이 명사의 기능을 하게 하는 어미.
sự, việc
Vĩ tố làm cho từ ngữ ở trước có chức năng của danh từ.

• 좋다 (Tính từ) : 어떤 것의 성질이나 내용 등이 훌륭하여 만족할 만하다.
tốt, ngon, hay, đẹp
Tính chất hay nội dung... của cái nào đó tuyệt vời và đáng hài lòng.

• -은 : 앞의 말이 관형어의 기능을 하게 만들고 현재의 상태를 나타내는 어미.
đã
Vĩ tố làm cho từ ngữ phía trước có chức năng định ngữ và thể hiện trạng thái hiện tại.

• 노래 (danh từ) : 운율에 맞게 지은 가사에 곡을 붙인 음악. 또는 그런 음악을 소리 내어 부름.
bài hát, ca khúc, việc ca hát
Âm nhạc gắn nhạc với lời ca theo âm luật. Hoặc việc cất giọng hát loại âm nhạc như vậy.

• 좀 (phó từ) : 주로 부탁이나 동의를 구할 때 부드러운 느낌을 주기 위해 넣는 말.
làm ơn
Từ thêm vào để mang lại cảm giác nhẹ nhàng chủ yếu khi nhờ vả hoặc tìm kiếm sự đồng ý.

- **추천하다 (động từ)** : 어떤 조건에 알맞은 사람이나 물건을 책임지고 소개하다.
  đề cử, tiến cử
  Chịu trách nhiệm và giới thiệu người hay vật phù hợp với điều kiện nào đó.

- **-여 주다** : 남을 위해 앞의 말이 나타내는 행동을 함을 나타내는 표현.
  giúp, hộ, giùm
  Cấu trúc thể hiện việc thực hiện hành động mà từ ngữ phía trước thể hiện vì người khác.

- **-세요** : (두루높임으로) 설명, 의문, 명령, 요청의 뜻을 나타내는 종결 어미.
  ... không?, hãy
  (cách nói kính trọng phổ biến) Vĩ tố kết thúc câu thể hiện nghĩa giải thích, nghi vấn, mệnh lệnh, yêu cầu. **<sự đề nghị>**

신나+는 노래 위주+로 듣+는다면 <u>이것(이거)+은 어떻+어요</u>?
이건   어때요

- **신나다 (động từ)** : 흥이 나고 기분이 아주 좋아지다.
  hứng khởi, hứng thú
  Có hứng và tâm trạng trở nên rất tốt.

- **-는** : 앞의 말이 관형어의 기능을 하게 만들고 사건이나 동작이 현재 일어남을 나타내는 어미.
  mà
  Vĩ tố làm cho từ ngữ phía trước có chức năng định ngữ và thể hiện sự kiện hay động tác xảy ra ở hiện tại.

- **노래 (danh từ)** : 운율에 맞게 지은 가사에 곡을 붙인 음악. 또는 그런 음악을 소리 내어 부름.
  bài hát, ca khúc, việc ca hát
  Âm nhạc gắn nhạc với lời ca theo âm luật. Hoặc việc cất giọng hát loại âm nhạc như vậy.

- **위주 (danh từ)** : 무엇을 가장 중요한 것으로 삼음.
  sự xem trọng, làm chính, lên đầu
  Việc lấy một cái gì đó làm cái quan trọng nhất.

- **로** : 어떤 일의 방법이나 방식을 나타내는 조사.
  bằng, với
  Trợ từ thể hiện phương pháp hay phương thức của việc nào đó.

- **듣다 (động từ)** : 귀로 소리를 알아차리다.
  nghe
  Nhận biết âm thanh bằng tai.

- -는다면 : 어떠한 사실이나 상황을 가정하는 뜻을 나타내는 연결 어미.
  giả sử, giả như, nếu
  Vĩ tố liên kết thể hiện nghĩa giả định sự việc hay tình huống nào đó.

- 이것 (**đại từ**) : 말하는 사람에게 가까이 있거나 말하는 사람이 생각하고 있는 것을 가리키는 말.
  cái này
  Từ chỉ cái ở gần người nói hoặc cái mà người nói đang nghĩ đến.

- 은 : 문장 속에서 어떤 대상이 화제임을 나타내는 조사.
  Không có từ tương ứng
  Trợ từ (tiểu từ) thể hiện việc đối tượng nào đó là chủ đề câu chuyện trong câu.

- 어떻다 (**Tính từ**) : 생각, 느낌, 상태, 형편 등이 어찌 되어 있다.
  như thế nào
  Suy nghĩ, cảm giác, trạng thái, tình hình… đang trở nên thế nào đó.

- -어요 : (두루높임으로) 어떤 사실을 서술하거나 질문, 명령, 권유함을 나타내는 종결 어미.
  không?, hãy, hãy cùng
  (cách nói kính trọng phổ biến) Vĩ tố kết thúc câu thể hiện sự tường thuật sự việc nào đó hay nghi vấn, mệnh lệnh, đề nghị. **<việc hỏi>**

< 대화(sự đối thoại) > - 96

너 모자를 새로 샀구나. 잘 어울린다.
너 모자를 새로 삳꾸나. 잘 어울린다.
neo mojareul saero satguna. jal eoullinda.

고마워. 가게에서 보자마자 마음에 들어서 바로 사 버렸지.
고마워. 가게에서 보자마자 마으메 드러서 바로 사 버렫찌.
gomawo. gageeseo bojamaja maeume deureoseo baro sa beoryeotji.

< 설명(việc giải thích) / 번역(việc biên dịch) >

너 모자+를 새로 <u>사</u>+<u>았</u>+<u>구나</u>.
샀구나

잘 <u>어울리</u>+<u>ㄴ다</u>.
어울린다

- 너 (đại từ) : 듣는 사람이 친구나 아랫사람일 때, 그 사람을 가리키는 말.
  bạn, cậu, mày
  Từ chỉ người nghe khi người đó là bạn bè hay người dưới.

- 모자 (danh từ) : 예의를 차리거나 추위나 더위 등을 막기 위해 머리에 쓰는 물건.
  mũ, nón
  Đồ đội ở trên đầu để thể hiện sự lịch sự hoặc tránh nóng hay lạnh.

- 를 : 동작이 직접적으로 영향을 미치는 대상을 나타내는 조사.
  Không có từ tương ứng
  Trợ từ (tiểu từ) thể hiện đối tượng mà động tác gây ảnh hưởng trực tiếp.

- 새로 (phó từ) : 전과 달리 새롭게. 또는 새것으로.
  mới, mới mẻ
  Một cách mới mẻ khác với trước. Hoặc với cái mới.

- 사다 (động từ) : 돈을 주고 어떤 물건이나 권리 등을 자기 것으로 만들다.
  mua
  Trao tiền và biến đồ vật hay quyền lợi... nào đó thành cái của mình.

• -았- : 어떤 사건이 과거에 완료되었거나 그 사건의 결과가 현재까지 지속되는 상황을 나타내는 어미.
đã
Vĩ tố thể hiện tình huống mà sự kiện nào đó đã hoàn thành trong quá khứ hoặc kết quả của sự kiện đó được tiếp tục đến hiện tại.

• -구나 : (아주낮춤으로) 새롭게 알게 된 사실에 어떤 느낌을 실어 말함을 나타내는 종결 어미.
nhỉ, đấy, quá, thì ra
(cách nói rất hạ thấp) Vĩ tố kết thúc câu thể hiện cảm xúc nào đó về sự việc mới biết được.

• 잘 (phó từ) : 아주 멋지고 예쁘게.
một cách lộng lẫy, một cách đẹp đẽ
Một cách rất cuốn hút và xinh đẹp.

• 어울리다 (động từ) : 자연스럽게 서로 조화를 이루다.
hợp, xứng
Tạo nên sự hài hoà với nhau một cách tự nhiên.

• -ㄴ다 : (아주낮춤으로) 현재 사건이나 사실을 서술함을 나타내는 종결 어미.
Không có từ tương ứng
(cách nói rất hạ thấp) Vĩ tố kết thúc câu thể hiện sự trần thuật sự kiện hay sự việc hiện tại.

고맙(고마우)+어.
고마워

가게+에서 보+자마자 [마음에 들]+어서 바로 사+[(아) 버리]+었+지.
사 버렸지

• 고맙다 (Tính từ) : 남이 자신을 위해 무엇을 해주어서 마음이 흐뭇하고 보답하고 싶다.
cảm ơn, biết ơn
Hài lòng và muốn báo đáp vì người khác đã làm giúp mình điều gì đó.

• -어 : (두루낮춤으로) 어떤 사실을 서술하거나 물음, 명령, 권유를 나타내는 종결 어미.
hả?, đi, ta hãy
(cách nói hạ thấp phổ biến) Vĩ tố kết thúc câu thể hiện sự tường thuật sự việc nào đó, nghi vấn, mệnh lệnh, khuyên nhủ. <sự tường thuật>

• 가게 (danh từ) : 작은 규모로 물건을 펼쳐 놓고 파는 집.
cửa hàng, cửa hiệu, cửa tiệm, quầy
Nhà bày hàng ra bán với quy mô nhỏ.

• 에서 : 앞말이 어떤 일의 출처임을 나타내는 조사.
  từ, ở
  Trợ từ thể hiện từ trước đó là nguồn gốc của việc nào đó.

• **보다 (động từ)** : 눈으로 대상의 존재나 겉모습을 알다.
  nhìn, ngắm, xem
  Biết được sự tồn tại hay vẻ bề ngoài của đối tượng bằng mắt.

• **-자마자** : 앞의 말이 나타내는 사건이나 상황이 일어나고 곧바로 뒤의 말이 나타내는 사건이나 상황이
  일어남을 나타내는 연결 어미.
  ngay khi··· thì..., vừa... lập tức..
  Vĩ tố liên kết thể hiện sự kiện hay tình huống mà vế trước diễn tả xảy ra thì ngay sau đó
  sự kiện hay tình huống mà vế sau diễn tả xảy ra.

• **마음에 들다 (quán dụng ngữ)** : 자신의 느낌이나 생각과 맞아 좋게 느껴지다.
  vừa lòng, hài lòng
  Cảm thấy thích vì phù hợp với suy nghĩ hay cảm xúc của bản thân.

• **-어서** : 이유나 근거를 나타내는 연결 어미.
  nên
  Vĩ tố liên kết thể hiện lý do hay căn cứ.

• **바로 (phó từ)** : 시간 차를 두지 않고 곧장.
  ngay, tức thì
  Không cách quãng mà ngay lập tức.

• **사다 (động từ)** : 돈을 주고 어떤 물건이나 권리 등을 자기 것으로 만들다.
  mua
  Trao tiền và biến đồ vật hay quyền lợi... nào đó thành cái của mình.

• **-아 버리다** : 앞의 말이 나타내는 행동이 완전히 끝났음을 나타내는 표현.
  ....mất, ...hết
  Cấu trúc thể hiện hành động mà từ ngữ phía trước thể hiện đã kết thúc hoàn toàn.

• **-었-** : 어떤 사건이 과거에 완료되었거나 그 사건의 결과가 현재까지 지속되는 상황을 나타내는 어미.
  đã
  Vĩ tố thể hiện tình huống mà sự kiện nào đó đã hoàn thành trong quá khứ hoặc kết quả
  của sự kiện đó được tiếp tục đến hiện tại.

• **-지** : (두루낮춤으로) 말하는 사람이 자신에 대한 이야기나 자신의 생각을 친근하게 말할 때 쓰는 종결
  어미.
  nhỉ?
  (cách nói hạ thấp phổ biến) Vĩ tố kết thúc câu dùng khi người nói kể về mình hay suy
  nghĩ của mình một cách thân mật với người nghe.

< 대화(sự đối thoại) > - 97

엄마, 약속 시간에 늦어서 밥 먹을 시간 없어요.
엄마, 약쏙 시가네 느저서 밥 머글 시간 업써요.
eomma, yaksok sigane neujeoseo bap meogeul sigan eopseoyo.

조금 늦더라도 밥은 먹고 가야지.
조금 늗떠라도 바븐 먹꼬 가야지.
jogeum neutdeorado babeun meokgo gayaji.

< 설명(việc giải thích) / 번역(việc biên dịch) >

엄마, 약속 시간+에 늦+어서 밥 먹+을 시간 없+어요.

• **엄마 (danh từ)** : 격식을 갖추지 않아도 되는 상황에서 어머니를 이르거나 부르는 말.
  mẹ, má
  Từ chỉ hoặc gọi mẹ trong tình huống không trang trọng. 2

• **약속 (danh từ)** : 다른 사람과 어떤 일을 하기로 미리 정함. 또는 그렇게 정한 내용.
  sự hứa hẹn, lời hứa
  Việc định trước sẽ cùng làm điều gì đó với người khác. Hay là nội dung định sẵn như thế.

• **시간 (danh từ)** : 어떤 일을 하도록 정해진 때. 또는 하루 중의 어느 한 때.
  thời gian
  Lúc đã được định sẵn để làm việc nào đó. Hoặc một lúc nào đó trong ngày.

• **에** : 앞말이 시간이나 때임을 나타내는 조사.
  vào lúc
  Trợ từ (tiểu từ) thể hiện từ ngữ phía trước là thời gian hoặc thời điểm.

• **늦다 (động từ)** : 정해진 때보다 지나다.
  muộn, trễ
  Quá thời điểm đã định.

• **-어서** : 이유나 근거를 나타내는 연결 어미.
  nên
  Vĩ tố liên kết thể hiện lý do hay căn cứ.

- **밥 (danh từ)** : 매일 일정한 때에 먹는 음식.

  cơm

  Thức ăn ăn vào thời gian nhất định mỗi ngày.

- **먹다 (động từ)** : 음식 등을 입을 통하여 배 속에 들여보내다.

  ăn

  Cho thức ăn… vào trong bụng qua đường miệng.

- **-을** : 앞의 말이 관형어의 기능을 하게 만들고 추측, 예정, 의지, 가능성 등을 나타내는 어미.

  sẽ, chắc sẽ

  Vĩ tố làm cho từ ngữ phía trước có chức năng định ngữ và thể hiện sự suy đoán, dự định, ý định hay khả năng.

- **시간 (danh từ)** : 어떤 일을 할 여유.

  thời gian

  Sự rảnh rỗi để làm việc nào đó.

- **없다 (Tính từ)** : 어떤 사실이나 현상이 현실로 존재하지 않는 상태이다.

  không có

  Là trạng thái mà sự việc hay hiện tượng nào đó không tồn tại trong hiện thực.

- **-어요** : (두루높임으로) 어떤 사실을 서술하거나 질문, 명령, 권유함을 나타내는 종결 어미.

  không?, hãy, hãy cùng

  (cách nói kính trọng phổ biến) Vĩ tố kết thúc câu thể hiện sự tường thuật sự việc nào đó hay nghi vấn, mệnh lệnh, đề nghị. <sự tường thuật>

조금 늦+더라도 밥+은 먹+고 <u>가+(아)야지</u>.
가야지

- **조금 (phó từ)** : 시간이 짧게.

  chốc lát

  Thời gian ngắn.

- **늦다 (động từ)** : 정해진 때보다 지나다.

  muộn, trễ

  Quá thời điểm đã định.

- **-더라도** : 앞에 오는 말을 가정하거나 인정하지만 뒤에 오는 말에는 관계가 없거나 영향을 끼치지 않음을 나타내는 연결 어미.

  cho dù, mặc dù

  Vĩ tố liên kết thể hiện dù giả định hay công nhận vế trước nhưng không có liên quan hay không ảnh hưởng đến vế sau.

• 밥 (danh từ) : 매일 일정한 때에 먹는 음식.
  cơm
  Thức ăn ăn vào thời gian nhất định mỗi ngày.

• 은 : 강조의 뜻을 나타내는 조사.
  Không có từ tương ứng
  Trợ từ (tiểu từ) thể hiện nghĩa nhấn mạnh.

• 먹다 (động từ) : 음식 등을 입을 통하여 배 속에 들여보내다.
  ăn
  Cho thức ăn⋯ vào trong bụng qua đường miệng.

• -고 : 앞의 말과 뒤의 말이 차례대로 일어남을 나타내는 연결 어미.
  rồi
  Vĩ tố liên kết thể hiện vế trước và về sau lần lượt xảy ra.

• 가다 (động từ) : 한 곳에서 다른 곳으로 장소를 이동하다.
  đi
  Di chuyển địa điểm từ một nơi sang nơi khác.

• -아야지 : (두루낮춤으로) 듣는 사람이나 다른 사람이 어떤 일을 해야 하거나 어떤 상태여야 함을 나타
            내는 종결 어미.
  phải …. chứ
  (cách nói hạ thấp phổ biến) Vĩ tố kết thúc câu thể hiện người nghe hay người khác phải
  làm việc nào đó hoặc phải là trạng thái nào đó.

< 대화(sự đối thoại) > - 98

너 오늘 많이 피곤해 보인다.
너 오늘 마니 피곤해 보인다.
neo oneul mani pigonhae boinda.

어제 늦게까지 술을 마셔 가지고 컨디션이 안 좋아.
어제 늗께까지 수를 마셔 가지고 컨디셔니 안 조아.
eoje neutgekkaji sureul masyeo gajigo keondisyeoni an joa.

< 설명(việc giải thích) / 번역(việc biên dịch) >

너 오늘 많이 피곤하+[여 보이]+ㄴ다.
피곤해 보인다

- 너 (đại từ) : 듣는 사람이 친구나 아랫사람일 때, 그 사람을 가리키는 말.
  bạn, cậu, mày
  Từ chỉ người nghe khi người đó là bạn bè hay người dưới.

- 오늘 (phó từ) : 지금 지나가고 있는 이날에.
  hôm nay, vào ngày hôm nay
  Vào ngày bây giờ đang diễn ra.

- 많이 (phó từ) : 수나 양, 정도 등이 일정한 기준보다 넘게.
  nhiều
  Số, lượng hay mức độ vượt tiêu chuẩn nhất định.

- 피곤하다 (Tính từ) : 몸이나 마음이 지쳐서 힘들다.
  mệt mỏi, mệt nhọc
  Cơ thể hay tinh thần khó nhọc vì kiệt quệ.

- -여 보이다 : 겉으로 볼 때 앞의 말이 나타내는 것처럼 느껴지거나 추측됨을 나타내는 표현.
  trông…, trông có vẻ…
  Cấu trúc thể hiện việc được suy đoán hay được cảm thấy như điều mà từ ngữ phía trước thể hiện khi quan sát bề ngoài.

• -ㄴ다 : (아주낮춤으로) 현재 사건이나 사실을 서술함을 나타내는 종결 어미.

Không có từ tương ứng

(cách nói rất hạ thấp) Vĩ tố kết thúc câu thể hiện sự trần thuật sự kiện hay sự việc hiện tại.

어제 늦+게+까지 술+을 <u>마시+[어 가지고]</u> 컨디션+이 안 좋+아.
마셔 가지고

• **어제 (phó từ)** : 오늘의 하루 전날에.

hôm qua

Vào ngày trước của ngày hôm nay.

• **늦다 (Tính từ)** : 적당한 때를 지나 있다. 또는 시기가 한창인 때를 지나 있다.

trễ, muộn

Quá thời gian thích hợp. Hoặc quá thời gian đỉnh điểm.

• **-게** : 앞의 말이 뒤에서 가리키는 일의 목적이나 결과, 방식, 정도 등이 됨을 나타내는 연결 어미.

để, nhằm

Vĩ tố liên kết thể hiện vế trước trở thành mục đích hay kết quả, phương thức, mức độ của sự việc chỉ ra ở sau.

• **까지** : 어떤 범위의 끝임을 나타내는 조사.

tới

Trợ từ thể hiện sự kết thúc của phạm vi nào đó.

• **술 (danh từ)** : 맥주나 소주 등과 같이 알코올 성분이 들어 있어서 마시면 취하는 음료.

rượu

Đồ uống có chứa cồn như bia hoặc soju nên nếu uống thì có thể say.

• **을** : 동작이 직접적으로 영향을 미치는 대상을 나타내는 조사.

Không có từ tương ứng

Trợ từ (tiểu từ) thể hiện đối tượng mà động tác trực tiếp ảnh hưởng đến.

• **마시다 (động từ)** : 물 등의 액체를 목구멍으로 넘어가게 하다.

uống

Làm cho chất lỏng như nước... đi qua cổ họng

• **-어 가지고** : 앞의 말이 나타내는 행동이나 상태가 뒤의 말의 원인이나 이유임을 나타내는 표현.

nên

Cấu trúc thể hiện hành động hay trạng thái mà vế trước thể hiện là lí do hay nguyên nhân của vế sau.

• 컨디션 (danh từ) : 몸이나 건강, 마음 등의 상태.
  tình trạng trong người
  Trạng thái cơ thể, sức khỏe hay tâm trạng.

• 이 : 어떤 상태나 상황의 대상이나 동작의 주체를 나타내는 조사.
  Không có từ tương ứng
  Trợ từ (tiểu từ) thể hiện chủ thể của động tác hoặc đối tượng của trạng thái hay tình huống nào đó.

• 안 (phó từ) : 부정이나 반대의 뜻을 나타내는 말.
  không
  Từ thể hiện nghĩa phủ định hay phản đối.

• 좋다 (Tính từ) : 신체적 조건이나 건강 상태 등이 보통보다 낫다.
  tốt, khỏe
  Điều kiện cơ thể hay trạng thái sức khỏe... tốt hơn bình thường.

• -아 : (두루낮춤으로) 어떤 사실을 서술하거나 물음, 명령, 권유를 나타내는 종결 어미.
  hả?, đi, ta hãy
  (cách nói hạ thấp phổ biến) Vĩ tố kết thúc câu thể hiện sự tường thuật sự việc nào đó, nghi vấn, mệnh lệnh, đề nghị. **<sự tường thuật>**

< 대화(sự đối thoại) > - 99

요리 학원에 가서 수업이라도 들을까 봐.
요리 하궈네 가서 수어비라도 드를까 봐.
yori hagwone gaseo sueobirado deureulkka bwa.

갑자기 왜? 요리를 해야 할 일이 있어?
갑짜기 왜? 요리를 해야 할 이리 이써?
gapjagi wae? yorireul haeya hal iri isseo?

< 설명(việc giải thích) / 번역(việc biên dịch) >

요리 학원+에 가+(아)서 수업+이라도 듣(들)+[을까 보]+아.
　　　　　　가서　　　　　　　　들을까 봐

• 요리 (danh từ) : 음식을 만듦.
nấu ăn, nấu nướng
Chế biến thành thức ăn từ các nguyên liệu.

• 학원 (danh từ) : 학생을 모집하여 지식, 기술, 예체능 등을 가르치는 사립 교육 기관.
trung tâm
Cơ quan đào tạo tư nhân tuyển sinh và dạy văn hóa nghệ thuật thể thao, kỹ thuật, tri thức v.v ...

• 에 : 앞말이 목적지이거나 어떤 행위의 진행 방향임을 나타내는 조사.
đến, tới
Trợ từ (tiểu từ) thể hiện từ ngữ phía trước là đích đến hoặc là hướng diễn tiến của hành động nào đó.

• 가다 (động từ) : 한 곳에서 다른 곳으로 장소를 이동하다.
đi
Di chuyển địa điểm từ một nơi sang nơi khác.

• -아서 : 앞의 말과 뒤의 말이 순차적으로 일어남을 나타내는 연결 어미.
rồi
Vĩ tố liên kết thể hiện vế trước và vế sau lần lượt xảy ra.

- 수업 (danh từ) : 교사가 학생에게 지식이나 기술을 가르쳐 줌.
  sự dạy học, sự giảng dạy
  Việc giảng viên dạy kiến thức hay kỹ thuật cho học sinh.

- 이라도 : 그것이 최선은 아니나 여럿 중에서는 그런대로 괜찮음을 나타내는 조사.
  dù là, mặc dù là
  Trợ từ thể hiện cái đó không phải là tối ưu nhưng tạm được trong số đó.

- 듣다 (động từ) : 다른 사람의 말이나 소리 등에 귀를 기울이다.
  lắng nghe
  Lắng tai nghe âm thanh hay lời của người khác.

- -을까 보다 : 앞에 오는 말이 나타내는 행동을 할 의도가 있음을 나타내는 표현.
  định
  Cấu trúc thể hiện việc có ý đồ sẽ thực hiện hành động mà vế trước thể hiện.

- -아 : (두루낮춤으로) 어떤 사실을 서술하거나 물음, 명령, 권유를 나타내는 종결 어미.
  hả?, đi, ta hãy
  (cách nói hạ thấp phổ biến) Vĩ tố kết thúc câu thể hiện sự tường thuật sự việc nào đó, nghi vấn, mệnh lệnh, đề nghị. <**sự tường thuật**>

갑자기 왜?

요리+를 하+[여야 하]+ㄹ 일+이 있+어?
해야 할

- 갑자기 (phó từ) : 미처 생각할 틈도 없이 빨리.
  đột ngột, bất thình lình, bỗng nhiên
  Nhanh bất ngờ, không có thời gian để kịp suy nghĩ.

- 왜 (phó từ) : 무슨 이유로. 또는 어째서.
  tại sao, vì sao
  Với lý do gì. Hoặc làm sao chứ.

- 요리 (danh từ) : 음식을 만듦.
  nấu ăn, nấu nướng
  Chế biến thành thức ăn từ các nguyên liệu.

- 를 : 동작이 직접적으로 영향을 미치는 대상을 나타내는 조사.
  Không có từ tương ứng
  Trợ từ (tiểu từ) thể hiện đối tượng mà động tác gây ảnh hưởng trực tiếp.

• **하다 (động từ)** : 어떤 행동이나 동작, 활동 등을 행하다.
  làm, tiến hành
  Thực hiện hành động hay động tác, hoạt động nào đó.

• **-여야 하다** : 앞에 오는 말이 어떤 일을 하거나 어떤 상황에 이르기 위한 의무적인 행동이거나 필수적인 조건임을 나타내는 표현.
  phải
  Cấu trúc thể hiện từ ngữ phía trước là hành động mang tính nghĩa vụ hoặc là điều kiện mang tính bắt buộc để làm việc nào đó hoặc đạt tới tình trạng nào đó.

• **-ㄹ** : 앞의 말이 관형어의 기능을 하게 만들고 추측, 예정, 의지, 가능성 등을 나타내는 어미.
  chắc sẽ
  Vĩ tố làm cho từ ngữ phía trước có chức năng định ngữ và thể hiện sự suy đoán, dự định, ý chí, khả năng….

• **일 (danh từ)** : 해결하거나 처리해야 할 문제나 사항.
  việc, công chuyện
  Vấn đề hay hạng mục sẽ phải giải quyết hoặc xử lí.

• **이** : 어떤 상태나 상황의 대상이나 동작의 주체를 나타내는 조사.
  Không có từ tương ứng
  Trợ từ (tiểu từ) thể hiện chủ thể của động tác hoặc đối tượng của trạng thái hay tình huống nào đó.

• **있다 (Tính từ)** : 어떤 사람에게 무슨 일이 생긴 상태이다.
  gặp phải, ở trong
  Trạng thái phát sinh việc gì đó đối với người nào đó.

• **-어** : (두루낮춤으로) 어떤 사실을 서술하거나 물음, 명령, 권유를 나타내는 종결 어미.
  hả?, đi, ta hãy
  (cách nói hạ thấp phổ biến) Vĩ tố kết thúc câu thể hiện sự tường thuật sự việc nào đó, nghi vấn, mệnh lệnh, khuyên nhủ. <việc hỏi>

< 대화(sự đối thoại) > - 100

이 옷 사이즈도 맞고 너무 예뻐요.
이 옫 사이즈도 맏꼬 너무 예뻐요.
i ot saijeudo matgo neomu yeppeoyo.

다행이네. 너한테 작을까 봐 조금 걱정했는데.
다행이네. 너한테 자글까 봐 조금 걱쩡핸는데.
dahaengine. neohante jageulkka bwa jogeum geokjeonghaenneunde.

< 설명(việc giải thích) / 번역(việc biên dịch) >

이 옷 사이즈+도 맞+고 너무 예쁘(예쁘)+어요.
예뻐요

- **이 (định từ)** : 말하는 사람에게 가까이 있거나 말하는 사람이 생각하고 있는 대상을 가리킬 때 쓰는 말.
  này
  Từ dùng khi chỉ đối tượng ở gần người nói hoặc đối tượng người nói đang nghĩ đến.

- **옷 (danh từ)** : 사람의 몸을 가리고 더위나 추위 등으로부터 보호하며 멋을 내기 위하여 입는 것.
  quần áo
  Thứ được mặc lên người để bảo vệ cơ thể khỏi nóng hay lạnh và để làm đẹp.

- **사이즈 (danh từ)** : 옷이나 신발 등의 크기나 치수.
  kích cỡ
  Chỉ số hay độ lớn của quần áo hoặc giày dép.

- **도** : 이미 있는 어떤 것에 다른 것을 더하거나 포함함을 나타내는 조사.
  cũng
  Trợ từ thể hiện sự thêm vào hoặc bao gồm cái khác vào cái nào đó đã có sẵn.

- **맞다 (động từ)** : 크기나 규격 등이 어떤 것과 일치하다.
  khớp, vừa vặn
  Kích cỡ hay quy cách trùng khớp với cái gì đó.

- **-고** : 두 가지 이상의 대등한 사실을 나열할 때 쓰는 연결 어미.
  và
  Vĩ tố liên kết dùng khi liệt kê hai sự việc đồng đẳng trở lên.

• 너무 (phó từ) : 일정한 정도나 한계를 훨씬 넘어선 상태로.
  quá
  Ở trạng thái vượt giới hạn hay mức độ nhất định rất nhiều.

• 예쁘다 (Tính từ) : 생긴 모양이 눈으로 보기에 좋을 만큼 아름답다.
  xinh đẹp, xinh xắn
  Hình dạng đẹp ở mức nhìn thấy thích bằng mắt thường.

• -어요 : (두루높임으로) 어떤 사실을 서술하거나 질문, 명령, 권유함을 나타내는 종결 어미.
  không?, hãy, hãy cùng
  (cách nói kính trọng phổ biến) Vĩ tố kết thúc câu thể hiện sự tường thuật sự việc nào đó
  hay nghi vấn, mệnh lệnh, đề nghị. <sự tường thuật>

다행+이+네.

너+한테 작+[을까 보]+아 조금 걱정하+였+는데.
　　　　　작을 까봐　　　　　걱정했는데

• 다행 (danh từ) : 뜻밖에 운이 좋음.
  sự may mắn bất ngờ
  Vận may tốt ngoài dự đoán.

• 이다 : 주어가 지시하는 대상의 속성이나 부류를 지정하는 뜻을 나타내는 서술격 조사.
  nào là
  Trợ từ vị cách thể hiện sự liệt kê các sự vật đồng thời liên kết theo quan hệ đẳng lập.

• -네 : (아주낮춤으로) 지금 깨달은 일에 대하여 말함을 나타내는 종결 어미.
  hóa ra, thì ra
  (cách nói rất hạ thấp) Vĩ tố kết thúc câu thể hiện sự nói về việc mà bây giờ mới nhận ra.

• 너 (đại từ) : 듣는 사람이 친구나 아랫사람일 때, 그 사람을 가리키는 말.
  bạn, cậu, mày
  Từ chỉ người nghe khi người đó là bạn bè hay người dưới.

• 한테 : 앞말이 기준이 되는 대상이나 단위임을 나타내는 조사.
  Không có từ tương ứng
  Trợ từ (tiểu từ) thể hiện từ ngữ phía trước là đơn vị hoặc đối tượng được lấy làm tiêu
  chuẩn.

• 작다 (Tính từ) : 정해진 크기에 모자라서 맞지 아니하다.
  chật, nhỏ
  Thiếu hụt nên không hợp với độ lớn đã định.

- -을까 보다 : 앞에 오는 말이 나타내는 상황이 될 것을 걱정하거나 두려워함을 나타내는 표현.
  e rằng, lo rằng
  Cấu trúc thể hiện sự lo lắng hoặc quan ngại sẽ trở thành tình huống mà vế trước thể hiện.

- -아 : 앞에 오는 말이 뒤에 오는 말에 대한 원인이나 이유임을 나타내는 연결 어미.
  nên
  Vĩ tố liên kết thể hiện vế trước là nguyên nhân hay lí do đối với vế sau.

- 조금 (phó từ) : 분량이나 정도가 적게.
  một chút, một ít
  Phân lượng hay mức độ ít.

- 걱정하다 (động từ) : 좋지 않은 일이 있을까 봐 두려워하고 불안해하다.
  lo lắng, lo ngại, lo sợ, lo
  Lo sợ và bất an sợ có việc gì không tốt.

- -였- : 어떤 사건이 과거에 완료되었거나 그 사건의 결과가 현재까지 지속되는 상황을 나타내는 어미.
  đã
  Vĩ tố thể hiện tình huống mà sự kiện nào đó đã hoàn thành trong quá khứ hoặc kết quả của sự kiện đó được tiếp tục đến hiện tại.

- -는데 : (두루낮춤으로) 듣는 사람의 반응을 기대하며 어떤 일에 대해 감탄함을 나타내는 종결 어미.
  Không có từ tương ứng
  (cách nói hạ thấp phổ biến) Vĩ tố kết thúc câu thể hiện sự cảm thán về việc nào đó và chờ đợi phản ứng của người nghe.

< 참고(sự tham khảo) 문헌(tư liệu) >

고려대학교 한국어대사전, 고려대학교 민족문화연구원, 2009
우리말샘, 국립국어원, 2016
표준국어대사전, 국립국어원, 1999
한국어교육 문법 자료편, 한글파크, 2016
한국어 교육학 사전, 하우, 2014
한국어기초사전, 국립국어원, 2016
한국어 문법 총론 Ⅰ, 집문당, 2015

HANPUK

대화로 배우는 한국어 tiếng Việt(việc biên dịch)

발　행 | 2024년 6월 20일
저　자 | 주식회사 한글2119연구소
펴낸이 | 한건희
펴낸곳 | 주식회사 부크크
출판사등록 | 2014.07.15.(제2014-16호)
주　소 | 서울특별시 금천구 가산디지털1로 119 SK트윈타워 A동 305호
전　화 | 1670-8316
이메일 | info@bookk.co.kr

ISBN | 979-11-410-9055-5

www.bookk.co.kr
ⓒ 주식회사 한글2119연구소 2024
본 책은 저작자의 지적 재산으로서 무단 전재와 복제를 금합니다.